சனாதன தர்மம்: ஒரு விசாரணை
இந்து மதம் குறித்த 40 பார்வைகள்

சனாதன தர்மம்: ஒரு விசாரணை
இந்து மதம் குறித்த 40 பார்வைகள்
தேவ்தத் பட்நாயக் (பி. 1970)

புராணங்கள், வேதங்கள், வேதாந்தம், யோகம் முதலான ஆன்மிக, சமய மரபுச் செல்வங்கள் குறித்து நவீனப் பார்வை யுடன் நவீன மொழியில் எழுதிவருபவர் தேவ்தத் பட்நாயக். ஓவியங்கள், உரைகள் ஆகியவை மூலமாகவும் சமய, ஆன்மிக அம்சங்கள் குறித்து விளக்கமளித்துவருகிறார். 1996முதல் எழுதிவரும் தேவ்தத் பட்நாயக் ஐம்பதுக்கும் மேற்பட்ட புத்தகங்களையும் எண்ணற்ற கட்டுரைகளையும் எழுதியிருக்கிறார்.

இணையதளம்: devdutt.com

ச. கோபாலகிருஷ்ணன் (1987)
மொழிபெயர்ப்பாளர்

சென்னையில் பிறந்து வளர்ந்தவர். பன்னிரெண்டு ஆண்டுகளுக்கு மேலாக இதழியல், மொழிபெயர்ப்புப் பணிகளில் ஈடுபட்டுவருகிறார். *சென்னை நம்ம சென்னை* (மாத இதழ்), *இந்தியா டுடே தமிழ்* (வார இதழ்), Indiaglitz.com (இணையதளம்), *இந்து தமிழ் திசை* (நாளிதழ்) ஆகியவற்றில் பணியாற்றியுள்ளார். தற்போது *புதிய தலைமுறை* தொலைக்காட்சியில் பணியாற்றுகிறார்.

மனைவி : ச. திவ்யா

மகன் : கோ.தி. சாய்நந்தன்

தேவ்தத் பட்நாயக்

சனாதன தர்மம்:
ஒரு விசாரணை
இந்து மதம் குறித்த 40 பார்வைகள்

தமிழில்
ச. கோபாலகிருஷ்ணன்

காலச்சுவடு பதிப்பகம்

அன்பார்ந்த வாசகருக்கு,

வணக்கம்.

காலச்சுவடு நூலை வாங்கியமைக்கு நன்றி.

நூலின் உள்ளடக்கம், உருவாக்கம், அட்டைப்படம் இன்ன பிற அம்சங்கள் பற்றிய உங்கள் கருத்துகளையும் ஆலோசனைகளையும் காலச்சுவடு வரவேற்கிறது. தகவல், எழுத்து, வாக்கியப் பிழைகள் தென்பட்டால் அவசியம் தெரிவித்து உதவுங்கள். நூல் தயாரிப்பில் கடும் குறைபாடு இருப்பின் மாற்றுப் பிரதி உங்களுக்குக் கிடைக்கக் காலச்சுவடு ஏற்பாடு செய்யும்.

மின்னஞ்சல்: **publisher@kalachuvadu.com**

காலச்சுவடு நாகர்கோவில் அலுவலகத்திற்குக் கடிதம் அனுப்பலாம்.

தங்கள்
எஸ்.ஆர். சுந்தரம் (கண்ணன்)
பதிப்பாளர் – நிர்வாக இயக்குநர்

Faith by Devdutt Pattanaik

© Devdutt Pattanaik, 2019

சனாதன தர்மம்: ஒரு விசாரணை இந்து மதம் குறித்த 40 பார்வைகள் ❖ கட்டுரைகள் ❖ ஆசிரியர்: தேவ்தத் பட்நாயக் ❖ ஆங்கிலத்திலிருந்து தமிழில்: ச. கோபாலகிருஷ்ணன் ❖ முதல் பதிப்பு: டிசம்பர் 2024 ❖ வெளியீடு: காலச்சுவடு பப்ளிகேஷன்ஸ் (பி) லிட்., 669, கே.பி. சாலை, நாகர்கோவில் 629001 ❖ கோட்டோவியங்கள்: தேவ்தத் பட்நாயக்

காலச்சுவடு பதிப்பக வெளியீடு: 1322

canaatana tarmam: oru vicaaraNai 40 Insights into Hinduism ❖ Essays ❖ Author: Devdutt Pattanaik ❖ Tamil Translation from English by S. Gopalakrishnan ❖ Language: Tamil ❖ First Edition: December 2024 ❖ Size: Demy 1x8 ❖ Paper: 18.6 kg maplitho ❖ Pages: 248

Published by Kalachuvadu Publications Pvt. Ltd., 669, K.P. Road, Nagercoil 629001, India ❖ Phone: 91-4652-278525 ❖ e-mail: publications@kalachuvadu.com ❖ Illustrations: Devdutt Pattanaik ❖ Printed at Mani Offset, Chennai 600077

ISBN: 978-93-6110-009-3

12/2024/S.No. 1322, kcp 5395, 18.6 (1) 9ss

பொருளடக்கம்

பதிப்பாசிரியர் குறிப்பு	11
முன்னுரை: ஏன் இந்த நூல்?	13
மொழிபெயர்ப்பாளர் குறிப்பு	17

நம்பிக்கை

இந்துக்களின் வேதிய விழுமியங்கள் அல்லது இந்திய நெறிமுறைகள் என்பன யாவை?	21
உலகம் தோன்றிய விதம்: இந்து மதம் சொல்வது என்ன?	25
இந்து அல்லாத பலர் இந்து மதம் ஒரு மதம் அல்ல, தொன்மவியல் என்று கூறுவது ஏன்?	31
நான் இந்துவாக இருந்துகொண்டே நாத்திகராகவும் இருக்க முடியுமா?	35
குரு என்பவர் யார்?	39
ராட்சசர்களும் அசுரர்களும் இந்து மதத்தின் சாத்தான்களா?	45
இந்து மதம் பெண்ணியத்தன்மை கொண்டதா ஆணாதிக்கத் தன்மை கொண்டதா?	52
யோகினி என்பவர் பெண் யோகியா அல்லது மூர்க்கமான, காமத்தைத் தூண்டுகிற சூனியக்காரியா?	61
இறப்பு, தற்கொலை ஆகியவை குறித்து இந்து மதத்தின் பார்வைகள் என்ன?	67

அறிதிறன் குறித்து இந்து மதம் சொல்வதென்ன?	71
கர்மம் என்பது ஊழ்வினைவாதமா?	80
புத்தர் திருமாலின் அவதாரமா?	87
நரசிம்ம அவதாரம் ஹாலிவுட்டின் வால்வரைனைப் போன்றதா?	93
ஏன் யாரும் சூத்திரனாக விரும்புவதில்லை?	97
யோகம் இந்துக் கருத்தாக்கமா?	103

பழக்க வழக்கங்கள்

இந்துக்கள் ஏன் மிகவும் சடங்கு சார்ந்தவர்களாக இருக்கிறார்கள்?	111
இந்துக்கள் ஏன் சிலைகளை வழிபடுகிறார்கள்?	115
இந்துக்கள் ஆண்குறியை வழிபடுகிறார்களா?	121
இந்துக்கள் ஏன் விளக்கு ஏற்றுகிறார்கள்?	127
இந்துப் பிரார்த்தனை கிறிஸ்தவ, இஸ்லாமியப் பிரார்த்தனைகளிலிருந்து வேறுபட்டதா?	131
பூணூல் அணிவிக்கும் சடங்கு ஞானஸ்நானத்தைப் போன்றதா?	137
இந்துக்கள் நினைவுநாளைவிடப் பிறந்தநாளைக் கொண்டாட விரும்புவது ஏன்?	141
இந்து மதத்தில் மணவிலக்குக்கு அனுமதி உள்ளதா?	145
இந்துக்கள் ஏன் பசுவை வழிபடுகிறார்கள்?	151
இந்துக்கள் சைவர்களா?	157
ஹோலி இந்தியா முழுவதும் கொண்டாடப்படுகிறதா?	163
இந்து மதத்தில் ஹாலோவீன் உள்ளதா?	167
வெளிநாடுகளுக்குச் செல்லும் இந்துக்கள் சாதியை இழக்கிறார்களா?	171
இந்து மதத்தில் ஏன் பிறரை மதமாற்றம் செய்யும் வழக்கம் இல்லை?	177

புனித நூல்கள்

வேதங்கள் என்பவை யாவை?	183
தமிழ் வேதம் என்பது என்ன?	188
மனு ஸ்ம்ருதி என்பது என்ன?	194
மனுவின் சட்டம் சாதி அமைப்புக்கு அங்கீகாரம் அளிக்கிறதா?	201
மனு ஸ்ம்ருதியும் தர்ம சாஸ்திரங்களும் தன்பாலின ஈர்ப்புக் குறித்து என்ன சொல்கின்றன?	205

வரலாறு

இந்து மதம் ஆரிய மதமா?	211
ஹரப்பா நாகரிகம் வைதீகத்தன்மை வாய்ந்ததா இந்துத்தன்மை வாய்ந்ததா?	217
ராமாயண, மகாபாரத நிகழ்வுகள் உண்மையில் எப்போது நிகழ்ந்தன?	221
இந்துக்கள் எப்போதும் சாதியவாதிகளாகவே இருந்தார்களா?	227
இஸ்லாமியப் படையெடுப்பாளர்களின் வருகை இந்துப் பண்பாட்டை அழித்ததா?	237
சமோசா இந்திய அல்லது வைதீகத்தன்மை கொண்ட உணவா?	245

பதிப்பாசிரியர் குறிப்பு

ஆங்கிலத்தில் '*Faith*' என்னும் தலைப்பில் 2019இல் வெளியான இந்த நூல் அதன் உள்ளடக்கம், சமகாலப் பொருத்தம் கருதி 'சனாதன தர்மம்: ஒரு விசாரணை' என்ற தலைப்புடன் தமிழில் வெளிவரலாம் என இந்நூலின் ஆசிரியர் தேவ்தத் பட்நாயக் தெரிவித்தார். அதன்படி நூலின் தலைப்பை மாற்றியிருக்கிறோம். சனாதன தர்மத்துடன் நூலுக்கு இருக்கும் தொடர்பை விளக்கி ஆசிரியர் தமிழ்ப் பதிப்பிற்காக எழுதிய சிறு குறிப்பையும் முன்னுரையில் சேர்த்திருக்கிறோம்.

– பதிப்பாசிரியர்

முன்னுரை

ஏன் இந்த நூல்?

சனாதன தர்மம் என்பது மறுபிறப்பை நம்பும் மதங்களைக் குறிக்கிறது. இந்த மதங்களில் இறுதித் தீர்ப்பு நாள் என்ற கருத்து இல்லை; பிற மதங்களைப் போல நமக்கு ஒரே ஒரு பிறவிதான் என்ற நம்பிக்கை இல்லை. பொறாமை, கோபம், வெறுப்பு, பெருமிதம் ஆகியவற்றுக்கான தீர்வு பகுத்தறிவுச் சிந்தனையில் இல்லை. மனிதர்கள் ஏன் அப்படி உணர்கிறார்கள் என்ற கேள்வியைச் சனாதன தர்மம் எழுப்புகிறது.

இந்நூல் வருவதற்கு இரண்டு காரணங்கள் உள்ளன. ஒன்று கடந்த காலத்துடன் தொடர்புடையது, மற்றொன்று எதிர்காலத்துடன் தொடர்புடையது.

முதலாவதாக, கடந்த காலத்துடன் தொடர்புடைய காரணம்: பல இந்துக்களால் இந்துப் பழக்கவழக்கங்கள், நம்பிக்கைகள் ஆகியவை எப்படித் தோன்றின, அவற்றின் காரணம் என்ன என்பதையெல்லாம் தங்கள் குழந்தைகளுக்குக்கூட விளக்கமளிக்க முடியவில்லை. இந்து மதம் இஸ்லாம் அல்லது கிறிஸ்தவம்போல ஒழுங்கமைக்கப்பட்ட மதம் அல்ல என்பதால் இதில் வியப்பதற்கு ஒன்றும் இல்லை. எதிர்ப்புணர்வுடன் இந்து மதத்தைப் பற்றிய கேள்விகள் வரும்போது பதிலளிப்பது இன்னும் கடினமாகிறது. நாம் சொல்லும் பதில்கள் நிராகரிக்கப் படும்போது நிலவரம் மோசமாகிறது. இந்துக்கள் தற்காப்பு மனநிலையில் இருக்கிறார்கள் என்றும் பேரினவாதிகள் என்றும் முத்திரை குத்தப்படுகிறது. இறுதித் தீர்ப்பு நாளில் கடவுள் நீதிபதியாகச்

செயல்படுவார் என்று மேற்கத்திய மதங்கள் கூறுகின்றன. உலகளாவியப் பார்வை கொண்டவர்கள் தம்மை மதச்சார் பற்றவர்கள் என்று கூறிக்கொண்டாலும், மேற்கத்திய மதங்களிலிருந்து தோன்றிய மேற்கத்திய ‘மனிதநேய’ அல்லது ‘சமூக நீதி’க் கட்டமைப்பைக் கொண்டே உலகைப் பார்க்கிறார்கள். அதனால்தான் அவர்கள் கிழக்கத்தியச் சிந்தனையுடன், குறிப்பாக இந்து மதத்துடன் முரண்படுகிறார்கள். இங்கு இறுதித் தீர்ப்பு நாள் என்ற கருத்து இல்லை, கடவுள் நீதிபதி அல்ல. இந்த முரண்பாட்டின் விளைவாகவே இந்நூல் பிறந்தது.

இரண்டாவதாக, எதிர்காலம் தொடர்பான காரணம்: இந்துக்கள் ‘தூய்மையான’ இந்து மதத்தின் இருப்பைக் குறிப்பிட்ட ஒரு காலம், இடம் அல்லது புனித நூல் ஆகியவற்றோடு பொருத்துவதற்கான முயற்சியைக் கைவிட வேண்டும். இந்தப் போக்கு பொதுவாக அடிப்படைவாதத்தையே உருவாக்கும். மக்கள் வெவ்வேறு இடங்களுக்குச் சென்று, வெவ்வேறு மக்களுடன் கலக்கும் இன்றைய உலகளாவிய சூழலில் இந்து மதத்தை நாம் மேலும் முன்னோக்கிய பார்வையுடன் அணுக வேண்டும். இந்து மதத்தின் வேர்களைக் காட்டிலும் அதன் பலன்களையே நாம் அதிகம் நாட வேண்டும். இந்தியாவில் உள்ள ஒரு கிராமத்தில் கடைப்பிடிக்கப்படும் இந்து மதம், இந்திய நகரத்தில் அல்லது அமெரிக்கா, ஐரோப்பா, ஆஸ்திரேலியா, ஆப்பிரிக்கா, சீனா ஆகிய இடங்களில் கடைப்பிடிக்கப்படும் மதத்தைப் போல இருக்க முடியாது. இன்றைய காலத்திற்கும் இடத்திற்கும் பொருத்தமானதாக இந்து மதத்தை ஆக்குவதற்கு மறுசீரமைப்பும் மறுகட்டமைப்பும் தேவை. தர்ம சாஸ்திரங்களை எழுதிய இந்து முனிவர்கள் காலம், இடம், மக்கள் ஆகியவற்றுக்கு ஏற்ப விதிகளை மாற்றியமைக்குமாறு அறிவுறுத்தியதை நாம் நினைவில் கொள்ள வேண்டும். வரையறுக்கப்பட்ட, முழுமையான, உலகளாவிய, அனைவருக்கும் ஒரேவிதமாகப் பொருந்தக்கூடிய ஓர் உண்மை என்னும் கருத்து இந்துக் கருத்து அல்ல. பன்முகத் தன்மை, கடவுள்கள், உண்மைகள், அவற்றின் விளக்கங்கள் ஆகியவற்றை ஆழமாகப் புரிந்துகொள்வதே இந்து மதத்தைப் பற்றிய நுண்ணறிவைப் பெறுவதற்கான திறவுகோல்.

இந்து மதம் பற்றிய கேள்விகளுக்கு இந்த நூல் அன்புடனும் நாகரிகமாகவும் பதிலளிக்கிறது. முடிந்தவரையிலும் பல உண்மைகளை வழங்குகிறது. இதில் நான் முன்வைக்கும் கருத்துக்கள் எனது தனிப்பட்ட புரிதல், பல ஆண்டுக்கால ஆய்வு, உலகின் பிற பகுதிகளில் உள்ள புராணங்களுடன் இந்துப் புராணங்களை ஒப்பிட்டுப் பார்த்தது ஆகியவற்றின் அடிப்படையில்

உருவானவை. கதைகள், குறியீடுகள், சடங்குகளின் வாயிலாகக் கலாச்சார உண்மைகளைப் புராணங்கள் வெளிப்படுத்துகின்றன. இயற்கை பன்முகத்தன்மை கொண்டது, கலாச்சாரம் உயிரோட்டமானது, கருத்துக்களைப் பெறவும் பகிர்ந்துகொள்ளவும் செய்யும் நமது மனம் வரம்புகளுக்கு உட்பட்டது என்பதையெல்லாம் இந்த நூலைப் படிக்கும்போது நினைவில் வைத்துக்கொள்ளுங்கள். முழுமையை நாட வேண்டாம். இலக்கைத் தேட வேண்டாம். போக்குகள், மாற்றங்கள், சறுக்கல்கள், திசைகள் ஆகியவற்றைத் தேடுங்கள். ஏனெனில்:

எல்லையற்ற தொன்மங்களுக்குள்
நித்திய உண்மை உள்ளது
யார் அதையெல்லாம் பார்க்கிறார்?
வருணனுக்கு ஆயிரம் கண்கள் உண்டு
இந்திரனுக்கு நூறு
உங்களுக்கும் எனக்கும் இரண்டு மட்டுமே.

தேவ்தத் பட்நாயக்

மொழிபெயர்ப்பாளர் குறிப்பு

இந்து மதத்தில் இல்லாததே இல்லை, நவீன அறிவியல் முன்னேற்றங்கள் அனைத்தும் இந்து மதத்தில் ஆதிகாலத்திலேயே இருந்தன என்று பெருமைப்பட்டுக்கொள்ளும் கூட்டம் ஒருபுறம்; இந்து மதம் என ஒன்று இல்லை, பிராமணியத்தை நிலைநிறுத்துவதற்காகத் தோற்றுவிக்கப்பட்ட கற்பனைதான் இந்து மதம் என்று கூறுவோர் இன்னொருபுறம். இந்தச் சூழலில் தேவதத் பட்நாயக்கின் குரல் முக்கியமானது. இந்து மதத்தை ஆழமாக அறிந்துகொண்டு அதைப் போற்றும் அதே வேளையில் இந்து மதம் தொடர்பான போலிப் பெருமைப் பீற்றல்களை அடித்து நொறுக்கும் அவரது குரல் நம் காலம் கேட்டுக்கொள்ள வேண்டிய குரல். அவருடைய பணி நம் காலத்துக்கும் இந்து மதத்தின் எதிர்காலத்தும் மிகவும் தேவையானது. எனவே அவருடைய எழுத்துக்கள் தமிழில் வருவது மிக முக்கியமானது. அந்தப் பணியைக் காலச்சுவடு பதிப்பகம் தொடங்கி வைத்திருக்கிறது என்பதிலும் அதற்கு மொழிபெயர்ப்பாளராக நான் துணை நின்றிருக்கிறேன் என்பதிலும் எனக்கு மட்டற்ற மகிழ்ச்சி.

இதழியல், மொழிபெயர்ப்பு ஆகிய துறைகளில் எனது வளர்ச்சிமீது தொடர்ந்து அக்கறை செலுத்தி வருபவர் எனது ஆசிரியர் அரவிந்தன். எனது ஆர்வங்களையும் கருத்துநிலைகளையும் அக்கறையுடன் கவனித்து அறிந்து என்னால் இந்தப் பணியைச்

செய்ய முடியும் என்பதோடு எனக்கு இது நிறைவளிக்கும் அனுபவமாக இருக்கும் என்பதையும் உணர்ந்து என்னை இந்தப் பணியில் ஈடுபட ஊக்குவித்திருக்காவிட்டால் நான் இதைக் கையில் எடுத்திருக்கவே மாட்டேன். அரவிந்தனுக்கும் நூலை வெளியிடும் காலச்சுவடு பதிப்பாளர் கண்ணனுக்கும் பதிப்பகத்தைச் சேர்ந்த பிறருக்கும் என் நன்றியைத் தெரிவித்துக் கொள்கிறேன். மொழிபெயர்ப்புப் பணியில் நான் ஈடுபட்டிருந்த காலத்தில் எனக்கு ஒத்துழைத்த என் பெற்றோர் கோமதி – சங்கரநாராயணன், மனைவி திவ்யா, மகன் சாய்நந்தன் ஆகியோருக்கும் என் அன்பும் நன்றியும் உரித்தாகுக.

சென்னை   ச. கோபாலகிருஷ்ணன்
11-11-2024

நம்பிக்கை

1

இந்துக்களின் வேதிய விழுமியங்கள் அல்லது இந்திய நெறிமுறைகள் என்பன யாவை?

வேதிய, இந்து போன்ற சொற்கள் ஒரே பொருளில் பயன்படுத்தப்பட்டுவந்தாலும் உண்மையான பொருளில் வேத காலம் என்பது பௌத்தத்துக்கு முந்தையதும் 3000 ஆண்டுகள் பழமையானதும் ஆகும். ஆனால் தர்ம சாஸ்திரங்கள், அர்த்த சாஸ்திரங்கள், காம சாஸ்திரங்கள், மோட்ச சாஸ்திரங்கள் ஆகியவற்றோடு ராமாயணம், மகாபாரதம் உள்ளிட்ட புராணங்கள் தமது இறுதி வடிவை அடைந்த சுமார் 2000 ஆண்டுகளுக்கு முன்புதான் இந்து மதம் திட்டவட்டமான ஒரு வடிவத்தைப் பெற்றது. 1000 ஆண்டுகளுக்கு முன்புதான் பக்தி இயக்கம் அதன் உச்சத்தைத் தொட்டது. இந்தக் காலகட்டத்தில் சில சிந்தனைகள் தொடர்ச்சியாக இருந்துவந்தன. ஆனால் இந்தச் சிந்தனைகளை நாம் விழுமியங்கள் என்று அழைக்க முடியுமா?

இன்றைய பெருநிறுவன உலகிலும் நாம் காணக்கூடிய அனைவருக்குமான விழுமியங்கள் என்பவை ஆபிரஹாமியத் தொன்மத்திலிருந்து நம்மை வந்தடைந்தன. மனிதர்கள் எப்படி வாழ

வேண்டும் என்பதற்கான சில விதிகள் அல்லது விழுமியங்களை (கட்டளைகள்) ஆபிரஹாமியக் கடவுள் பிறப்பித்தார். இறைத்தூதர்கள் என்றழைக்கப்படும் தூதர்கள் மூலம் இந்த விதிகள் மனிதர்களை வந்தடைந்துள்ளன.

இவை அனைத்து மனிதர்களும் பின்பற்ற வேண்டியவை. அனைத்து மனிதர்களும் கடவுளுக்கு முன் சமமானவர்கள்; எனவே அவரது விதிகளும் விழுமியங்களும் அனைவருக்கும் சமமாகப் பொருந்தக்கூடியவை என்று ஆபிரஹாமியத் தொன்மங்கள் நம்புகின்றன. ஆனால் எந்தெந்த விதிகளும் விழுமியங்களும் சரியானவை என்பதில் வெவ்வேறு தரப்பினரிடையே ஒற்றுமை இல்லை. இந்தக் கருத்து வேறுபாடுதான் யூதர்கள், கிறிஸ்தவர்கள். இஸ்லாமியர்களிடையே மோதல்களுக்கு வழிவகுக்கிறது. வாராந்தர ஓய்வு நாள் சனிக்கிழமையா, ஞாயிற்றுக்கிழமையா அல்லது வெள்ளிக்கிழமையா என்பதில் கூட அவர்களுக்குள் கருத்தொற்றுமை இல்லை.

மதச்சார்பற்ற தேசிய அரசுகள், கடவுள் என்பதை நீக்கி விட்டு அந்த இடத்தில் 'மக்களாகிய நாம்' அல்லது 'அரசு' என்பதை வைத்து அனைவரும் பின்பற்றத்தக்க விதிகள்/விழுமியங்கள் அடிப்படையிலான அதே அபிரஹாமிய ஆட்சி முறையைப் பயன்படுத்துகின்றன.

வேதங்களின் உலகப் பார்வை இதிலிருந்து மிகவும் வேறுபட்டது. இது தொகுக்கப்பட்ட விதிகளையோ விழுமியங்களையோ அடிப்படையாகக் கொண்டதல்ல. மாறாக மனித மனத்தின் பரிமாணத்தை அடிப்படையாகக் கொண்டது. இங்கு பண்பாட்டுக்கு (சம்ஸ்க்ருதி) முன்பாக இயற்கை (பிரகிருதி) வந்துவிட்டது. இது 'காட்டு விதி'யின் கீழ் இயங்குகிறது. இதன்படி வல்லான் வகுத்ததே வாய்க்கால்; வலியவை மட்டுமே பிழைக்கும். பசியாலும் அச்சத்தாலும் தூண்டப்பட்ட விலங்குகள் உணவுச் சங்கிலியை நிறுவுகின்றன; ஒழுங்குமுறைகளையும் பிரதேச எல்லைகளையும் அவையே தீர்மானிக்கின்றன. மனிதர்கள் கற்பனைத் திறன் கொண்ட விலங்குகள். இந்தக் காட்டு வழியைப் பின்பற்றாமல் இருப்பதற்கான ஆற்றல் நமக்கு உள்ளது. நம்மால் ஆதரவற்றோருக்கு உதவ முடியும். வாழ்வதற்கான வலிமை இல்லாதவர்களுக்கு உதவுவதற்கான வளங்களை நம்மால் அளிக்க முடியும். நாம் கூட்டங்களாகவோ மந்தைகளாகவோ இணைய வேண்டியதில்லை. பிறர்மீது நாம் ஆதிக்கம் செலுத்த வேண்டியதில்லை. குறிப்பிட்ட நிலப்பரப்புடன் நம்மை அடையாளப்படுத்திக்கொள்ள வேண்டியதில்லை. இதுதான் தர்மம். இதை நாம் செய்யாதபோது, நாம் நமது ஆற்றலுக்கேற்ப நடந்துகொள்ளாதபோது நாம் அதர்மத்தைப்

பின்பற்றுகிறவர்கள் ஆகிறோம். மனிதர்கள் பிறரைப் (பர – ஆத்மா) பற்றிச் சிந்திப்பதற்கான ஆற்றல் உள்ளவர்கள், எனவே அவர்களால் தன்னைத் (ஜீவ – ஆத்மா) தாண்டிச் சென்று எல்லையற்ற இறையை (பரம் – ஆத்மா) அடைய முடியும். நாம் அதைச் செய்யும்போது நாம் நமது ஆற்றலுக்கேற்பச் செயல்படுகிறோம். நாம் பரிணமிக்கிறோம்.

வேதகாலம்முதல் புராணங்களின் காலம்வரையிலான இந்து மதத்தின் 3,000 ஆண்டுகால உருமாற்றத்தை நாம் ஆராய்ந்தோமானால் எல்லையற்றதன்மை (அனந்த), பன்முகத் தன்மை (அநேக), நிரந்தரமற்ற தன்மை (அநித்ய) ஆகிய கருத்துருக்களின் மீதான தீவிரமான பிடிப்பைக் காண முடியும். இதுவே, விதிகளாலும் விழுமியங்களாலும் உலகை 'நிறுவ' முயலும் ஆபிரஹாமிய மதங்களுக்கு எதிரான உலகப் பார்வையை நிறுவுகிறது. இந்து உலகத்தில் ஒவ்வொருவரின் சூழமைவும் மாறுபட்டது. தேவைகள். விருப்பங்கள், பசிகள், அச்சங்கள் ஒவ்வொருவருக்கும் வெவ்வேறானவை. ஒவ்வொரு விழுமியமும் விதியும் இடம் (ஸ்தான), காலம் (கால), மக்கள் (பாத்ர) ஆகியவை சார்ந்து வேறுபடும். ஆபிரஹாமிய மதங்கள் சமத்துவத்திற்கு மதிப்பளிப்பதால் அவை பல்வகைத்தன்மையை விட ஒற்றைத்தன்மைக்கு முக்கியத்துவம் அளிக்கின்றன. இந்து மதத்துக்குப் பன்முகத்தன்மையே முக்கியம் என்பதால் பன்மைய உலகத்துக்கு ஒரே விதிகள் / விழுமியங்கள் இருக்க முடியாது என்பதை அங்கீகரிக்கிறது. அனைத்தும் காலத்துக்கேற்ப மாற்றம் அடைகின்றன என்னும் இயங்காற்றலை இந்துத் தொன்மம் கணக்கிலெடுத்துக்கொள்கிறது.

அதனால்தான் ராமாயணத்தில் விதியைப் பின்பற்றும் நாயகனையும் (ராமன்), விதியை மீறும் எதிர்நாயகனையும் (ராவணன்) மகாபாரதத்தில் விதியை மீறும் நாயகனையும் (கிருஷ்ணன்) விதியைப் பின்பற்றும் எதிர்நாயகனையும் (துரியோதனன்) காண்கிறோம். பிரச்சினை விதிகள் / விழுமியங்கள் அல்ல. அடிபணிதல் அல்லது அடிபணிய மறுத்தல் அல்ல பிரச்சினை. மனிதனுக்கு உள்ளே இருக்கும் விலங்கு, பரிவுணர்வு என்னும் மனித ஆற்றலுக்கு ஏற்ப உயர மறுப்பதுதான் பிரச்சினை.

வேதங்களின் உலகப் பார்வை விதிகள், விழுமியங்கள், அடிபணிதல், தண்டனை ஆகியவற்றின் மீது கவனம் குவிக்கவில்லை. தர்மத்தின் மீதும் விழிப்புணர்வுடன் பிறருடன் இணைந்து நமது பசியையும் அச்சத்தையும் குறைத்துக் கொள்வதை நோக்கிச் செயல்படுவதன் மீதும்தான் அதன் கவனம் குவிக்கப்பட்டுள்ளது. அதீதப் பசியும் அச்சமும்

தன்முனைப்பை (அஹம்) வளர்த்து நம்மை இறைத்தன்மையிடம் இருந்து (ஆத்மா) அகலச் செய்கின்றன. மனிதர்கள் தமது செல்வாக்கை அதிகரித்துக்கொள்வதற்காக பிறர்மீது ஆதிக்கம் செலுத்தி அவர்களை அடக்கி ஆள முயலும்போது அங்கு அஹம் செயல்படுகிறது. பிறரைத் தோற்கடித்து அவர்களை அடக்கி ஆள்வதற்குப் பதிலாக ஒருவருக்கொருவர் பரிவு கொள்ளத்தக்கவர்களாக, அதன் மூலம் மகிழ்பவர்களாக நாம் மனிதர்களை ஆக்கிவிட்டால் அங்கு ஆத்மா செயல்படுகிறது. விதிகளும் விழுமியங்களும் சுகாதாரச் செயல்பாடுகள் மட்டுமே.

இறுதியில் எஞ்சும் கேள்வி இதுதான்: ஒருவர் (ஜீவ – ஆத்மா) தனக்காக மட்டும் செயல்படுகிறாரா அல்லது பிறர் (பர – ஆத்மா) மீதும் அக்கறையுடன் இருக்கிறாரா? ராமனும் கிருஷ்ணனும் பிறருக்காகச் செயல்பட்டார்கள். ராவணனும் துரியோதனனும் தமக்காகச் செயல்பட்டார்கள். நாம் அனைவரும் இவை இரண்டுக்கும் இடையில் இருக்கிறோம்; தர்மத்தையும் ஆத்மாவையும் (ராமன் / கிருஷ்ணன்) நோக்கி நகர்ந்துகொண்டிருக்கிறோம் என்று நம்பலாம்.

நாம் இப்படிச் சொல்லலாம். உலகின் ஆபிரஹாமிய மதங்களும் மதச்சார்பற்ற சமூகமும் உலகத்தை மேம்படுத்தும் கொள்கைகளுக்கு முக்கியத்துவம் அளிக்கின்றன. இந்து மதம், உளவியல்ரீதியான பரிணாம வளர்ச்சிக்கும் பரிவுணர்வுக்கும் முக்கியத்துவம் அளிக்கிறது. பொறுமையற்றவர்களுக்கு இது எரிச்சலூட்டலாம். ஆனால் என்ன அவசரம்? உலகம் எல்லை அற்றது. அதோடு இந்து மதத்தைப் பொறுத்தவரை நாம் இப்போது வாழ்ந்துகொண்டிருப்பது நமது பல்வேறு பிறவி களில் ஒன்று மட்டும்தான்.

2

உலகம் தோன்றிய விதம்: இந்து மதம் சொல்வது என்ன?

உலகம் எப்படி வந்தது என்பது குறித்து இந்து மதத்தில் ஒற்றைக் கதை எதுவும் இல்லை. ஆனால் இந்து மதத்தில் இருப்பது, சூன்யத்திலிருந்து கடவுள் உலகத்தைப் படைத்தார் என்று கூறும் பைபிளின் ஆதியாகமத்திலிருந்தும் மனத்துக்கு (mind) பதிலாகப் பருப்பொருளுக்கு (matter) முக்கியத்துவம் கொடுக்கும் அறிவியலின் பெருவெடிப்புக் கோட்பாட்டிலிருந்தும் முற்றிலும் வேறுபட்டது.

ஆபிரகாமியப் புராணங்களில் உலகம் என்பதற்கு வரையறுக்கப்பட்ட தொடக்கமும் முடிவும் உண்டு. அடிப்படையில் ஒரு பகுதியைப் போன்றது இது. இந்து மதத்தில் உலகம் என்பது ஒரு கோடு; முடிவில்லாத, மீண்டும்மீண்டும் நிகழக்கூடிய தெளிவான தொடக்கமோ முடிவோ இல்லாத கோடு. காலம் குறித்த இந்தக் கருத்து வேறுபாடே படைப்பு குறித்த புராணங்களில் உள்ள வேறுபாடுகளுக்குக் காரணம். யூத, கிறிஸ்தவ, இஸ்லாமிய மரபுகளில் ஆதியாகமம் என்று ஒன்று உள்ளதுபோல் இந்து மதத்தில் இல்லை.

பௌத்தத்தையும் சமணத்தையும் போல இந்து மதமானது ஆக்கம், அழிவு ஆகிய கட்டங்களின் ஊடாகப் பயணிக்கும் சாசுவதமாக உலகைப் பார்க்கிறது.

ஆகவே தொடக்கம் என்று குறிக்கப்படுவது ஒரு கட்டத்தின் தொடக்கம்தானேயன்றி உலகத்தின் தொடக்கம் அல்ல. இந்து மதம் இயல்பிலேயே பன்மைத்துவம் கொண்டது. வரலாற்றின் பல்வேறு காலகட்டங்களில் உருவாகி வந்த எண்ணற்ற சமூகங்களின் சடங்குகள், நம்பிக்கைகள் ஆகியவற்றின் மாபெரும் தொகுப்பு. எனவே இங்கு படைப்பு குறித்த ஒற்றைக் கதை இல்லை.

இந்து மதத்தில் நாம் 'படைப்பு' என்று சொல்லும்போது – பருப்பொருள், விழிப்புநிலை (consciousness), உயிரினங்கள் அல்லது பண்பாடு – இவற்றில் எதன் பிறப்பு குறித்துப் பேசுகிறோம் என்பதைத் தெளிவுபடுத்த வேண்டும். பல்வேறு வேத, புராணப் பிரதிகளில் முற்றிலும் வெவ்வேறு சிந்தனைகள் வெளிப்படுத்தப்பட்டுள்ளதால் இது எப்போதும் தன்னளவில் தெளிவானதாக இருந்ததில்லை.

உலகம் எப்படி வந்தது என்பது குறித்து வேதங்களிலும் பிராமணங்களிலும் பல கதைகளும் புராணங்களில் சில கதைகளும் உள்ளன. அவற்றில் சில கருத்துருக்களை அடிப்படையாகக் கொண்ட தத்துவார்த்தப் பிரதிகள். மற்றவை கதாபாத்திரங்களை அடிப்படையாகக் கொண்ட கதை யாடல்கள். இவை அனைத்திலும் ஒரு பொதுத்தன்மையை உணர முடியும் என்றாலும் ஒவ்வொன்றுக்கும் இடையில் பாரிய வேறுபாடும் உள்ளது.

ஆதிகால வேதப் பாடல்களில் உலகம் என்பது ஆதி உயிரின் (primal being) தியாகத்தால் உருவாக்கப்பட்ட ஒரு உயிரினம் (புருஷன்). பண்பாடும் பின்வரும் நான்கு விதமான மனிதர்களின் கூடுகையால் உருவான ஒரு உயிரினம்தான். வேதத்தைப் பாதுகாப்பவர் (பிராமணர்) அந்த உயிரினத்தின் தலையாகவும், நிலங்களைத் தமது கட்டுப்பாட்டில் வைத்திருப்பவர் (க்ஷத்ரியர்) அதன் கைகளாகவும் சந்தையைக் கட்டுப்படுத்துவோர் (வைசியர்) அதன் உடலாகவும், சேவைகளை வழங்குவோர் (சூத்திரர்) அதன் கால்களாகவும், அமைந்தனர். ஆக படைப்பு என்பது பிரிந்து செல்வதையும் ஒன்றுகூடுவதையும் உள்ளடக்கியது.

பிற்காலப் புராண மரபுகள் பிரம்மா என்பவரைப் படைப்பவர் என்று கூறுகின்றன. இங்கு குறிக்கப்படுவது உயிரின் படைப்பு (உணர்வுள்ள உயிர்கள்); உலகம் (பருப்பொருள்) அல்ல. மேலும் அவை மனிதப் பண்பாட்டையே குறிக்கின்றன;

இயற்கையை அல்ல. மனிதப் பண்பாடு நான்கு கட்டங்களை உள்ளடக்கியது – குழந்தைப் பருவம் (கிருத), இளமைப் பருவம் (திரேதா), முதிர்ச்சியடைந்த பருவம் (துவாபர), முதுமைப் பருவம் (கலி). மரணம் என்பது ஒரு வெள்ளமாகக் கற்பனை செய்யப் பட்டுள்ளது. விஷ்ணுவால் காப்பாற்றப்பட்டு அவ்வெள்ளத்தில் தப்பிப் பிழைப்பது முதல் மனிதனாகிய மனுவும் வேதங்களுமே. இது தொடர்ச்சியாக மீண்டும்மீண்டும் நிகழும்

பிரம்மா அனைத்து உயிரினங்களுக்கும் தந்தையான பிரஜாபதி என்றும அழைக்கப்படுகிறார். அவருடைய மனத்தி லிருந்து, ரிஷிகள் அவருக்கு மகன்களாகப் பிறந்தனர் – இது பாலுறவற்ற இனப்பெருக்கத்தைக் குறிக்கிறது. இதற்குப் பிறகு பெண்களை மணந்துகொண்டு குழந்தை பெற்றுக்கொள்ளும் மகன்கள் வருகிறார்கள். புராணங்களின்படி பிரம்மாவின் மகன்களில் ஒருவரான ரிஷி கஷ்யபர் பல பெண்களை மணந்து வெவ்வேறு வகையான உயிரினங்கள் பிறக்கச் செய்தார். திமி, மீன்களைப் பெற்றெடுத்தாள், கத்ரு பாம்புகளையும் வினாதா பறவைகளையும் பெற்றெடுத்தனர். ஆனால் இந்தப் பெண்கள் எங்கிருந்து வந்தனர் என்பதில் தெளிவில்லை. பிரம்மாவின் உடலிலிருந்தா வேறெங்கிருந்துமா? பிரம்மாவும் அனைத்து ஆண் வடிவங்களும் மனத்துக்கான உருவகமாகத் தெரிகின்றன. இந்த மனம் பருப்பொருளில் (பெண்களாக முன்வைக்கப்படுவது) செலுத்தப்பட்டு உடல் வடிவிலான உயிர் படைக்கப்படுகிறது.

ஆண் – பெண் வடிவில் இருக்கும் மனத்துக்கும் பருப்பொருளுக்கும் இடையிலான சங்கமம் என்பது புராணிக மரபில் குறிப்பாக தந்திர மரபின் எழுச்சிக்குப் பிறகு அடிக்கடி நிகழும் கருப்பொருளாக உள்ளது. சக்தியில்லாமல் சிவன் இவ்வுலகத்தைப் படைக்க முடியாது. சக்தி இல்லை என்றால் அவர் பட்டினி கிடப்பார். சிவ – சக்தியின் இந்த உலகம்தான் இயற்கை. கீதையில் இந்த இருமைத்துவம் மறுக்கப்படுகிறது. உயிருக்குத் தானே மூலாதாரம் என்று கிருஷ்ணர் கூறுகிறார். தனக்கு மனம், பருப்பொருள் ஆகிய இரண்டு கருப்பைகள் (யோனி) இருப்பதாக அவர் கூறுகிறார். சிலர் 'மனம்' என்பதற்குப் பதிலாக 'உணர்வுநிலை' அல்லது பிரக்ஞை (*Consciousness*) என்னும் சொல்லைப் பயன்படுத்துகின்றனர்.

முதலில் வருவது எது – மனமா பருப்பொருளா? பண்டைய வேதப் பாடல்களில் மிகவும் பிரபலமான 'படைப்பு'ப் பாடல் இந்தக் கேள்விக்கு எப்போதேனும் விடை காண முடியுமா என்ற ஐயத்தை முன் வைக்கிறது. உபநிஷத்துகள் இதற்கு விடை அளிப்பதற்கான பல முயற்சிகளை மேற்கொண்டுள்ளபோதும் அவையும் இந்த அவநம்பிக்கையை முன்வைக்கின்றன.

பிற்காலத்தில் முதலில் பருப்பொருள்தான் தேவி (பெண் தெய்வம்) வடிவில் வந்தது என்றும் அதிலிருந்து மனம் அர்ச்சக ராகிய பிரம்மா, அரசராகிய விஷ்ணு, துறவியாகிய சிவன் என மூன்று ஆண் வடிவங்களில் வந்தது என்றும் கூறப்படுகிறது. தேவியைத் தன் கட்டுப்பாட்டில் வைத்துக் கட்டுப்பாட்டை எடுத்துக்கொள்ள விரும்பிய பிரம்மனின் தலை கொய்யப்பட்டது. சிவன் தேவியை நிராகரிக்க நினைத்தார். ஆனால் தேவியால் வசப்படுத்தப்பட்டு அவரது கணவரானார். விஷ்ணு தேவியின் பாதுகாவலராகவும் அவரது அன்புக்குரியவராகவும் ஆனார். தேவியைத் தனது கட்டுப்பாட்டில் வைத்துக்கொள்ளும் விருப்பம்தான் பிரம்மா வழிபாட்டுக்குரியவராக இல்லாமல் இருப்பதன் காரணம் என்று சொல்லப்படுகிறது.

ஆனால் மனம்தான் முதலில் வருவதாகப் புராணங்கள் கூறுகின்றன. விஷ்ணு விழித்துக்கொண்டபோதுதான் உலகம் வருகிறது; அவரது நாபியிலிருந்து எழுந்த தாமரையின் மேல் பிரம்மா அமர்ந்திருக்கிறார். தன்னுடைய பிறப்பு குறித்துத் தெரியாமல் தனிமையில் அச்சத்துடன் இருந்த பிரம்மா தன்னுடைய மனத்திலிருந்து பல்வேறு உயிரினங்களைப் படைக்கிறார். தன்னையே படைப்பவர் என்று கருதிக் கொள்கிறார். அவர் வழிபடப்படாமல் இருப்பதற்கான இன்னொரு காரணம் இது.

1,000 ஆண்டுகளுக்கு முன்பு ஆதிக்கம் பெற்ற விஷ்ணு வழிபாட்டாளர்கள் விஷ்ணு விழித்துக்கொள்ளும்போது உலகம் இயங்குகிறது, விஷ்ணு உறங்கும்போது உலகம் நின்று விடுகிறது என்று வலியுறுத்தினார்கள். அவரே உலகத்தைக் கடலுக்கு அடியிலிருந்து மீட்டெடுத்தார், பாற்கடல் கடையப் பட்டு லட்சுமி ஜனிப்பதற்கு உதவினார்.

சிவ வழிபாட்டாளர்கள் இந்தக் கருத்தை மறுக்கின்றனர். அவர்கள் உணர்வுநிலையின் ஸ்தூல வடிவம் (*embodiment*) ஆகிய நெருப்புத் தூணின் கதையைச் சொல்கின்றனர். அந்தத் தூணுக்கு ஆதியும் இல்லை அந்தமும் இல்லை. அன்னப் பறவையின் வடிவத்தை எடுத்து அதன் ஆதியைத் தேடிச் சென்ற பிரம்மனால் அதைக் கண்டுபிடிக்க முடியவில்லை. வராக (காட்டுப்பன்றி) வடிவம் எடுத்து அதன் அந்தத்தைக் காணச் சென்ற விஷ்ணுவும் அதனைக் கண்டுபிடிக்க முடிய வில்லை. ஆகவே சிவன் ஆதி அந்தமற்ற பிறவி. அதைச் சுற்றியே பிறப்புஇறப்புக்கு உட்பட்ட அனைத்து உயிரினங்களும் உருப்பெருகின்றன.

படைப்பின் அடிப்படையைப் பல்வேறு வழிகளில் காண முடியும் என்பது இருத்தலின் பல்வேறு சாத்தியங்களில் லயித்து அவற்றைக் கொண்டாட இடமளிக்கிறது. அவை உலகப் பார்வையை ஒற்றையாகச் சுருக்குவதில்லை. இதிலிருந்து மீண்டும் ஒருமுறை இந்து மதத்தின் உயிரோட்டமுள்ள பன்மைத்துவத்தைக் காண முடியும்.

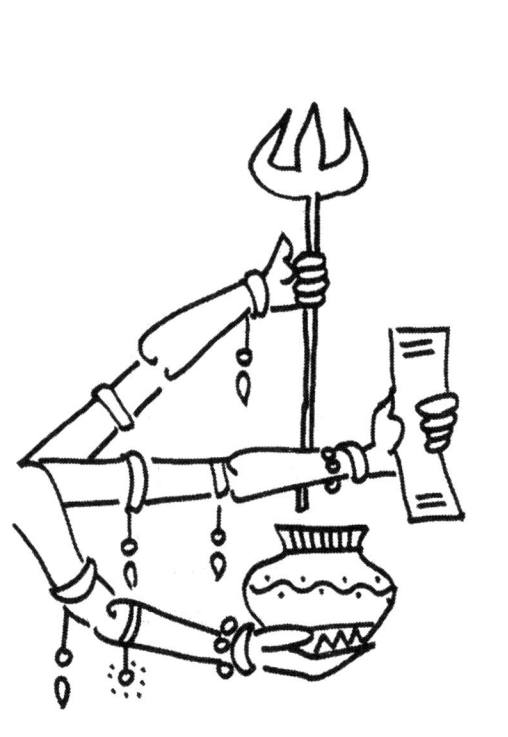

3

இந்து அல்லாத பலர் இந்து மதம் ஒரு மதம் அல்ல, தொன்மவியல் என்று கூறுவது ஏன்?

தொன்மவியல் என்பது கதைகள், குறியீடுகள், சடங்குகள் வாயிலாகப் பிறருக்குக் கடத்தப்படும் நம்பிக்கைகளைக் குறிக்கிறது. பத்தாம் நூற்றாண்டில் ஒற்றைக் கடவுளை (ஓரிறைக் கொள்கை) அடிப்படையாகக் கொண்ட உலகப் பார்வை மதம் என்றும், பல கடவுளரைக் (பல்லிறைமைக் கொள்கை) கொண்டது தொன்மவியல் என்றும் கருதப்பட்டது. இன்று ஒற்றைக் கடவுள், பல கடவுளர் அல்லது கடவுளே இல்லாத உலகப் பார்வைகள் அனைத்துமே தொன்மங்கள்தாம்.

இந்து மதம் கடவுள் மறுப்பு (நாத்திகம்), பல கடவுளர் (பன்மைத்துவம்), ஒற்றைக் கடவுள் (ஏகத்துவம்), பெண் கடவுள், இவை அனைத்தையும் உள்ளடக்கிய கலவையாகப் பல நம்பிக்கைகளுக்கு இடமளிக்கிறது. மதம் என்றால் ஒற்றைக் கடவுள், ஒற்றைப் புனித நூல், ஒற்றை வாழ்க்கைமுறை என்கிற புரிதலில் இருக்கும் மேற்கத்தியர்கள் பலருக்கு இது குழப்பம் தரும் விஷயமாக உள்ளது. அதாவது, மேற்குலகம், கிறிஸ்தவம், இஸ்லாம், யூத மதம் ஆகியவற்றையே உலகம் முழுவதும்

மதத்துக்கான தரக் குறியீடாகப் பயன்படுத்த முனைகிறது. பௌத்த மதத்தின் மீது மேற்கத்தியர்களுக்கு உள்ள ஈர்ப்புக்கூட அது கௌதம புத்தர் என்கிற ஒற்றை நிறுவனருடன் தொடர்புப் படுத்தப்படக்கூடியதாக இருப்பதன் விளைவுதான்.

தொன்மவியலால் சங்கடம் அடைபவர்கள் ஒற்றை உண்மையை நம்புபவர்களே. அவர்களுக்கு அது ஒன்று மட்டும்தான் உண்மை. அவர்கள் இரண்டு வகைப்படுவார்கள்: யூதம், கிறிஸ்தவம், இஸ்லாம் போன்ற ஒற்றைக் கடவுள் வழிபாடு மதத்தைப் பின்பற்றுகிறவர்கள், மனிதர்கள் பகுத்தறிவு உள்ளவர்கள் என்றும் அறிவியல் கோட்பாடுகளின்படி செயல்படுகிறவர்கள் என்றும் நம்புகிறவர்கள். இந்த இரண்டாம் வகையினருக்கு உண்மை என்பது புறவயமானது, தகவல் சார்ந்தது, அளவிடப்படக்கூடியது; அகவயமானதோ நம்பிக்கை அடிப்படையிலானதோ அளவிடுதற்கு அப்பாற்பட்டதோ அல்ல.

பதினாறாம் நூற்றாண்டின் அறிவியல் புரட்சிவரை ஐரோப்பா, கிறிஸ்தவத் திருச்சபையின் கட்டுப்பாட்டில் இருந்தது. உண்மை தனக்கு மட்டுமே தெரியும் என்று கூறிக் கொண்ட திருச்சபை இஸ்லாமியர்களையும் யூதர்களையும் துன்புறுத்தியது. யூதர்கள், இஸ்லாமியர்களைப் போலவே கிறிஸ்தவர்களும் ஆபிரகாமியக் கடவுளை நம்புகிறவர்கள். கடவுளின் தூதர் யார் (மோசஸ் அல்லது இயேசு அல்லது முகமது நபி), அவரது செய்தி எது (தோரா, நற்செய்தி, குரான்) என்பனவற்றில் மட்டுமே அவர்களிடையே கருத்து வேற்றுமை உள்ளது. இயற்கையாகவே அவர்கள் இந்துக்களை எதிர்கொள்ள நேர்ந்தபோது அவர்களை கடவுளையோ ஆபிரஹாமையோ இன்னும் கண்டறியாத பிரிவினராக ஹீதன்கள், பாகன்கள் (Heathens and Pagans) ஆகியோரைப் போன்றவர்களாகக் கருதினார்கள்

அறிவியல் மதம் தோன்றிய பின் கடவுள் என்பது அளவிடப் படக்கூடிய, சரிபார்த்து உறுதிசெய்துகொள்ளக்கூடிய கோட்பாடு அல்ல என்பதால் கடவுள் நம்பிக்கை என்பதே தொன்மவியலாகப் பார்க்கப்படலானது. இரண்டாம் உலகப் போர் காலகட்டத்திலிருந்து ஆபிரகாமியக் கடவுளை மனித குலத்தைக் கைவிட்டவராகப் பார்க்கத் தொடங்கிய பிறகு இது உச்சத்தை அடைந்தது. எனவே மதத்தைக் கைவிட்டு அறிவியல், பகுத்தறிவு, நாத்திகவாதம் ஆகியவற்றை இளைஞர்கள் தழுவிக் கொள்வது அதிகரித்தவண்ணம் உள்ளது. இந்து மதத்தைத் தொன்மம் என்று நிராகரித்த ஏக இறை வழிபாட்டாளர்களுக்குக்

கடவுள் என்பது அளவிடப்படக்கூடிய அறிவியல் கோட்பாடு இல்லை என்பதால் தாமே தொன்மத்துக்குள் சிக்கிக்கொண்டது புலப்படத் தொடங்கியது. எனவே அவர்கள் பரிணாமவியல் (உயிர் என்பது தொடர்ச்சியான உயிரிவேதியியல் நிகழ்வுகளின் விளைவு) உள்ளிட்ட அறிவியல் கோட்பாடுகளை நிராகரித்து படைப்புவாதம் (கடவுள் இந்த உலகத்தைப் படைத்தார்) என்பதுபோன்ற மதக் கோட்பாடுகளை வலியுறுத்துகின்றனர். கிறிஸ்தவர்களுக்கும் பகுத்தறிவுவாத – நாத்திகவாதிகளுக்கும் இடையிலான போரின் களமாகிவிட்டது அமெரிக்கா. குறைவான மதவயப்பட்ட நிலையில் உறுதியுடன் இருக்கும் ஐரோப்பா, அறிவியலால் உருவாக்கப்பட்ட மேற்கத்திய வாய்ப்புகளை நாடும் அதே வேளையில், கடவுள் குறித்த தமது பார்வையை விடாமல் பற்றிக்கொண்டு ஜனநாயக அரசுக்கு மேலாக இறைச் செய்திக்கே மதிப்பளிக்கும் இஸ்லாமிய அகதிகளை எப்படிக் கையாள்வது என்கிற குழப்பத்தில் உள்ளது.

ஆகவே அமெரிக்காவிலும் ஐரோப்பாவிலும் மதமும் மதச்சார்பற்ற தேச அரசுகளும் எப்போதும் மோதல் போக்கைக் கொண்டிருக்கின்றன. அங்கே அரசு திருச்சபையுடன் உள்ளார்ந்தும் இஸ்லாமியர்களுடன் வெளிப்படையாகவும் மோதுகிறது. வலதுசாரிகள் என்பார் கிறிஸ்தவத்துக்கு ஆதரவானவர்கள், பகுத்தறிவுக்கு எதிரானவர்கள், இஸ்லாமியர்களுக்கு எதிரானவர்கள் என்று பார்க்கப்படுகிறார்கள். பகுத்தறிவாளர்கள் என்று தம்மைக் கூறிக்கொள்ளும் இடதுசாரிகள் கிறிஸ்தவ, யூதப் பரப்புரையாளர்கள்மீதான வெறுப்பின் காரணமாக இஸ்லாமியப் பரப்புரையாளர்களுக்கு ஆதரவாக நிற்கிறார்கள்; இஸ்லாமியக் கடும்போக்குவாதத்தைக் கண்டுகொள்ளாமல் விடுகிறார்கள். இந்தத் தரப்பினருக்கிடையிலான பொதுத்தன்மை என்னவென்றால் இவை ஒவ்வொன்றும் ஒற்றை உண்மையை அறிவதற்கான பிரத்யேக அணுகல் தனக்கே வழங்கப்பட்டுள்ளது என்று நம்புகின்றன. எனவேதான் விவாதங்கள், ஆக்ரோஷமான வாதங்கள் ஆகியவற்றின் மூலம் தமது கருத்துகளைப் பரப்புவதில் தீவிர ஆர்வம் காண்பிக்கின்றன. சமூக அறிவியல் என்பது அளவிடலுக்குள் அடங்காத மனிதக் கற்பனையை உள்ளடக்கியது என்பதால் பொருள் சார்ந்த அறிவியலின் விதிகள் சமூக அறிவியலுக்குப் பொருந்தாது என்பதை யாரும் கவனிப்பதில்லை.

இந்து மதம் எப்போதும் கற்பனையை மதித்துவந்துள்ளது. அதை ஒரு மதமாக மாற்ற விரும்புவோர் இந்து மதத்தை ஒற்றைக் கடவுள், ஒற்றைத் தூதர், விதிகளை விதிக்கும் ஒற்றை

நூல், ஒற்றை வாழ்க்கைமுறை என்னும் வார்ப்புக்குள் அடைக்க முயல்கின்றனர். அதன் மூலமாக இந்து மதத்தின் மற்றுமொரு தரப்பை மட்டுமே உருவாக்குகின்றனர்.

இந்து மதம் எப்போதும் பல உண்மைகளுக்கு இடமளிப்ப தாக இருந்துள்ளது. உண்மையைத் தரம் சார்ந்ததாக (சரி/ தவறு) என்றல்லாமல் அளவு சார்ந்ததாகவே (வரம்புக்குட்பட்டது / வரம்பற்றது) பார்க்கிறது. விளைவாக இங்கே உங்களது உண்மை எனது உண்மை இரண்டும் உள்ளன. கடவுளுக்கு மட்டுமே உண்மை தெரியும். உங்களது உண்மையும் எனது உண்மையும் ஓரிறை நம்பிக்கையாகவோ பல கடவுளர் நம்பிக்கையாகவோ நாதிகவாதமாகவோ இருக்கலாம். இரண்டு உண்மைகளுமே வரம்புக்குட்பட்டவை; விரிவடைவதற்கான சாத்தியங்களைக் கொண்டவை. கடவுளின் உண்மை மட்டுமே எல்லையற்றதும் வரம்பற்றதும் ஆகும். கடவுள் யார்? யாருக்குத் தெரியும்? மனித மனம் எல்லைக்கு உட்பட்டது; கடவுள் எல்லையற்றது என்பதால் கடவுளைக் கண்டறியத் தர்க்க அறிவையோ அளவிடுதலையோ பயன்படுத்த முடியாது. ஆக இந்து மதத்தை ஒருவரின் பார்வையைப் பொறுத்து மதம் என்றோ தொன்மவியல் என்றோ இவை இரண்டும் என்றோ இரண்டுமே இல்லை என்றோ குறிப்பிடலாம். அனைத்து நம்பிக்கைகளையும் கருத்தியல்களையும் போல இதுவும் உலகைப் பார்ப்பதற்கான ஒரு வழி.

4

நான் இந்துவாக இருந்து கொண்டே நாத்திகராகவும் இருக்க முடியுமா?

இந்து மதத்தை வரையறுக்க முடியாது. எனவே இந்தக் கேள்விக்கான எளிய விடை: ஆம்; நீங்கள் இந்துவாக இருந்துகொண்டே நாத்திகவாதியாகவும் (கடவுள் மறுப்பாளர்) இருக்க முடியும். இந்து மதத்தை வரையறுத்து ஒரு தரநிலைக்குட்படுத்த முனைவோர் இதனுடன் முற்றிலும் மாறுபட்டு இந்து மதம் ஆத்திகத்தை (கடவுள் நம்பிக்கை) வலியுறுத்து கிறது என்று கூறுவர். நாம் கடவுளை எப்படி வரையறுக்கிறோம் என்பதில்தான் பிரச்சினை.

உலக மக்கள் மதம் குறித்துப் பேசுகையில் அவர்கள் மதம் என்று குறிப்பது பெரும்பாலும் யூதம், கிறிஸ்தவம், இஸ்லாம் அகியவற்றையே. அவர்கள் கடவுள் என்னும் சொல்லைப் (முற்று முழுதான ஒருவராக மிகப் பெரியவராக ஆணாக) பயன்படுத்தும்போது அவர்கள் யூதம், கிறிஸ்தவம், இஸ்லாம் ஆகியவற்றுக்கான கோட்பாடுகளைத் தரும் கடவுளான ஆபிரகாமையே குறிக்கக்கூடும். மனித குலத்துக்கு வெளியே, படைப்புக்கு வெளியே இருந்து இந்த உலகையும் மனித குலத்தையும் படைத்து மனித குலத்தின் மீது அன்பு செலுத்தி இறைத் தூதர்கள் மூலமாக மனிதர்கள் எப்படி

வாழ வேண்டும் என்னும் வழிகாட்டுதல்களை வழங்குபவரே இந்தக் கடவுள். குறைபாடற்ற ஏதேன் தோட்டத்தில் விதிகளை மீறியதற்காக மனித குலத்தைக் கடவுள் கீழிறக்கியிருக்கிறார். அவர் மனிதர்களுக்குத் தன் மீதான அன்பை நிரூபிப்பதற்காக வாழ்வதற்கு ஒரு வாய்ப்பை வழங்குகிறார். யூதப் புராணத்தில் தான் சொல்வதைக் கேட்காதவர்களைக் கடவுள் தண்டிக்கிறார். கிறிஸ்தவப் புராணத்தில் மனித குலத்தின் தவறுகளுக்காகத் தன் சொந்த மகனான இயேசுவைத் தியாகம் செய்கிறார். இஸ்லாமியப் புராணத்தில் தனது கடைசித் தூதராக முகமதுவை நியமிக்கிறார். கடவுளுடனான ஒப்பந்தம் அல்லது உடன்படிக்கையே இந்தப் பெரும்பான்மை மதங்களில் முக்கியமான கூறு. இது கிறிஸ்தவத்தில் ஞானஸ்நானத்தின் மூலமாகவும் இஸ்லாத்திலும் யூதத்திலும் சுன்னத் (ஆண் பிறப்புறுப்பின் நுனியில் உள்ள மேல்தோலை நீக்கும் சடங்கு) மூலமாகவும் வெளிப்படுத்தப்படுகிறது. இந்த ஒப்பந்தம் பொய்க் கடவுளரையும் உருவ வழிபாட்டையும் நிராகரிக்கச் சொல்கிறது.

ஆனால் இந்துக்கள் கடவுள் என்கிற சொல்லால் குறிப்பது ஆபிரகாமியக் கடவுளை அல்ல. அனைத்து உயிரினங்களுக்குள்ளும் வெளியேயும் இருக்கும் ஏதோ ஒன்றைக் குறிக்கிறார்கள். இந்து மதத்தில் கடவுள் என்பவர் வடிவம் கொண்டவராகவும் வடிவம் அற்றவராகவும் ஆணாகவும் பெண்ணாகவும் வெளி, காலம் சார்ந்த எல்லைகளுக்கு உட்பட்டவராகவும் அவ்வெல்லைகளுக்கு உட்படாதவராகவும் இருக்க முடியும். எல்லையற்ற கடவுள் தெய்வம் என்றும் எல்லைக்குட்பட்ட கடவுள் தெய்வப்பிறவி என்றும் குறிக்கப்படுகிறார்கள். அந்த வகையில் இந்து மதத்தில் ஆண் தெய்வங்கள், பெண் தெய்வங்கள், ஆண் தெய்வப்பிறவிகள், பெண் தெய்வப் பிறவிகள் இருக்க முடியும். அனைத்துமே தெய்வத்தன்மையின் வெளிப்பாடுகள்தாம். சாத்தான் என்னும் கோட்பாடு இல்லை. மிக முக்கியமாக இந்து மதமானது மறுபிறவி (கர்மவினை) என்பதில் வேர்கொண்டிருக்கிறது. இங்கு ஏதேன், அசல் பாவம், இறைவனின் கட்டளைகள் அல்லது ஒற்றை வாழ்க்கை என்னும் கோட்பாடுகள் இல்லை. கடவுள் குறித்த இந்து மதச் சிந்தனை, கடவுளின் முடிவற்ற வடிவங்களைப் புரிந்துகொள்வது குறித்துப் பேசும் அளவுக்குப் பொய்க் கடவுளரை நிராகரிப்பது குறித்துப் பேசுவதில்லை.

ஸ்தூல உலகம் தன்னைத் தானே படைத்துக்கொண்டு தானாகவே தழைக்கிறது என்று இந்துப் புராணங்கள் கருதுகின்றன. ஆனால் அது ஸ்தூலமற்றதும் உணர்வுநிலை,

ஆன்மா, விழிப்புநிலை என்றெல்லாம் குறிப்பிடப்படுவதும் அடிப்படையில் அளவிட முடியாததுமான தெய்வீகத் தத்துவத்தைச் (ஆன்மா) சார்ந்திருப்பது, என்றும் இந்துப் புராணங்கள் கருதுகின்றன. வேதாந்தம், தந்திரம், புராணங்கள், ஆகமங்களில் இது வெவ்வேறு சட்டகங்களைப் பயன்படுத்தி வெவ்வேறு வழிகளில் விளக்கப்படுகிறது. பிரிவுகளுக்கும் மரபுகளுக்கும் இடையே பரவியுள்ள சம்பிரதாயங்கள் என்றும் பரம்பரைகள் என்றும் அறியப்படும் வெவ்வேறு சிந்தனைப் போக்குகளில் இது குறித்த விவரங்கள் மாறுபடும். வரலாற்றில் விவரங்கள் மாற்றம் அடைந்துள்ளன (பௌத்தத்துக்கு முந்தைய காலகட்டத்தின் இந்து மதம் காலனி ஆதிக்கக் காலகட்டத்தின் இந்து மதத்திலிருந்து வேறுபட்டது.) புவியியல் சார்ந்தும் விவரங்கள் வேறுபடும் (ஒடிய மரபுகளின் இந்து மதம் ராஜஸ்தானிய மரபுகளின் இந்து மதத்தினின்றும் பெரிதும் வேறுபட்டது.)

இந்து மதத்தில் கடவுள் என்பவர் அனைத்து உயிரினங்களுக்குள் (ஜீவாத்மா) இருக்கும் பேரண்ட உணர்வுநிலை (பரமாத்மா) என்று நவீன குருமார்கள் விளக்கம் அளித்துள்ளார்கள். விஷ்ணுவும் சிவனும் தேவியும் கணேசனும் கார்த்திகேயனும் பரமாத்மாவின் எல்லையற்ற வடிவங்களே. அதே நேரம் ராமனும் கிருஷ்ணனும் கங்கையும் அவை புவியில் நிலைகொண்டிருப்பதாலும் மரணத்தை எதிர்கொள்வதாலும் பரமாத்மாவின் எல்லைக்குட்பட்ட வடிவங்கள். ஆனால் இவ்விஷயம் அவ்வளவு எளிதானதும் அல்ல: கிருஷ்ணன் ஒரே நேரத்தில் தெய்வமாகவும் தெய்வப் பிறவியாகவும் இருக்க முடியும்; ராமாயணத்தில் தெய்வப் பிறவியாகிய ஹனுமான் தெய்வமாக உருமாற்றம் கொள்கிறார். மரங்கள், விலங்குகள், பாறைகள், ஏன் துறவிகளையும்கூடத் தெய்வப் பிறவிகளாகவோ தெய்வமாகவோ பார்க்கலாம். தெய்வங்கள் மனித வடிவம் எடுத்து பிறவியிலிருந்தே நமக்குள் இருக்கும் தெய்வத்தன்மை தெய்வமாக உருவெடுத்து, எல்லைகளுக்கு உட்பட்ட உலகத்திலிருந்து எல்லைகளற்ற உலகத்துக்குள் நாம் பிரவேசிக்க வழிவகுக்கிறார்கள். எல்லைக்குட்பட்ட வடிவங்கள் நம்மை அகம்பாவம், பசி, அச்சம், மரணம் ஆகியவற்றுக்குள் சிக்கிச் சுழலவைக்கின்றன. எல்லையற்றது நம்மை விடுவித்து பேரண்டத்துடன் ஒன்றுபடச் செய்து நிரந்தரமான சாந்தியை அடையச் செய்கிறது.

பௌத்தமும் சமணமும்கூட மறுபிறவியை நம்புகின்றன என்பது கவனிக்கத்தக்கது. இந்து மதத்துடன் பொருந்தக்கூடிய

வேறு பல கோட்பாடுகளையும் இவை கொண்டிருக்கின்றன. உலகத்தைப் படைத்து மனித குலத்துக்கு அதன் செயல்பாடுகளுக்கான நற்பயன்களையோ தண்டனைகளையோ அளிக்கும் கடவுள் என்னும் கோட்பாடும் இந்த மதங்களில் இல்லை என்பதும் கவனிக்கத்தக்கது. பௌத்தம் ஆத்மா என்னும் கருத்தை நிராகரிக்கிறது. பரமாத்மா என்னும் தத்துவத்தை நிராகரிக்கும் சமணம் ஜீவாத்மாவை நிராகரிக்கவில்லை. இரண்டு மதங்களிலுமே முடிவற்ற ஞானத்தை (கைவல்யம்) எய்திவிட்டதால் இவர்கள் பகவான் என்று அழைக்கப்படுகிறார்கள். ஆசிரியர்களுக்கும் துறவிகளுக்கும் மதிப்பளிக்கின்றன.

இந்து மதத்தில் 'பகவான்', 'ஈஸ்வரன்' ஆகியவை எல்லையற்ற தெய்வத்தைக் குறிப்பதற்கான சொற்கள். பகவான் ஸ்தூல உலகத்துடன் அதிகமாகத் தொடர்புகொள்பவர். ஈஸ்வரன் தொலைவில் தனித்து இருப்பவர் என்பதுதான் இரண்டுக்குமான வேறுபாடு. விஷ்ணு, பகவான் என்றும் சிவன், ஈஸ்வரன் என்றும் பல இடங்களில் குறிக்கப்படுகிறார்கள். ஆனால் இந்து மதத்தில் அனைத்தையும் போலவே இந்த வரையறைகளும் பெயரிடுதல்களும்கூட ஒப்பீட்டளவில் நெகிழ்வானவை.

சாராம்சமாக இப்படிப் புரிந்துகொள்ளலாம்: இந்து மதம் என்பது முற்றிலும் வெளியில் இருக்கும் சர்வவல்லமை பொருந்திய கடவுள் என்பதற்கு மாறாக, நமக்கு வெளியே இருக்கும் கடவுளைப் பிரதிபலித்து அவரைப் பற்றிய கதைகளைக் கேட்டு ஆண், பெண் தெய்வங்களின் பிம்பங்களை வழிபட்டு நமக்குள் இருக்கும் கடவுள்தன்மையைக் கண்டடைவதுதான். ஆத்திக இந்து, கடவுளுக்கான இந்து மதத்தின் வரையறையை ஏற்றுக்கொள்பவர் என்றும் நாத்திக இந்து கடவுள் குறித்த ஆபிரகாமிய வரையறையை நிராகரிப்பவர் என்றும் கூறலாம்.

5

குரு என்பவர் யார்?

அத்வயதாரக உபநிஷத்தில் குரு என்பவர் ஒருவரை இருளில் (கு) இருந்து வெளிச்சத்துக்கு (ரு) வழிநடத்திச் செல்பவர் என்கிறது. ஆனால் வெவ்வேறு மனிதர்கள் வெவ்வேறு சூழல்களில் வெவ்வேறு வகையான நபர்களைக் குறிக்கக் 'குரு' என்னும் சொல்லைப் பயன்படுத்துகிறார்கள். வெகுமக்கள் வழக்கில் அச்சொல் ஆசிரியர்கள் (அத்யாபகர்), பயிற்சியாளர்கள் (ஆச்சாரியர்). அமானுஷ்ய சக்தி கொண்டவர்கள், மந்திரவாதிகள் (ஜோகி, சித்தர், தாந்திரீகர்) அர்ச்சகர்கள் (புரோஹிதர்), துறவிகள் (பிக்ஷு, சந்நியாசி, சாது, முனிவர்), ஆன்மிகத் தொண்டர்கள் / உதவியாளர்கள் (அர்ஹத், தபஸ்வி, யோகி), விற்பன்னர்கள் (சாஸ்திரி, பண்டிதர், ஞானி).

வேதங்கள் குருக்களைக் காட்டிலும், உலகத்தை அவதானித்துத் தமது அறிவையும் உள்ளொளிகளையும் பாடல்கள் (மந்திரங்கள்) வழியாக மாணவர்களுக்குக் கடத்தும் ரிஷிகளையே அதிகமாகக் குறிப்பிடுகின்றன. உபநிஷத்துகளில் வைசம்பாயனர் போன்ற தனது ஆசிரியர்களுடன் சண்டையிடும் யாக்ஞவல்கியர் போன்ற மாணவர் களையும் உண்மையைக் கண்டறிவதற்காக ஜனகர் போன்ற அரசர்களுடன் உரையாடும் அஷ்டாவக்கிரர் போன்ற ரிஷிகளையும் காண்கிறோம். ஒருவர் முற்றிலும் சார்ந்திருக்க

வேண்டிய அறிவின் நீரூற்றாக விளங்கும் குரு என்னும் கோட்பாடு இங்கு இல்லை. இங்கு மாணவர்களின் சுயசார்புக்கும் சுதந்திரத்துக்கும் முக்கியத்துவம் அளிக்கப்படுகிறது.

ராமாயணத்தில் வசிஷ்டரும் விஸ்வாமித்திரரும் ஆசிரியர்கள் (ஆச்சாரியர்) என்று அழைக்கப்படுகிறார்கள். அவர்கள் பரந்துபட்ட அறிவையும் திறன்களையும் ராமனுக்குக் கற்பிக்கிறார்கள். கிருபரும் துரோணரும் போர்த் திறன்களையும் அறிவையும் பாண்டவர்களுக்கும் கௌரவர்களுக்கும் கற்பிக்கிறார்கள். இவர்கள் எல்லோரும் பொதுப் பேச்சு வழக்கில் குரு என்று குறிக்கப்படுகிறார்கள்.

பிருஹஸ்பதி இல்லாமல் தேவர்களால் ஒரு போரில்கூட வெல்ல முடியாது என்றும் சுக்கிரர் இல்லாமல் அசுரர்களால் மாண்டவர்களை மீண்டும் உயிர்ப்பிக்க முடியாது என்றும் புராணங்கள் சொல்கின்றன. அவர்கள் மந்திரவாதிகளாகவும் அமானுஷ்ய சக்திகள் கொண்டவர்களாகவும் காணப்படு கிறார்கள். அவர்கள் என்ன வகையான குருக்கள்?

பாகவத புராணத்தில் பற்றுகளைக் களைந்துவிட்ட துறவிக்கு இருக்கக்கூடிய இருபத்து நான்கு குருக்கள் குறித்து கிருஷ்ணர் உத்தவரிடம் கூறுகிறார் இதில் அவர் துறவிகளுக்கு விழிப்புணர்வை அளிக்கும் பல்வேறு தனிமங்கள், தாவரங்கள், விலங்குகள், வாழ்வனுபவங்கள் ஆகியவற்றை உள்ளடக்குகிறார். ஆக, குரு நமது விழிப்புணர்வைத் தூண்டுபவராகிறார். ஆனால் குரு இல்லாமல் ஒருவரால் வேதங்களைப் புரிந்துகொள்ளவோ அறிவொளி பெறவோ முடியாது என்று ஸ்கந்த புராணத்தில் குரு கீதா என்னும் பகுதியில் சிவன் பார்வதியிடம் சொல்கிறார். பாகவத புராணம் மனித சுதந்திரத்தை அங்கீகரித்து அதை அடைவதற்கு உதவுபவரையே குருவாகப் பார்க்கிறது; ஸ்கந்த புராணம் குருவை மனிதர்களின் சார்ந்திருத்தலுக்கு உதவுபவராகக் காண்கிறது.

2500 ஆண்டுகளுக்கு முன்பு புத்தர் தனது மாணவர்கள் சுதந்திரமாகச் செயல்பட வேண்டும் என்று விரும்பிய குருவாகவே தொடங்கினார். ஆனால் பல நூற்றாண்டுகளாக அவருடைய மாணாக்கர்கள் எப்படிச் சார்ந்திருப்பவர்களாக ஆகிக்கொண்டே போகிறார்கள் என்பதை நாம் பார்க்கிறோம். புத்தர் ஆன்மிகத்தைக் கடைபிடித்தலை ஜனநாயகப் படுத்தினார். ஒருவர் அதில் நுழைவதற்கும் அவரது சாதிக்கும் எந்தத் தொடர்பும் இல்லை. விழித்தெழுதலின் (புத்தர்) ஆற்றல், பௌத்த நெறிமுறை (தம்மம்), பௌத்தத் துறவிகள் கூடும் இடம் (பௌத்த சங்கம்) ஆகியவற்றிடம் சரணடைவதாக அறிவிப்பதன் மூலம் எவரும் எளிதாக இதில் இணைந்துவிட முடியும். ஆனால்

பௌத்தப் புனித நூல்களிலிருந்து (பிடகம்) தெரியவருவது யாதெனில் பௌத்த மதத்தில் மேலும் பலர் சேர்ந்தபோது விதிகள், சண்டை சச்சரவுகள், மேலும் பிளவுகள் ஆகியவை கூடுதலாக உருவாகத் தொடங்கின. இதன் விளைவாகக் குறிப்பாக மகாயான பௌத்தத்தில் புத்தரைத் தத்துவவாதி அல்லது ஆசிரியர் என்பதைக் காட்டிலும் வழிபாட்டுக்குரிய, அதிசயங்களை நிகழ்த்தக்கூடிய. தன்மீது உண்மையான நம்பிக்கை வைத்திருப்பவர்களின் அலுப்பூட்டும் உலகியல் பிரச்சினைகளுக்குத் தீர்வளிக்கக்கூடிய கடவுளுக்கு நிகரான திருவுருவாகப் பார்ப்பவர்கள் வரத் தொடங்கினார்கள்.

கிறிஸ்தவத்தின் வரலாற்றிலும் இத்தகைய உருமாற்றங் களை நாம் காண முடியும். முதலில் போதகராக இருந்த இயேசு, தன்னை இறைவனின் மகன் என்று அழைத்துக்கொள்வதன் மூலம் பிற இறைத் தூதர்களிடமிருந்து தன்னை வேறுபடுத்திக் காண்பிக்கிறார். விளைவாக, அவரைப் பின்பற்றுவோர் அவரை மண்ணில் நடமாடும் கடவுள் என்று நம்பி ஏற்றுக்கொண்டனர். கடவுள் ஆக்கப்படவில்லை என்றாலும் அவரது அன்னையும் வழிபாட்டுக்கும் மரியாதைக்கும் உரியவராக ஆக்கப்பட்டார். இஸ்லாத்திலும் குரானில் வெளியிடப்பட்டுள்ள இறைவனின் சொற்களுக்கு மட்டுமல்லாமல் கடைசி இறைத்தூதர் என்று அவரைப் பின்பற்றுவோரால் அழைக்கப்பட்ட முகமதுவின் பழக்கவழக்கங்களுக்கு முக்கியத்துவம் அளிக்கப்பட்டது என்பது ஹதீஸில் பதிவு செய்யப்பட்டுள்ளது.

சமண மதத்தில் தீர்த்தங்கரர் (குருக்களின் குரு) வழக்கமான கற்பிக்கும் துறவிகள், சந்நியாசினிகள் (ஷ்ரமண), ஆசிரியர்கள் சொல்வதைக் கேட்டுப் பின்பற்றும் சாமானியர்கள் (ஷ்ரவக) ஆகியோரைத் தெளிவாக வேறுபடுத்தும் வரையறைகள் வகுக்கப்பட்டுள்ளன. ஆசிரியர்கள், மழைக்காலத்தைத் தவிர வேறெப்போதும் எந்த இடத்திலும் ஒரு நாளுக்கு மேல் தங்கக் கூடாது. அவர்கள் எப்போதும் உண்ணாவிரதத்தில் இருந்து கொண்டும் எப்போதும் நடமாட்டத்தில் இருந்துகொண்டும் ஆடைகள் உட்பட அனைத்துப் பொருள்சார் வசதிகளையும் துறந்துகொண்டே இருக்க வேண்டும் என்று எதிர்பார்க்கப் படுகிறது.

இந்தியாவில் பௌத்த மதம் வீழ்ந்துவிட்ட கடந்த ஆயிரம் ஆண்டுகளில் ராமானுஜர், மத்வாச்சாரியர், வல்லபர், பசவர் உள்ளிட்ட பல இந்து மத ஆன்மிக ஞானிகள் மடங்களையும் பிரிவுகளையும் (சம்பிரதாயங்கள்), பரம்பரைகளையும் பயிற்சி இடங்களையும் தங்குமிடங்களையும் (அகாராக்கள்) உருவாக்கி யுள்ளனர். இவற்றில் பலவும் கோயில் வளாகங்களுடன்

இணைக்கப்பட்டவை. பௌத்த சங்கங்களைப் போல் அவற்றுக்கென விதிகள், கோயில்கள், நிறுவனங்கள் உள்ளன. அந்த ஞானிகள் திறமை வாய்ந்த நிர்வாகிகளாகத் திகழ்ந்தனர். அவர்கள் விஜயநகரப் பேரரசர்கள், தஞ்சாவூர் நாயக்கர்கள் போன்ற அரசர்களின் ஆதரவைப் பெற்றிருந்தனர். இதுபோன்ற பெரும்பாலான மடங்கள் 800 ஆண்டுகளுக்கு முன்பு இந்தியாவுக்குள் கொண்டுவரப்பட்ட இஸ்லாம் மதத்தை அடிப்படையாகக் கொண்ட புதிய வாழ்க்கை முறையாகிய துருக்கு தருமத்திடமிருந்து *(Turuku Dharma)* இந்து தருமத்தைப் பாதுகாப்பதற்காக நிறுவப்பட்டவை. குரு என்னும் சொல் இஸ்லாத்தின் தாக்கத்தால் பைகம்பர் (இறைத்தூதர்) என்பதற்கான இன்னொரு சொல்லாகப் பயன்படுத்தப்படத் தொடங்கியது. ஆபிரகாமியக் கருத்தாக்கமான இறைத்தூதர் என்பது பற்றுகளைக் களைந்து. உண்மையைத் தேடும் துறவி (திகம்பரர், ஷ்ரமணர், கோசய்ன் / கோஸ்வாமி) என்னும் இந்துக் கருத்தாக்கத்திலிருந்து மிகவும் வேறுபட்டது.

தென்னிந்தியாவிலிருந்து பரவத் தொடங்கிய பக்தி இயக்கம் 500 ஆண்டுகளுக்கு முன்பு வட இந்தியாவில் பிரபலமான பிறகு, குருக்களும் பீர்களும் சந்த்களும் கிராமப்புறங்களில் பல முகாம்களை (தேரா) நிறுவினார்கள். இன்று அவை பெரும் நிறுவனங்களாக வளர்ந்துவிட்டன. எடுத்துக்காட்டாக சீக்கியம் ஒரு மதம் ஆகிவிட்டது. பத்து குருக்களிடமிருந்து பரிணமித்த அம்மதம் பக்திப் பாடல்கள் நிறைந்த ஒரு புனித நூலையும் கொண்டுள்ளது. காலப் போக்கில் அது பொருள் சார்ந்த விதிகளிலிருந்து (மிரி) ஆன்மிகத் தேடலைப் (பிரி) பிரித்து வைத்தது. பரசுராமர் கதையில் வருவதுபோல் வேதகாலத்தில் ரிஷிகளுக்கும் அரசர்களுக்கும் இடையிலான பதற்றங்கள் அவ்வப்போது மோதல்களுக்கு வழிவகுப்பதுபோல பர உலகை நாடும் துறவிக்கும் (பீர்) இக உலகத்தை ஆள்பவருக்கும் (அமீர்) இடையிலான பதற்றத்தை அங்கீகரிக்கும் விதமாக சீக்கியத்தில் இந்தப் பகுப்பு மேற்கொள்ளப்பட்டது.

இன்று உலக அளவில் குரு என்றால் உலகியல் விஷயங்கள் அனைத்தின் மீதுமான பற்றை விலக்கிக்கொண்டவர்களாகத் தம்மை அறிவித்துக்கொண்ட அதே நேரத்தில் தம்மைச் சார்ந்திருக்கும் பக்தர்கள் கொட்டிக் கொடுக்கும் செல்வத்தில் திளைக்கும் இந்திய ஆன்மிகத் தலைவர்களைக் குறிப்பதற்கான சொல் ஆகிவிட்டது. அந்தப் பக்தர்கள் தமது தலைவரை குருவே (சுவாமி அல்லது நாதர்) என்றோ கடவுள் (மகாராஜ்) என்றோ அழைத்துத் தமது அகந்தை களைந்த அடிபணிதலையும் பணிவையும் வெளிப்படுத்துகின்றனர். போகப்போக பௌத்த

மதத்தில் நேர்ந்ததைப் போல் கடவுளைவிட குருவே அதிக முக்கியத்துவம் வாய்ந்தவர் ஆகிவிடுகிறார். குரு என்பவர் பாதுகாக்கப்பட வேண்டியவராகிவிடுகிறார். தேனீக்கள் ராணித் தேனீயைப் பாதுகாப்பதைப் போல. ஏனென்றால் ராணித் தேனீ இல்லை என்றால் தேன்கூடு அளிக்கும் பாதுகாப்பும் உணவும் இல்லாமல் போய்விடும், குரு என்பவர் ஒருவரின் அம்மா, அப்பா ஏன் கடவுளுக்கும்கூட சமமானவர் அல்லது அவர்களைவிட மேம்பட்டவர் என்று கூறும் குருகீதையில் இது வெளிப்படுத்தப்பட்டுள்ளது.

நவயுக குருபீடங்களில் குலங்களையும் குடிகளையும் போலச் செயல்படும் பக்தர்களைக் காண்கிறோம். வெவ்வேறு சமூக வகுப்புகளின் கவனத்தை வெவ்வேறு குருக்கள் ஈர்க்கிறார்கள். சிலர் ஆங்கிலம் பேசும் நகர்ப்புற மக்கள் அல்லது வெளிநாடுகளில் புலம்பெயர்ந்து வாழ்வோரைக் கவர்கிறார்கள். வேறு சிலர் அரசிடமும் நிறுவனரீதியான மதங்களிடமும் ஏமாற்றமடைந்துவிட்ட ஆங்கிலம் பேசத் தெரியாத கிராமப்புற மக்களை ஈர்க்கிறார்கள். இவர்கள் தொடர்பான பாலியல் சர்ச்சைகள் எழுவதையும் 'ஆன்மிக'ப் பொருள்கள், சேவைகள், விற்கும் பரந்துவிரிந்த 'ஆன்மிக'ப் பெருநிறுவனங்களை நிறுவுவதற்கான உதவிகளுக்குப் பதிலீடாக வாக்கு வங்கி அரசியல்வாதிகளுக்கு இந்தக் குருக்கள் சேவகம் புரிவதையும் காணும்போது யார்தான் உண்மையான குரு என்ற குழப்பம் நமக்கு வருகிறது.

இறுதியில் இதற்கான விடை பக்தரிடம்தான் உள்ளது. சிலருக்கு குரு என்பவர் 'ஆன்மிக வலிநிவாரணத் தைலம்' ஆகவும் பிரச்சினைகளை மந்திரஜாலங்கள் செய்து தீர்த்துவைக்கும் 'நேர்மறை ஆற்ற'லின்முடிவே இல்லாத நீரூற்றாகவும் இருக்கிறார். அவர்கள் தமது குரு தம்மைக் குழந்தையைப் போல் ஆக்கி எந்தப் பொறுப்பையும் ஏற்காதவராக, உணர்வுரீதியாகச் சார்ந்திருப்பவராக மாற்ற அனுமதிக்கிறார்கள். பிறருக்கோ குரு என்பவர் மாண்புடையவர், பார்வைக் குறைபாட்டை நீக்கி உள்ளொளியைத் தூண்டி விடுதலை பெற உதவி அலைந்து திரியும் அவதூதரைப் போல் நடமாடிக்கொண்டிருப்பவர்.

6

ராட்சசர்களும் அசுரர்களும் இந்து மதத்தின் சாத்தான்களா?

அனைத்து மதங்களும் ஒன்றே என்றும் அனைத்துப் புராணங் களிலும் சாத்தான் (Devil) என்று ஒன்று இருக்க வேண்டும் என்றும் நாம் பொதுவாக அனுமானித்துக்கொள் கிறோம். ஆனால் இந்து மதத்தில் சைத்தான் என்று எதுவும் இல்லை. 'சாத்தான்' (சைத்தான்) என்பது ஆங்கிலத்தில் டெவில் (Devil) என்பதற்கான இந்திச் சொல் என்று தவறாக நினைக்கிறோம். ஆனால் அது பாரசீகச் சிந்தனையில் வேர்கொண்ட உருதுச் சொல்.

இந்து மதத்தில் சாத்தான் என்னும் கருத்தாக்கம் இல்லை. ஏனென்றால் இந்து மதத்தில் தீயசக்தி (Evil) என்னும் கருத்தாக்கம் இல்லை. ஏனென்றால் அது மறுபிறப்பு, கர்மா ஆகிய கோட்பாடுகளை அடிப்படையாகக் கொண்டது. தீமையும் அதன் உருவகமான சாத்தானும் கிறிஸ்தவ, இஸ்லாமியப் புராணங்களில் முக்கியப் பங்குவகிக்கின்றன. ஏனென்றால் அவை ஒற்றை வாழ்க்கை, அதற்குப் பிறகு நிரந்தரமான பரலோக வாழ்க்கை என்னும் கோட்பாட்டை அடிப்படையாகக் கொண்டவை.

சனாதன தர்மம்: ஒரு விசாரணை

எந்த அடிப்படைக் காரணமும் இல்லாமல் நிகழும் துயர நிகழ்வுகளை விளக்குவதற்காக மேற்கத்தியர்களால் பயன்படுத்தப்படுவதே தீயசக்தி என்னும் கருத்தாக்கம். கடவுள் நல்லவர், இரக்கம் நிறைந்தவர்; எனவே புயல்கள், சூறாவளிகள், படுகொலைகள், பாலியல் வல்லுறவுகள் போன்றவற்றின் தோற்றுவாயாக அவர் இருக்க முடியாது. எனவே இந்தத் துயர நிகழ்வுகள் தீமையைப் பரப்பும் சாத்தானின் வேலை என்று கூறப்படுகிறது. கடவுள் எல்லாம் வல்லவர் என்றால் அவர் ஏன் சாத்தானை வீழ்த்தி அதன் மூலம் துயரங்களைத் தடுப்பதில்லை என்கிற கேள்வி எழும். இதற்குக் கடவுளின் சார்பில் ஆஜராகும் வழக்கறிஞர்களாகத் தங்களைத் தாங்களே நியமித்துக்கொண்ட பூசாரிகள், சாத்தானின் தூண்டுதல்களுக்கு ஆட்பட்டுவிட்ட மனிதர்கள் மேற்கொள்ளும் தீய முடிவுகளால்தான் நாம் துன்பங்களை அனுபவிக்கிறோம் என்பார்கள். கடவுள், சாத்தான் இரண்டில் ஏதோ ஒன்றை, நன்மை தீமை ஆகிய இரண்டில் ஏதோ ஒன்றைத் தேர்ந்தெடுக்கும் சுதந்திரத்தைக் கடவுள் மனிதர்களுக்குக் கொடுத்திருக்கிறார் என்பார்கள்.

இதுபோன்ற கருத்துகள் இந்து, பௌத்த, சமண மதங்களுக்கு அந்நியமானவை. இந்த மூன்று மதங்களைப் பொறுத்தவரை அனைத்து நிகழ்வுகளும் கர்மாவின் (வினைப்பயன்) விளைவுகளே. ஒவ்வொரு வினையும் கர்மா, ஒவ்வொரு எதிர்வினையும் கர்மா. நாம் கர்மாவால் பின்னப்பட்ட வலைக்குள் வாழ்கிறோம். நமது கர்மாமீது நமக்குக் கட்டுப்பாடு உண்டு. ஆனால் பிறரால் தோற்றுவிக்கப்படும் கர்மாமீது நமக்குக் கட்டுப்பாடு இல்லை. ஆகவே நல்லவர்களுக்குத் தீங்கும் தீயவர்களுக்கு நன்மையும் நடக்கின்றன. நன்மையும் தீமையும் மனிதர் இவ்வுலகை எவ்வாறு விளங்கிக்கொள்கிறார் என்பதன் அடிப்படையிலான மனிதத் தீர்ப்புகளே. உலகில் தன்னளவில் நன்மை, தீமை என்று எதுவும் கிடையாது. நன்மையும் தீமையும் மனிதப் புரிதலின் விளைவுகளே.

உலகத்தை நன்மை, தீமை, சரி, தவறு என்னும் இருமை களாகப் பகுக்க விழைகிறார்கள். ஆனால் அறிவார்ந்தவர்கள், முழுமையான சித்திரத்தைப் பார்ப்பதால், நன்மைக்கும் தீங்குக்கும் யாரையும் அவர்கள் பொறுப்பாக்குவதில்லை. அவர்களுக்குக் கடவுளும் தேவையில்லை; சாத்தானும் தேவை யில்லை. கடவுளோ சாத்தானோ எங்கோ இருந்துகொண்டு நன்மையையும் தீமையையும் விளைவிப்பதில்லை. இந்து மதத்தில் கடவுள் என்பது அறிவாளியாக இருப்பதற்கும் நன்மை, தீமை ஆகியவற்றைக் கடந்து விஷயங்களைப் பார்ப்பதற்குமான நமது ஆற்றலே ஆகும்.

அப்படி என்றால் அசுரர்களும் ராட்சசர்களும் யார்? சிவனால் கொல்லப்பட்ட அந்தகன், கிருஷ்ணனால் கொல்லப் பட்ட கம்சன், ராமனால் கொல்லப்பட்ட ராவணன், துர்க்கையால் கொல்லப்பட்ட மஹிஷன் ஆகியோரை என்ன வென்று வரையறுப்பது? அசுரரும் ராட்சசரும் ஒருவர்தானா? அல்லது வெவ்வேறானவர்களா? இதற்கு நாம் இந்து மதப் புராணங்களின் அடிப்படைகளுக்குச் செல்ல வேண்டும்.

அனைத்து உயிரினங்களும் பிரம்மாவிடமிருந்து பிறந்தவை என்கின்றன புராணங்கள். பிரம்மாவிடமிருந்து பல்வேறு ரிஷிகளும் பிரஜாபதிகளும் வருகிறார்கள். அவர்கள் வெவ்வேறு வகையான உயிரினங்களைப் பிறப்பித்து அவற்றின் தந்தையாகிறார்கள். பிரம்மாவின் மகனான கஷ்யபருக்குப் பல மனைவியர் உண்டு. அவர்களில் அதிதி, திதி, தானு ஆகிய மூவரும் முறையே அதித்யர்கள், தைத்யர்கள். தானவர்கள் ஆகியோரைப் பெற்றெடுத்தனர். ஒரே தந்தைக்குப் பிறந்திருந்தாலும் அதித்யர்களும் தைத்யர்களும் எப்போதும் சண்டைபோட்டபடி இருந்தனர். ஆங்கில எழுத்தாளர்கள் அதித்யர்களை இந்து மதத்தின் கடவுளர் என்றும் தைத்யர்களை இந்து மதத்தின் பேய்கள் என்றும் அழைத்தனர். தைத்யர்கள், தானவர்கள் இருவரும் அசுரர்கள் என்று ஒன்றாக இணைக்கப் பட்டனர். தேவர்கள் நல்லவர்கள் என்றும் அசுரர்கள் தீயவர்கள் என்று புரிந்துகொள்ளப்பட்டது. ஆனால் இவ்விஷயம் அவ்வளவு எளிதானதல்ல.

அதித்யர்களின் தலைவனான இந்திரனைவிடச் சிறந்தவனாக ஒரு குழந்தையைப் பெற்றெடுக்கவிருந்தாள் திதி. இந்திரன் அந்தக் கருவைப் பதினோரு பகுதிகளாக வெட்டினான். ஒவ்வொரு பகுதியும் அழத் தொடங்கியது. இந்திரன் “அழாதீர்கள்” என்றான். எனவே அவர்கள் தம்மை மருத்தர்கள் – அழாத குழந்தைகள் – என்றழைத்துக்கொண்டனர். அவர்கள் அலறுபவர்களாகிய ருத்ரர்கள் என்றும் அழைக்கப் படுகின்றனர். அவர்கள் இந்திரனைப் பின்பற்றுகிறவர்களாகவும் அதித்யர்களின் நண்பர்களாகவும் ஆயினர். இப்படியாக வேத – இந்துப் புராணத்தின் முப்பத்து மூன்று ‘தேவர்கள்’ அல்லது கடவுளர், பன்னிரண்டு அதித்யர்கள், பதினோரு மருத்தர்கள், இவர்களோடு எட்டு வசுக்கள், இரண்டு அஷ்வினி குமாரர்களை உள்ளடக்கியவர்கள். இவர்கள் யாரும் ஒரே தாய்க்குப் பிறந்தவர்கள் அல்ல; ஆனால் இவர்களின் தந்தை ஒருவரே; அவர் கஷ்யபர். தேவர்களின் எதிரிகளாகிய அசுரர்களுக்கும் கஷ்யபர்தான் தந்தை. அவர்களுக்கிடையிலான போர் வானத்துக்கும் பூமிக்கும் இடையில் செங்குத்தானது. அசுரர்கள்

பூமிக்கு அடியில் உள்ள உலகத்தில் (பாதாளம்) வசிக்க, தேவர்கள் வானத்துக்கு அப்பால் உள்ள மின்னும் உலகத்தில் (சொர்க்கம்) இருந்தனர்.

பூமிக்கு அடியிலிருந்து செல்வம் வருவதால், லட்சுமி பாதாள நிவாஸினி (பூமிக்குக் கீழுள்ள உலகத்தில் வசிப்பவர்) என்று ஆங்காங்கே குறிப்பிடப்படுகிறார். அவர் பௌலோமி (அசுர அரசர் புலோமனின் மகள்). எனவே அவர் அசுர–புத்ரி (அசுரர்களின் மகள்) ஆகிறார். கீழிருந்து மேலெழுந்து தேவ–பத்னி (கடவுளரின் மணப்பெண்) ஆகிறார்.

அசுரர்கள் சில நேரம் கொல்லப்பட்ட மரங்களின் ஆவிகளைப் போன்றவர்கள். மரங்களைப் போல் அவர்களுக்கு மீண்டும் உயிர்த்தெழும் சக்தி உண்டு. ஏனென்றால் அவர்களின் ஆசானான சுக்கிரர் சஞ்சீவனி வித்யை (இறந்தவரை உயிர்ப்பிக்கும் அறிவு) அறிந்தவர். ஆகவே அறுவடைப் பண்டிகைக் காலங்களில் கடவுளர் அசுரர்களைக் கொல்வதைக் காண்கிறோம். உதாரணமாக தீபாவளி, தசரா பண்டிகைகளின் போது கிருஷ்ணன் நரகாசுரனைக் கொல்கிறார், ராமன் ராவணனை வீழ்த்துகிறார். அவர்கள் ஒவ்வொரு ஆண்டும் மீண்டும்மீண்டும் வருகிறார்கள். அவர்களின் மரணம் மனித குலத்துக்கான ஊட்டச்சத்தை அளிக்கிறது.

ராட்சசர்கள் அசுரர்கள் அல்லர். அவர்கள் பிரம்மனின் இன்னொரு மகனான புலத்ஸ்யரிடமிருந்து பிறந்தவர்கள். புலத்ஸ்யரிடமிருந்து விஷ்ரவஸ் வந்தார்; அவரிடமிருந்து ராட்சசர்களும் யட்சர்களும் வந்தனர். ராட்சசர்களும் யட்சர்களும் முறையே ராவணனாலும் குபேரனாலும் வழிநடத்தப்படுகிறார்கள். தேவர்கள் அசுரர்களுடன் சண்டையிட்டுக்கொண்டதைப் போலவே ராட்சசர்கள் யட்சர்களுடன் சண்டையிட்டுக்கொண்டதாக ராமாயணம் கூறுகிறது. ராட்சசர்கள் தெற்கில் வாழ்ந்தார்கள்; யட்சர்கள் வடக்கே நகர்ந்தார்கள். ராட்சசர்கள் ரிஷிகளுடனும் சண்டையிட்டனர். ரிஷிகள் ராட்சசர்களை அசுரர்களுடன் ஒன்றாக இணைத்தனர். ஆகவேதான் மகாபாரதத்தில் பாண்டவர்களையும் வேதத்தின் அடிப்படையிலான வாழ்க்கை முறையையும் எதிர்க்கும் பகன், இடும்பன், ஜடன், கிர்மீரன் போன்ற பல்வேறு காட்டுவாசிகள் அசுரர்கள் என்றழைக்கப்படுகிறார்கள். வேத வாழ்க்கைமுறை யாகம், அதாவது பரிமாற்றத்தை அடிப்படையாகக் கொண்டது. ஒன்றைப் பெறுவதற்கு வேறொன்றைக் கொடுக்க வேண்டும். ராட்சசர்களின் வாழ்க்கைமுறை பறித்துக்கொள்தல் அல்லது

பகிர்ந்துகொள்ளுதலை அடிப்படையாகக் கொண்டது. தொன்மையான பழங்குடி வாழ்க்கைமுறையைப் போன்றது. உள்ளபடி ராட்சசர்கள் காடுகளின் பாதுகாவலர்கள் (ரட்சகர்) என்றே அழைக்கப்படுகின்றனர். இவ்வாறாக இங்கு விவசாயத்தையும் வர்த்தகத்தையும் விரும்பிய ரிஷிகளுக்கும் ஆதிகால வேட்டை–சேகரிப்பு வழிமுறையையே விரும்பிய ராட்சசர்களுக்கும் இடையிலான மோதலே இந்தப் போர். ராட்சசர்களுக்கு மனிதர்களுடனும் ரிஷிகளுடனும் மோதல் இருந்தது. ராவணனையும் அவனது தம்பிகளையும் மகன்களை யும் ராமன் கொன்றான். அவர்கள் மீன்களின் சட்டத்தைப் (மத்ஸ்ய நியாய) பின்பற்றுகிறார்கள். அதுவே காட்டின் சட்டமும் ஆகும். வல்லான் வகுத்ததே வாய்க்கால் என்பதே அது. ராமனும் ரிஷிகளும் தர்மத்தின் வழியைப் பின்பற்று கின்றனர். வல்லமையுடையோர் நலிந்தோரைப் பாதுகாக்க வேண்டும் என்பதே அது. ராட்சசர்களுக்கும் ரிஷிகளுக்கும் இடையில் பூமியில் நிகழும் போர் கிடைமட்டமானது; ஒரு இடத்தில் குடியேறி அங்கு நிலைத்துவிட்ட கிராமத்தவருக்கும் அலைந்து திரியும் பழங்குடிகளுக்கும் இடையிலானது. வானத்தில் உள்ள தேவர்களுக்கும் பூமிக்குக் கீழே பாதாளத்தில் உள்ள அசுரர்களுக்கும் இடையிலான போர்களின் செங்குத்துப் போக்கிலிருந்து இது வேறுபட்டது.

வெவ்வேறு வகையான திருமணங்களில், தேவத் திருமணம் என்பது ஒரு தந்தை தனது மகளைத் தன்னுடைய தகுதியை நிரூபித்துவிட்ட மனிதனுக்குக் கொடுப்பது; அசுரத் திருமணம் என்பது ஒரு ஆண் ஒரு பெண்ணை விலைகொடுத்து வாங்கி மனைவியாக்கிக்கொள்வது; ராட்சத் திருமணம் என்பது ஒரு ஆண் ஒரு பெண்ணை அபகரித்துக்கொண்டு சென்று மனைவி ஆக்கிக்கொள்வது. இதிலிருந்து அசுரர்கள் செல்வத்துடனும் ராட்சசர்கள் ஆற்றலுடனும் இணைக்கப்பட் டிருப்பதைக் காணலாம்.

கிறிஸ்தவ மிஷனரிகளும் ஐரோப்பிய கீழைத்தேயவாதி களும், (அசுரர்கள், ராட்சசர்களை டைட்டன்கள் அல்லது கடவுளுக்கு எதிரானோர் அல்லது பழைய கடவுளருடன் ஒப்பிடுவதன் மூலம்) இந்து மதம் என்பது கிரேக்க அல்லது நார்ஸ் தொன்மவியலைப் போன்றது என்று காண்பிக்க முயன்றனர். ஆங்கிலத்தில் கல்விபெற்ற இந்தியர்கள் குழப்பம் அடைந்து ராட்சசர்களும் அசுரர்களும் ஒன்று என்று தவறாகப் புரிந்துகொண்டு அவ்வாறே பயன்படுத்தி வருகின்றனர். அசுரர்கள், ராட்சசர்கள் இருவருமே ‘பேய்கள்’;

இருவருமே சாத்தானின் வடிவங்கள் என்று அவர்கள் கருதுகிறார்கள்.

மாற்றுச் சிந்தனையாளர்களும் சமூகச் செயல்பாட்டாளர்களும், இந்தப் 'பேய்கள்' துரோகம் இழைக்கப்பட்ட அடித்தட்டு மக்கள், ஆரியர்களால் சூழ்ச்சி செய்து வெற்றி கொள்ளப்பட்ட கருமை நிறம் கொண்ட திராவிடர்களும் பழங்குடிகளும் என்று எந்தத் தரவும் இன்றிக் கண்மூடித் தனமாக ஊகிக்கின்றார்கள். மகிஷனின் கறுப்பு / பச்சை நிறத்தை உதாரணமாகக் காண்பிப்பது போன்ற எளிமைப் படுத்தப்பட்ட இனவாதம் சார்ந்த வாதங்களை இதற்குப் பயன்படுத்துகின்றார்கள். ஆனால் ராமனும் கிருஷ்ணனும் கருமை நிறத்தவராகவும், ராவணனும் (ராட்சசன்) பிரஹலாதனும் (அசுரன்) வெண்மை நிறத்தவராகவும் சித்திரிக்கப் பட்டுள்ளதை அவர்கள் மறந்துவிடுகிறார்கள்.

இந்து மதம் அசுரர்களையும் ராட்சசர்களையும் வெவ்வேறு வகையான பிறவிகளாகப் பார்க்கிறது. கஷ்யபருக்குப் பிறந்தவர்கள் அசுரர்கள். இவர்கள் பூமிக்குக் கீழே இருப்பவர்கள். ராட்சசர்கள் புலஸ்தியருக்குப் பிறந்தவர்கள்; காடுகளில் வசிப்பவர்கள். தேவர்கள் (சாகாவரம் தரும் அமுதத்தை உட்கொண்டனர் என்றால் அசுரர்கள் சஞ்சீவனி வித்யையைப் (இறந்தோரை உயிர்ப்பிக்கும் அறிவு) பெற்றிருந்தார்கள். இருவருமே சமமான வலிமை கொண்டவர்கள். தேவர்கள் கோடைக்காலத்தில் சக்தி மிக்கவர்களாக இருந்தனர்; அசுரர்கள் குளிர்காலத்தில் அதிக சக்தியுடன் இருந்தனர். வேத வாழ்க்கைமுறையை எதிர்த்தவர்கள் என்பதற்காக ராட்சசர்களைக் காட்டுமிராண்டிகள் என்று சிலர் கருது கிறார்கள். ஆனாலும் ராமாயணத்தில் ராட்சசர்களின் அரசன் வேத விற்பன்னன். தந்திரம், சைவம், தாந்த்ரீகம் ஆகியவற்றின் பிற்காலப் புனித நூல்களுடன் தொடர்புபடுத்தப்படுபவன். ராமனை வழிபடும் விபீஷணன் போன்ற நல்ல ராட்சசர்களை யும் விஷ்ணுவை வழிபடும் பிரகலாதனைப் போன்ற நல்ல அசுரர்களையும் நாம் அறியப் பெறுகிறோம்.

மறுபிறப்பைத் தன்னுள் கொண்டுள்ள ஒரு உலகப் பார்வையில் 'தீங்கு', தீய சக்தி' போன்ற சொற்களுக்கு எந்தப் பொருளும் இல்லை. ஆகவே இந்து, பௌத்த, சமண மதங்களில் இந்தச் சொற்களுக்கு எந்த முக்கியத்துவமும் இல்லை. அசுரர்களும் ராட்சசர்களும் வலிமை மிக்க அழிவற்ற சக்திகள். அவர்களை நமக்குப் பிடிக்காமல் போகலாம் ஆனால் நாம்

அவர்களோடு ஒன்றாக வாழ்ந்தாக வேண்டும். நாம் பலவகை யான சக்திகளின் வலையில் இருக்கிறோம். சில சக்திகள் நமக்கு உதவும்; சில சக்திகள் நமக்குக் கேடு விளைவிக்கும். அந்தச் சக்திகள் தன்னளவில் நேர்மறையானவையோ எதிர்மறை யானவையோ அல்ல. அவை எதிர்மறையானவையா நேர்மறை யானவையா என்பது அவற்றுடனான நம் உறவு எத்தகையது என்பதைப் பொறுத்துதான். ஆக புத்திசாலிகள் எதைப் பற்றியும் தீர்ப்புகளை எழுத மாட்டார்கள். அவர்கள் புரிந்துகொள்ள மட்டுமே செய்வார்கள்.

7

இந்து மதம் பெண்ணியத்தன்மை கொண்டதா ஆணாதிக்கத் தன்மை கொண்டதா?

பெரும்பாலான மதங்களைப் போலவே இந்து மதம் ஆணாதிக்கத்தன்மை கொண்டது. அதே இந்து மதம் பல மதங்களைப் போல் அல்லாமல் பெண்ணியத்தன்மை கொண்டதும்கூட.

பொதுவாக இரண்டு விதமான பெண்ணியங்கள் உள்ளன. சமத்துவவாதப் பெண்ணியம் என்பது ஆணும் பெண்ணும் சமம் என்று நம்புகிறது. விடுதலைவாதப் பெண்ணியம் என்பது அனைத்து மனிதர்களையும் போல் பெண்கள் தம் உடல் குறித்தும் வாழ்க்கை குறித்தும் முடிவெடுக்கும் உரிமை உள்ளவர்கள் என்று நம்புகிறது. இந்து மதம் சமத்துவவாதப் பெண்ணியத்தைக் காட்டிலும் விடுதலைவாதப் பெண்ணியத்துடன் அதிகமாக ஒத்துப்போகிறது.

உள்ளபடி சமத்துவம் என்னும் கொள்கை, சமூகப் படிநிலைப் பார்வையை மறுத்து, கடவுளின் முன் அனைத்து ஆண்களும் (பெண்கள் அல்ல) சமம் என்றுகூறிய கிறிஸ்தவப் புராணத்தில் அதன் வேர்களைக் கொண்டுள்ளது. இந்தக் கருத்து சுமார் 1500 ஆண்டுகளுக்கு முன்பு ரோமானியப் பேரரசு கிறிஸ்தவமாக மாறியபோது பிரபலமானது. இஸ்லாத்தில் மெக்காவுக்கு வழிபடச் செல்லும் ஆண்கள் வெவ்வேறு பொருளாதார, அரசியல், தேசிய, இனம், இனக்குழுவைச் சேர்ந்தவர்கள் என்றாலும் அனைவரும் ஒரே மாதிரியாக உடை அணிய வேண்டும் என்பதில் சமத்துவம் வெளிப்படுகிறது.

மறுபுறம், இஸ்லாத்தின் சமூகப் பழக்கவழக்கம் ஆணாதிக்கம் சார்ந்ததாக இருந்தாலும் குரான் பெண்களுக்குச் சொத்துக்கள்மீதான உரிமையை வழங்கியிருப்பதாக இஸ்லாமியப் பெண்கள் பலர் கூறுகின்றனர் அதேபோல் இந்து மதத்தில் உள்ள பல பெண்ணியக் கருத்துகள் பல சமயங்களில் மறக்கப்படுகின்றன. ஆணாதிக்கவாதிகளும் இந்து மதத்தின் மீதான தமது வெறுப்பை நியாயப்படுத்த விழையும் நாத்திகச் செயல்பாட்டாளர்களும் பெரும்பாலும் வேண்டுமென்றே அவற்றை மறக்கிறார்கள்.

சமகாலச் சமூகங்கள் பலவும் மனிதர்களைப் பாலினம் உள்பட அனைத்து உயிரியல் அம்சங்களுக்கு அப்பாற்பட்ட மனிதர்களாகப் பார்க்க விழைகின்றன. ‘சமத்துவவாத’ப் பெண்ணியவாதிகள் ஆண்களுக்குக் கிடைக்கும் அதே வாய்ப்புகளைக் கோருகிறார்கள். இது ஒரே உழைப்பு தேவைப் படும்போது அர்த்தமுள்ளதாகிறது. இந்திரன் தனக்காக ஒரு அசுரனைக் கொல்லும் துர்க்கையை சிவன் அல்லது விஷ்ணுவுக்கு இணையாக நடத்த வேண்டும். ஆனால் அதன் பொருள் துர்க்கை சிவனுக்குச் சமம் அல்லது சிவனும் விஷ்ணுவும் சமம் என்பதா? அவர்கள் ஒருவரா, வெவ்வேறானவர்களா அல்லது தனித்தன்மை வாய்ந்தவர்களா?

ஒவ்வொரு தெய்வமும் தனித்துவம் வாய்ந்த ஆளுமையையும் தேவையையும் கொண்டிருக்கின்றன. ‘சமத்துவவாதப் பெண்ணிய’த்தில் அவர்கள் ஒருவரே. ஆனால் சிவன் காய்ச்சாத பச்சைப் பாலுடன் திருப்தியடைந்துவிடுவார். விஷ்ணுவுக்கோ பதப்படுத்தப்பட்ட பாலும் வெண்ணெயும் வேண்டும். துர்க்கையோ ரத்தத்தைக் கேட்பார். ‘சுதந்திர’வாதப் பெண்ணியம் இந்த வேற்றுமை அங்கீகரிக்கப்பட வேண்டும்

என்கிறது. இந்தப் பெண்ணியத்தில் துர்க்கை, சிவனைவிடவோ விஷ்ணுவைவிடவோ தாழ்வானவர் அல்ல. அவர்களைவிட மேலானவரும் அல்ல. அவர்கள் ஒவ்வொருவரும் வெவ்வேறான வர்கள். ஒவ்வொருவரும் தனித்துவமானவர்கள். பன்மைத்துவச் சூழலமைப்பின் பகுதிகள்.

இந்து மதத்தில் ஒவ்வொரு உயிரும் ஒரு ஆன்மாவைத் தாங்கிக்கொண்டிருக்கிறது என்னும் பொருளில் அனைத்து உயிரினங்களும் சமம். அதேநேரம் அனைத்து உயிர்களும் வேறுபட்டவை. ஏனென்றால் ஒவ்வொரு ஆன்மாவும் வெவ்வேறு உடலில் குடிகொண்டுள்ளது. ஆன்மா என்பது உடலில் (தேகம்) வசிக்கும் (தேகி). அனைவரின் தேகியும் சமமே. ஆனால் தேகம் வெவ்வேறு. தேகிக்குப் பாலினம் இல்லை தேகத்துக்குப் பாலினம் உண்டு.

கலையில் தேகி ஆணாகவும் தேகம் பெண்ணாகவும் கற்பனை செய்யப்படுகிறது. இது உருவகம் மட்டுமே. ஆனால் பலர் இதனை இதன் அகராதிப் பொருளில் எடுத்துக்கொண்டு ஆன்மா / மனம் / தேகி என்றால் ஆண் என்றும் பருப்பொருள் / உடல் / தேகம் என்றால் பெண் என்றும் தவறாகப் புரிந்து கொள்கிறார்கள்.

இயற்கையின் படைப்பில் பல வகையான தாவரங்கள் உள்ளன. ஒவ்வொரு தாவரமும் தனித்துவமானது. அதைப் போல் பண்பாட்டில் பல வகையான மனிதர்கள் உள்ளனர். ஒவ்வொரு மனிதரும் தனித்துவமானவர். இந்த வகைமைகள் உளவியல்ரீதியானவை (வேதத்தில் கூறப்பட்ட நான்கு அடுக்கு வர்ண அமைப்பு), உடல்ரீதியானவை (கீதையில் உள்ள மூன்று விதமான குணங்கள் கொண்ட அமைப்பு), சமூகரீதியானவை (சாதி அமைப்பில் உள்ள ஆயிரக்கணக்கான சாதிகள் / சமூகங்கள்). ஆனால் மிக முக்கியமான வகைமை பாலினம் (ஆண், பெண், பிறர்). ஒவ்வொரு தாவரத்துக்கும் வெவ்வேறு உணவுத் தேவைகள் இருப்பதுபோல் ஒவ்வொரு மனிதருக்கும் வெவ்வேறு பொருள்கள் தேவைப்படும். ஒரு தோட்டத்தில் சில தாவரங்கள், மற்ற தாவரங்களைவிட அதிகமாக விரும்பப் படுவதைப் போல் சமூகத்தில் சில மனிதர்களுக்குப் பிறரைக் காட்டிலும் கூடுதல் மதிப்பு கொடுக்கப்படும். சில தோட்டங் களில் பழம் கொடுக்கும் மரங்கள் விரும்பப்படும்; வேறு சில தோட்டங்களில் மலர் கொடுக்கும் மரங்கள் விரும்பப்படும். அதேபோல் சில சமூகங்களில் அறிவிஜீவுக்கு மதிப்பளிக்கப்படும்

வேறு சில சமூகங்களில் செல்வந்தருக்கு மதிப்பளிக்கப்படும். அதேபோல் சிலவற்றில் ஆடவருக்கும் பிற சமூகங்களில் பெண்களுக்கும் மதிப்பளிக்கப்படும். இப்படியாக வெவ்வேறு சமூகங்கள் நம் உடலின் வெவ்வேறு கூறுகளுக்கு மதிப்பளிக்கின்றன.

பௌத்த, சமண, இந்து துறவறப் பீடங்களில் பெண் உடல் ஆண் உடலைவிடத் தாழ்ந்ததாகக் கருதப்படுகிறது. உச்சபட்ச ஞானத்தை அடைய ஒருவர் ஆண் உடலில் மறு பிறவியைப் பெற வேண்டும். இது ஏன் என்றால் ஆண் உடல் தனக்கு வெளியே உயிரை உருவாக்குகிறது பெண் உடல் தனக்கு உள்ளே உயிரை உருவாக்குகிறது. ஒரு ஆண் உடல் விந்துவைத் தனது மனத்தைக் கட்டுப்படுத்துவதன் மூலம் வெளியேறாமல் தேக்கிவைக்க முடியும். ஆனால், பெண் உடல் மாத விலக்கு உதிரத்தை வெளியேற்றிவிடும். அது மனக் கட்டுப்பாட்டுக்கு அப்பாற்பட்டது.

இதற்கு நேரெதிராக கோயில்சார் இந்து மதத்தில் பெண் துணை இல்லாத ஆண் கடவுள் முழுமையற்றவராகப் பார்க்கப்படுகிறார். சக்தி இல்லாத சிவனும் ராதை இல்லாத கிருஷ்ணனும் சீதை இல்லாத ராமனும் முழுமையற்றவர்களே. குடும்பஸ்தன்தான் சமூகத்தைச் சமநிலைப்படுத்தும் சக்தி. பெண் துணை இல்லாத ஆணோ ஆண் துணை இல்லாத பெண்ணோ அல்ல. பெண் துணை இல்லாத ஆண் பிரம்மச்சாரி (பாலுறவில் ஈடுபடாதவர்) என்றால் மட்டுமே மதிப்புக்குரிய வராகப் பார்க்கப்பட வேண்டும். ஆண் துணை இல்லாத பெண், கிருஷ்ணனுடன் தன்னை இணைத்துக்கொண்ட மீராபாய் அல்லது ஆண்டாள் அல்லது சிவனைக் காதலித்த அக்கமாதேவி போல் ஒரு ஆண் தெய்வத்துக்குத் தன்னை அர்ப்பணித்துக்கொண்டவராக இருந்தால் மட்டுமே மதிக்கப்பட வேண்டும்.

ஆதி காலத்தில் பிரம்மச்சாரியாகிய ஆண், பெண் இருவருமே அச்சுறுத்தலாகப் பார்க்கப்பட்டனர். பிரம்மச்சாரிய ஆண்கள் வலிமையும் ஆக்ரோஷமும் மிக்க மந்திர சக்திகளைக் கொண்ட யோகிகள் என்பதால் அவரைக் கண்டு அஞ்சினார்கள். திருமணம் செய்துவைப்பதன் மூலமாகவே அவரை அமைதிப்படுத்தவும் ஆக்கப்பூர்வமானவராக ஆக்கவும் முடியும் என்று நம்பப்பட்டது. அதேபோல் துணையில்லாத பெண்களுக்குத் திருமணம் செய்துவைக்கப்பட்டு தாய்மை

அடையச் செய்யாவிடில் அவர்கள் ஆண்களை உண்டு செரிக்கக்கூடிய பாலியல் வல்லுறவாளவர்களாகவும் அச்சத்துக்குரிய யோகினிகளாகவும் பார்க்கப்பட்டார்கள். சுதந்திரமான பெண்கள்மீதான பண்பாட்டுரீதியான அச்சத்தை இதிலிருந்து புரிந்துகொள்ளலாம். மத்திய கால நாத மரபுகளில் பிரம்மச்சாரிகளாகிய நாத–ஜோகிகள் ஆண்களை ஆடுகளாக மாற்றிவிடக்கூடிய யோகினிகளுடனும் மாத்ரிகாக்களுடனும் தொடர் போரில் ஈடுபட்டிருந்தனர். ஒரு ஆணுக்கு மட்டும் நம்பிக்கைக்குரியவராக இருந்த பெண்களுக்கு அல்லது தமிழ்த் துறவி ஔவையாரைப் போல் உடலை மொத்தமாக நிராகரித்தவர்களுக்குப் பெரும் மரியாதை அளிக்கப்பட்டது. காரைக்கால் அம்மையார், தன்னுடைய கணவருக்கு மனைவியாக இருக்கத் தேவையில்லாமல் தன்னுடைய உடலாலும் மாதவிடாய் சுழற்சியாலும் பாதிக்கப்படாமல் சிவனை வழிபட்டுக்கொண்டே இருக்க வேண்டும் என்பதற்காகவே தோல் சுருங்கிய மெலிந்த மாதவிடாய் நின்றுபோன மூதாட்டியாக உருமாறியவர். பிந்தைய காலங்களில் பிரம்மசாரி ஆண் புனிதமானவராகவும் துணையில்லாத ஒற்றைப் பெண் ஆபத்தானவராகவும் பார்க்கப்பட்டனர்.

இந்து மதத்தில் அனைத்து உயிர்களும் பாலினமும் சாதியும் கொண்ட சட்டகத்துக்குள் வாழ்கிறார்கள். இதன் மீது அவர்களுக்கு எந்தக் கட்டுப்பாடும் இல்லை. நாம் நமக்கு என்ன நடக்க வேண்டும் என்பதைத் தீர்மானிக்க முடியாது; அதைக் கர்மாதான் தீர்மானிக்கிறது. ஆனால், குறிப்பிட்ட ஒரு சூழலுக்கு நாம் எப்படி எதிர்வினையாற்ற வேண்டும் அல்லது செயலாற்ற வேண்டும் என்பதைத் தேர்ந்தெடுப்பதுதான் யோகம். தேர்ந்தெடுக்கும் உரிமை நமக்கு உள்ளது; நமது செயல்பாடுகளின் விளைவுகளுக்கு நாம்தான் பொறுப்பேற்க வேண்டும்.

மனு ஸ்ம்ருதியின்படி பெண் தன்னுடைய தந்தை அல்லது சகோதரன் அல்லது கணவன் அல்லது மகன் ஆகிய ஆணுக்கு அடிபணிய வேண்டியவள். அவர்களை மதித்து நடந்துகொள்ள வேண்டியவள். அதாவது, தான் என்ன செய்ய வேண்டும் என்று தீர்மானிக்கும் அதிகாரம் அவளிடமிருந்து பறிக்கப்பட்டு விடுகிறது. ஆனால் புராணங்களில் சதியும் பார்வதியும் தமது கணவரைத் தேர்ந்தெடுக்கிறார்கள். லட்சுமி தான் மரியாதையுடன் நடத்தப்படவில்லை என்று உணர்ந்தவுடன் விஷ்ணுவைப் பிரிந்து செல்கிறார். மகாபாரதத்தில் கங்கையும் சத்யவதியும்

திருமணத்துக்கு முன்பு கடுமையான முன்நிபந்தனைகளை விதிக்கிறார்கள். பாகவதத்திலும் உஷா, தன்னுடைய காதலனும் கிருஷ்ணனின் பேரனுமான அநிருத்தனைக் கடத்திச் செல்கிறாள். ராமாயணத்தில் சீதை தன் கணவனான ராமனுடன் காட்டுக்குச் செல்வேன் என்பதில் ராமனின் எதிர்ப்புகளை மீறி உறுதியாக இருக்கிறாள். இதிலிருந்து பலர் முன்வைப்பதைப் போல் மனு ஸ்ம்ருதி அனைவராலும் பின்பற்றப்பட வேண்டிய 'தலைமைச்' சட்டமாக எப்போதும் இருந்ததில்லை என்பதைப் புரிந்துகொள்ளலாம். இந்து மதக் கதையாடல்களில் பெண்கள் பலமுறை பல சூழல்களில் தமது முடிவெடுக்கும் அதிகாரத்தை வெளிப்படுத்தியிருக்கிறார்கள். இது சுதந்திரவாதப் பெண்ணியத்துடன் பொருந்தக்கூடியது, ஆனால், 'சமத்துவவாத'ப் பெண்ணியத்தைப் போல் பார்வதியோ லட்சுமியோ கங்கையோ. உஷாவோ சீதையோ தாங்கள் தமது வாழ்வில் ஆண்களால் ஒடுக்கப்படுவதாக எங்கும் சொல்வதில்லை. இந்துப் புராணத்தில் பாதிக்கப்பட்டவர் என்பதே கிடையாது.

ஆம், சாதி இந்துக்கள் கணவனை இழந்த பெண்கள் மறுமணம் செய்துகொள்வதைத் தடுத்தனர் ஆனால் ராமாயணத்தில் வானர அரசி தாரை சுக்ரீவனையும் ராட்சச அரசி மண்டோதரி விபீஷணனையும் மறுமணம் செய்து கொள்கிறார்கள். இவையெல்லாம் 'கீழ்' சாதி'யினரின் பழக்க வழக்கங்கள் என்று கருதி நாம் இவற்றை முன்னிறுத்துவ தில்லை. பாலிவுட் திரையுலகமும் ராஜபுதன வம்சங்களும் பெருமைக்குரியதாகச் சித்திரித்த சதி (உடன்கட்டை ஏறுதல்), ஜௌஹர் (பிற ஆண்கள் தம்மை அபகரித்துவிடக் கூடாது என்பதற்காகத் தீக்குளித்தல்) போன்ற சடங்குகள் குறித்து வேதங்களில் எங்கும் குறிப்பிடப்படவில்லை. இதுபோன்ற பழக்கவழக்கங்கள் மத்திய காலத்தில்தான் பரவலாகியிருக்கக் கூடும். அதே நேரம் இந்தியாவில் சில சமூகங்களில் பெண்கள் பல கணவர்கள், காதலர்களுடன் இருப்பதும் பெண்வழி வாரிசுரிமையும் அனுமதிக்கப்பட்டிருந்தன. ஆனால் அவற்றைக் கடைப்பிடித்தோர்? 'தாழ்ந்த' சாதிகள் என்று பார்க்கப்படுவதால் நாம் இவற்றைப் பற்றியெல்லாம் பேச மாட்டோம். இந்து மதப் பழக்க வழக்கங்கள் என்பவை 'உயர்ந்த' சாதிகளின் பழக்க வழக்கங்கள் மட்டுமல்ல என்பதை நாம் மனதில் பதிந்துகொள்ள வேண்டும். பலதரப்பட்ட பழக்கவழக்கங்களை உள்ளடக்கிய பெரியதொரு சித்திரத்தை

அடையாளம்காண வேண்டும். வெவ்வேறு சமூகங்களில் வெவ்வேறு காலகட்டங்களில் வெவ்வேறு அளவிலான முடிவெடுக்கும் அதிகாரத்துடன் பெண்கள் இருந்தனர்.

ஒடுக்குமுறை என்னும் கண்ணாடியின் வழியாக உலகைக் காணும் பார்வையின் வேர்களை கிரேக்கப் புராணங்களில் காணலாம். அவற்றில்தான் ஒரு நாயகன் மனிதர்களின் விதியைத் தீர்மானிக்கும் கடவுளரின் விருப்பங்களை எதிர்ப்பவராகவும் அவற்றுக்கு அடிபணிய மறுத்து உயிர் துறப்பவராகவும் இருப்பார். பாதிக்கப்பட்டதன்மையைப் பெருமைக்குரியதாகப் பார்ப்பது ஆபிரகாமியப் புராணத்திலிருந்து வருகிறது. அதில் எகிப்தில் உள்ள அடிமைகளைப் பராவோ (Pharaoh) என்னும் தீய சக்தியிடமிருந்து இறைத் தூதர் காப்பாற்ற வேண்டும். அல்லது இறைத் தூதரின் மருமகனான அலியின் மரணத்துக்கு ஒருவர் எப்போதும் துக்கம் அனுசரித்துக்கொண்டே இருக்க வேண்டும். இதற்கு நேரெதிராக இந்து மதத்தில் ராவணனோ (சீதையின் சம்மதத்தைப் பற்றி அக்கறைகொள்ளாதவன்) துரியோதனனோ (பொது சபையில் திரௌபதியை வசை பாடுபவன்) தீயவர்களாகப் பார்க்கப்படுவதில்லை. அவர்கள் அஞ்ஞானிகளாகவும் மன உறுதி அற்றவர்களாகவும் நம்பிக்கை அற்றவர்களாகவுமே பார்க்கப்படுகிறார்கள். இது மிகவும் மாறுபட்ட கருத்துப் படிவம். இது துஷ்ட நிந்தனை அல்ல; தொடர்ந்து நிலவும் பதற்றம்.

ஆண் என்றாலும் பெண் என்றாலும் ஒரு மனிதருக்கு முடிவெடுக்கும் அதிகாரத்தை மறுப்பது சுயத்தின் (அஹம்) அதீத முனைப்பாகும். ஆண் சதையைப் பெண் சதையைக் காட்டிலும் அதிகமாக மதிப்பது வெளியே உள்ள தேகத்தைவிட உள்ளே உள்ள தேகியை மதிப்பதாகும். இவை எல்லாம் பாதுகாப்பற்ற உணர்வு, அறியாமை ஆகியவற்றின் வெளிப்பாடுகள். இவைதாம் பிறரைக் கட்டுப்படுத்தி ஆதிக்கம் செலுத்தும் உந்துதலை நமக்குத் தருகின்றன. அறிவார்ந்த மனிதர் தேகத்தைவிட தேகியையே மதிப்பார். எப்போதும் ஆண்களுக்கு மட்டும் அல்லாமல் அனைவருக்கும் முடிவெடுக்கும் அதிகாரத்தைக் கொடுப்பார். இதன் மூலம் தேகி தனது வாழ்க்கையைத் தேகத்தின் மூலமாக முழுமையாக அனுபவிக்க முடியும். அத்தகைய ஆணையோ பெண்ணையோதான் பெண்ணியவாதி என்று அழைக்க முடியும். அவர் நிச்சயம் ஆணாதிக்கவாதி அல்ல.

ஆக இந்து மதம் மேலோட்டமான பார்வையில் ஆணாதிக்கம் மிக்கதாகத் தோன்றினாலும் பெண்ணியம் சார்ந்ததாக மாற்றப்படக்கூடிய கூறுகள் அதில் ஆழமாகப் படிந்துள்ளன என்று ஐயமின்றிக் கூறலாம்.

8

யோகினி என்பவர் பெண் யோகியா அல்லது மூர்க்கமான, காமத்தைத் தூண்டுகிற சூனியக்காரியா?

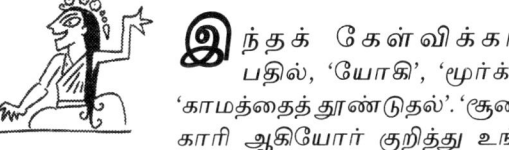

இந்தக் கேள்விக்கான பதில், 'யோகி', 'மூர்க்கம்', 'காமத்தைத் தூண்டுதல்'. 'சூனியக் காரி ஆகியோர் குறித்து உங்கள் உணர்வுகள் என்ன என்பதைச் சார்ந்தது. அதாவது நீங்கள் இந்தச் சொற்களால் சீண்டப் படுகிறீர்களா வசீகரிக்கப்படுகிறீர்களா? 'யோகி' என்னும் சொல் ஏதேனும் ஒன்றைத் துறப்பதால் கிடைக்கும் நிம்மதி உணர்வை உங்களுக்குள் ஏற்படுத்துகிறதா? அல்லது பாலுறவு, பாலுணர்வு வெளிப்பாடு குறித்த அருவருப்புடன் தொடர்பு கொண்ட நன்னடத்தை சார்ந்த தூய்மைவாத உணர்வைக் கிளர்த்துகிறதா?

சில இந்துக்கள் பாலியலுடன் தொடர்புடைய எது குறித்தும் சங்கடப்படுபவர்களாக இருக்கிறார்கள் என்பது வருத்தத்துக்குரியது. இவர்கள் விக்டோரியாவின் குழந்தைகள். பத்தொன்பதாம் நூற்றாண்டிலேயே நிலைத்து விட்டவர்கள். பெண்தன்மை இல்லாத, ஆடம்பரத்தை விரும்புகிற, உணர்வுபூர்வமான இந்துக்கள் என்றும் அதே நேரம் தாய்க்கு அடங்கிய நல்ல பிள்ளைகள், பெண்களை 'அப்படி'ப் பார்க்காதவர்கள் என்றும் விக்டோரியா ராணியைத் திருப்திபடுத்தக் கடுமையாக

மெனக்கெடுபவர்கள். தமது இச்சைகள் குறித்துச் சங்கடமடையப் பழக்கப்படுத்தப்பட்டுவிட்ட அவர்கள் பெண்களும் சுயாதீன மான பாலியல் உணர்வுகொண்ட உயிரினங்கள் என்பதை அங்கீகரிக்க மறுப்பவர்கள். அவர்களைப் பொறுத்தவரை பெண் என்பவள் அவர்களது அன்னை அல்லது சகோதரி மட்டுமே. எனவே இந்து மதத்தில் தெய்வீகப் பெண்மையை மையமாகக் கொண்ட தாந்த்ரீகப் பிரிவை அவர்கள் நிராகரிக்கிறார்கள். பாலுறவைப் பாவமாகவும் (எனவே காமத்தைத் தூண்டுவதைத் தீமையாகவும்) பெண்கள் சாத்தானின் கைப்பாவைகள் (மூர்க்கம் அடைவதற்குள் பணியவைக்கப்பட வேண்டியவர்கள்) என்றும் கருதும் மத்திய அமெரிக்க கிறிஸ்தவ அல்லது மத்தியக் கிழக்கத்திய இஸ்லாமிய அடிப்படைவாதக் குழுக்களின் கண்ணோட்டத்தின் வழியே இந்து மதத்தை விளக்க முயல்பவர்கள்.

பிறருக்கோ, ஞானத்துக்கான தாந்த்ரீக அணுகுமுறையைத் திறந்துவைக்கும் தெய்வீகப் பெண்மையாகிய யோகினியுடன் எந்தப் பிரச்சினையும் இல்லை. மீமாம்சையில் உள்ளபடி சடங்குகள் வழியாகவோ, வேதாந்தத்தின்படி தலையின் (மூளை) வழியாகவோ, பக்தியின்படி இதயத்தின் வழியாகவோ அல்லாமல் உடல்வழியாகவும் மடைதிறந்ததுபோல் அடித்துக் கொண்டுவரும் புலனுணர்வு, அது தூண்டும் இன்பம், வலி, பயம் ஆகியவற்றின் வழியாக ஞானத்தைப் பெறச் செய்வதே தாந்த்ரீகம். மந்திரம் மனதைக் (மந்திர) கையாள்வது என்றால் தந்திரம் உடலைக் (தன்) கையாள்வது. அதன் மறைபொருள் தன்மையின் காரணமாக தாந்த்ரீகம் எப்போதும் மைய நீரோட்டத்தை விடுத்து ஆசிரியரிடமிருந்து மாணவருக்குக் கடத்தப்படும் குழூஉக்குறியின் சங்கேதக் குறியீடுகள் மூலமாகக் கருத்துகளை வெளிப்படுத்துகிறது. (முதல் தாந்த்ரீகப் பிரதிகள் 1400 ஆண்டுகளுக்கு முன்பு தோன்றியவை, ஆனால் தாந்த்ரீக மரபு அதைவிட மிக மூத்தது.)

முதலில், சூனியக்காரி என்றால் என்ன?

சூனியக்காரி என்னும் சொல் இந்தியில் பயன்படுத்தப் படும் 'டாயன்' என்னும் சொல்லைப் போல் பேச்சுவழக்கில் பயன்படுத்தப்படும் இழுக்கான சொல். இரண்டு சொற்களுமே பெண்களைக் குறிக்கின்றன (ஆண் சூனியக்காரர்களும் இருக்கும் போதிலும்). மாயாஜாலத்தால் வசியப்படுத்திக் கருச்சிதைவு, குழந்தைகளுக்கு நோய்கள், கொள்ளைநோய்கள், மலட்டுத்தன்மை, விந்து வீணாகுதல், ஆண்மைக்குறைவு ஆகிய பல வகையான பிரச்சினைகளை விளைவிக்கும் மாயாவி அல்லது மந்திரக்காரிதான் சூனியக்காரி. இந்தப் பெண்களிடம் இருந்த அறிவு குறித்து மக்கள் அஞ்சினாலும் அவற்றைத் தமது

எதிரிகளுக்கு எதிராகப் பயன்படுத்தினார்கள். சூனியக்காரி என்னும் சொல் (கிறிஸ்தவத்துக்கு முந்தைய) பாகன் மத மரபு களில் தன் வேர்களைக் கொண்டிருக்கலாம். கனிமவளங்களை யும் மூலிகைகளையும் நோய் நீக்கவோ ஊறு விளைவிக்கவோ பயன்படுத்தத் தெரிந்த மருத்துவப் பெண்களைக் குறிப்பதற்கான சொல்லாக இருந்திருக்கலாம். காட்டினைப் பெண் கடவுளாகப் பார்த்த இந்தப் பெண்கள் அதன் மர்மம் நிறைந்த சுழற்சி களுக்கு அடிபணிந்தனர். மையநீரோட்டச் சமூகத்தில் கலக்க மறுத்துத் தனித்தும் குழுக்களாகவும் வாழ்ந்துவந்தனர். திருமணத்தையும் அதன் மூலம் வந்த கட்டுப்பாடுகளையும் நிராகரித்து ஆண்களைக் காதலர்களாகவும் நண்பர்களாகவும் உதவியாளர்களாகவுமே பயன்படுத்தினர். இந்தக் காட்டுப் பெண்களைக் கண்டு அஞ்சிய மையநீரோட்டச் சமூகம் அதே நேரத்தில் அவர்களை மதித்து வழிபடவும் செய்தது.

'டாயன்' என்னும் சொல் நாட்டார் இந்து, பௌத்தத் தாந்த்ரீக மரபுகளைச் சேர்ந்த 'டாகினி' அல்லது ' 'டங்குனி' என்னும் சொல்லிலிருந்து வந்திருக்கலாம். இது பணியவைக்கப் பட்ட, இல்லறத்துக்கேற்ற, கனிவான பெண் கடவுளருக்கு மாற்றாகக் காடுடன் தொடர்புபடுத்தப்படக்கூடிய, காமமும் குரோதமும் நிறைந்த மூர்க்கமான பெண் கடவுளரைக் குறிப்பதற்கான சொல். இந்தப் பெண்களுக்கும் மையநீரோட்டச் சமூகத்துக்கும் எப்போதும் பதற்றம் நிலவியது. கிறிஸ்தவத்தின் எழுச்சிக்குப் பின் இந்தப் பெண்கள் திட்டமிட்டுப் படுகொலை செய்யப்பட்டார்கள். இன்றைக்கும்கூடக் கிராமப்புற இந்தியாவில் சூனியக்காரச் செயல்களில் ஈடுபடுவதாகக் குற்றம்சாட்டப்படும் பெண்கள் கொடூரமாகக் கொல்லப்படும் கதைகளைக் கேட்பது வழக்கமானதுதான். இஸ்லாமியச் சமூகங்களில் பெண்கள் அச்சத்துக்குரிய ஜின்களுடன் (*Djinn*) தொடர்புபடுத்தப்பட்டார்கள். விக்டோரியா ஆட்சிக்குட்பட்ட ஐரோப்பாவில் ஆண்களின் பாலுணர்வைத் தூண்டி அவர்களின் வீரியத்தை நீக்கிய சுக்குபிக்கள் குறித்த கதைகள் உள்ளன. இதேபோன்ற யட்சிணிகளின் கதைகள் கேரளத்தில் புழங்குகின்றன. யட்சிணி என்பது யோகினியின் இன்னொரு பெயராக இருக்குமா என்பது யோசிக்கத்தக்கது.

யோகினி என்பவர் யோகியிடமிருந்து பெரிதும் வேறு பட்டவர். யோகியானவர் இயற்கையிடமிருந்தும் பண்பாட்டிட மிருந்தும் தப்பித்துச் செல்ல விரும்புகிறவர் என்றால் யோகினி யானவர் இயற்கையைக் கொண்டாடுபவர். பௌத்த, இந்து, நாதக் கதைகளில் இதைக் காணலாம்.

பௌத்த மதக் கதைகள் வக்ர–யோகினி போன்ற பெண் கடவுளர் குறித்துப் பேசுகின்றன. இவர்கள் தாந்த்ரீக

பௌத்தத்துடன் தொடர்புபடுத்தத்தக்கவர்கள். மூர்க்கமான, அடங்காத, காமமும் குரோதமும் நிறைந்த, சக்திவாய்ந்த பெண்கடவுளராகச் சித்திரிக்கப்படுபவர்கள். வஜ்ரயோகினி ஒரு கையில் கத்தியையும் இன்னொரு கையில் குருதி நிறைந்த பாத்திரத்தையும் வைத்துக்கொண்டு பிணங்களின் மீது நடனமாடுபவர். போதிசத்வரின் மீது ஏறி அமர்ந்து பாலுறவு கொள்பவர். இந்தப் பிம்பங்கள் திபெத்திய பௌத்தத்தில் யாப் – யம் அல்லது தந்தை – தாய் என்று அறியப்படுகின்றன. இவற்றை எல்லாம் அவற்றின் நேரடிப் பொருளில் எடுத்துக்கொள்ள வேண்டுமா? அல்லது இவை மனிதகுலத்தின் தொடக்கக் காலத்தில் இருந்த பெண்ணின் கருணைக்கும் ஆணின் அறிவுக்குமான சங்கமத்தின் உருவகங்களா? ஆண்களுக்குள் விந்தணுக்களை முதுகுத்தண்டின் வழியாகத் தலைகீழாகப் பாயச் செய்யும் ரகசியத் தாந்த்ரீக வழக்கங்களைக் குறிக்கும் பிம்பங்களா? நாம் ஊகிக்கத்தான் முடியும். ஆனால் தாந்த்ரீகப் பள்ளிகளில் இதுபோன்ற வழக்கங்கள்மீதான நம்பிக்கை மிக வலுவானது. இந்தப் பிம்பங்கள் இந்து மதத்தின் பெண் கடவுளான காளியை முன்வைப்பதாகச் சொன்னாலும் ஆச்சரியப்படுவதற்கில்லை. ஏனென்றால் தாந்த்ரீக பௌத்தத்திற்கும் இந்து மதத்தின் சிவ–சக்தி மரபுகளுக்கும் பல பொதுத்தன்மைகள் உள்ளன.

இந்துக்கள் 64 யோகினிகளுக்குமாகக் குறைந்தது நான்கு கோயில்களைக் கட்டியுள்ளார்கள். ஒடிஷாவின் ஹிராபூரிலும் ராணிபூர் ஜரியாலிலும் மத்தியப் பிரதேசத்தின் கஜுராஹோவிலும் பேதாகாட்டிலும் உள்ளவையே அந்த நான்கு கோயில்கள். வட்ட வடிவத்தில் திறந்தவெளியுடன் பிராகாரத்தில் 64 யோகினிகளின் பிம்பங்களும் உள்புறமாகப் பார்ப்பதுபோல் அமைக்கப்பட்ட தனித்துவம் வாய்ந்த கோயில்கள் இவை. ஹிராபூரில் அவர்கள் வெவ்வேறு வாகனங்களில் நின்றிருப்பதுபோலவும் ராணிபூர் ஜரியாலில் நடனமாடுவதைப்போலவும் பேதாகாட்டில் அமர்ந்திருப்பதைப் போலவும் சித்திரிக்கப்பட்டுள்ளனர். அவர்களின் பெயர்கள் ஆண் கடவுளரின் பெண் வடிவங்களிலிருந்து (ஐந்திரி, வாராஹி, வைஷ்ணவி) சுதந்திரமான பெண் கடவுளர் (காளி, சின்னமஸ்திகா), இரக்கம் மிக்க கடவுளர் (லட்சுமி), தீங்கிழைக்கும் கடவுளர் (பிரூபா) என அனைத்து வகையான பெண்களையும் குறிப்பனவாக உள்ளன. இவர்களில் சிலர் யுவதிகள், சிலர் மூதாட்டிகள், சிலர் விரும்பத்தக்கவர்கள், மற்றவர்கள் அகோர மானவர்கள். இப்படியாகப் பண்பாட்டுக்குப் பொருத்தமான வையாகக் கருதப்படுபவை மட்டுமல்லாமல் பெண்மையின் ஒட்டுமொத்த வெளிப்பாடுகளும் கொண்டாடப்படுகின்றன. இந்த மரபு இன்று பெண்மையுடன் தொடர்புடைய

அனைத்தையும் நிராகரிக்கும் பிரம்மசாரித் துறவிகளை வழிபடும் போக்கினால் மொத்தமாகப் பின்னுக்குத் தள்ளப்பட்டுவிட்டது.

நாத மரபுக் கதைகளில் வழக்கமாக, சலவைத் தொழிலாளர்களாக குயவர்களாக நெசவாளர்களாக சுடுகாடு களின் பணியாளர்களாகப் பணியாற்றும் 'கீழ்' சாதிகளைச் சேர்ந்த மந்திரசக்தி வாய்ந்த வலிமை மிக்க பெண்கள்தான் யோகினிகள். அவர்கள், பிரம்மச்சரியம் (சித்தி) மூலமாக அடையப்படும் யோக சக்திகளைக் கொண்ட பிரம்மச்சாரித் துறவிகளுடன் மோதலில் இருப்பவர்கள். எனவேதான் தனது குருவான மத்ஸ்யேந்திரநாதரை மயக்கி அவரைத் துறவு வாழ்விலிருந்து வெளியேறவைக்க முயன்ற பெண்களின் பிடியிலிருந்து அவரைக் காப்பாற்றிய கோரக்நாதரின் கதைகள் இருக்கின்றன. அதேபோல் ஜலேந்திரநாத்துக்கும் அவருடைய சீடர்களைக் கழுதைகளாக மாற்றிய யோகினிகளுக்கும் நடந்த போர் குறித்த கதைகளும் இருக்கின்றன. கிரேக்கப் புராணத்தின்படி மாயாஜாலங்களுக்கான பெண் கடவுளான சர்சியை (Circe) நினைவுபடுத்துபவை இந்த யோகினிகளின் கதைகள். இவை எல்லாம் நிஜத்தில் நிகழ்ந்த கதைகளா? அல்லது ஆண்களுக்கு அடிபணிய மறுக்கும் பெண் குறித்து அவஸ்தைக்குள்ளாகும் பண்பாட்டின் கற்பனை வெளிப்பாடுகளா? அல்லது ஆண் பிரம்மசரியத்துக்கும் பெண் பாலியல் பண்புக்கும் இடையிலான பதற்றத்தை வெளிப்படுத்தும் புனிதக் கதைகளா? நாம் ஊகிக்கத்தான் முடியும்.

இந்துக்கள் சிலர் இத்தகைய கதைகள் இருக்கின்றன என்பதையே மறுக்கிறார்கள். அவை 'தூய' இந்து மதத்தில் உள்ளவை அல்ல என்றுகூடச் சொல்கிறார்கள். (குறும்புத் தனமாகவோ ஆய்வு நோக்கிலோ) கல்விப்புலத்தைச் சேர்ந்த பெண்கள் இந்தக் கதைகளைச் சுட்டிக்காட்டி, சில இந்துக்கள் ஏறி அமர்ந்திருக்கும் 'தூய்மைவாதப் பீட'த்திலிருந்து கீழே இறக்கிவிடும் போது அவர்கள்மீது கோபம் கொள்கிறார்கள். வலுவான, விடாப்பிடியான உறுதியான பெண்கள்மீது இணையத்தில் பாயும் ஆண் சினத்தைப் போன்றதுதான் இதுவும். இந்து மதம் பரந்ததும் பலதரப்பட்டதும் ஆகும். அது வெறும் ஆண், தூய்மைவாத பிராமணர்களின், துறவிகளின் அதிகாரப் பீடம் அல்ல என்பதையே யோகினிகளின் இருப்பு நமக்குச் சொல்கிறது.

9

இறப்பு, தற்கொலை ஆகியவை குறித்து இந்து மதத்தின் பார்வைகள் என்ன?

உலகம் முழுவதிலும் இறப்புக்குப் பிறகு என்ன நடக்கிறது என்பது குறித்து இரண்டு சிந்தனைப் போக்குகள் உள்ளன: வாழ்க்கை ஒன்றுதான் என்ற நம்பிக்கை உடையோர், பல வாழ்க்கைகள் உள்ளன என்று நம்புவோர். இந்து மதம் இரண்டாம் வகையைச் சேர்ந்தது.

ஒரே ஒரு வாழ்க்கைதான் உள்ளது என்று நம்புவோரை மேலும் இரண்டு வகையினராகப் பிரிக்க முடியும். இறப்பே இறுதி முடிவு, அதற்குப் பிறகு எதுவும் இல்லை என்று நம்புவோர்; இறப்புக்குப் பிறகு இறந்தவர்களின் உலகத்துக்குச் சென்று இறப்புக்குப் பிந்தைய வாழ்க்கையை நிரந்தரமாக வாழ்வதாக நம்புவோர்; இறப்புக்குப் பிறகு ஒருவர் சந்தோஷத்தை அளிக்கும் சொர்க்கத் துக்கோ நிரந்தர (அல்லது போதுமான அளவு தண்டிக்கப்பட்டுச் சுவர்க்கத்தில் இருப்போருடன் இணைவதற்குத் தகுதி பெறும்வரை) துன்பத்துக்கு ஆளாக்கும் நரகத்துக்கோ செல்கிறார்

பகுத்தறிவாளர்கள் இறப்பே இறுதி முடிவு என்று நம்புவதால் இந்த உலகின் பிரச்சினைகள் அனைத்தையும் இந்த – தம்முடைய ஒரே ஒரு – வாழ்விலேயே தீர்த்துவிடும் அவசரத்தில் உள்ளனர்.

பண்டைக்கால எகிப்தியர்கள் இறப்புக்குப் பிந்தைய நிரந்தர வாழ்க்கையை நம்பியதால்தான் பிரமிடுகளைக் கட்டினர். சீனர்கள், மறபிறப்புக் கொள்கையை பௌத்தம் அறிமுகப் படுத்துவதற்கு முன்புவரை, இறப்புக்குப் பிறகு ஒருவர் முன்னோர்களின் உலகத்துக்குச் செல்வதாக நம்பிவந்தனர். இன்றும்கூட மீண்டு வர முடியாத இறந்தோர் உலகத்தில் வாழும் முன்னோர்கள் செலவழிப்பதற்காகக் காகிதப் பணத்தை அளிக்கும் சடங்குகள் உள்ளன. கிறிஸ்தவர்களும் இஸ்லாமியர்களும் சுவர்க்க நரகத்தை நம்புகின்றனர். அவர்களைப் பொறுத்தவரை ஒரு மனிதர் கடவுள் வகுத்த சட்டதிட்டங்களுக்கு ஏற்ப வாழ்ந்தாரா இல்லையா என்பதே அவர் சுவர்க்கத்துக்குச் செல்வாரா நரகத்துக்குச் செல்வாரா என்பதைத் தீர்மானிக்கிறது.

மறுபிறப்பில் நம்பிக்கையுடையோர் ஒருவர் இறுதிப் பாடத்தைக் கற்று இனித் தனக்கு ஒரு உடல் தேவையில்லை என்று உணரும்வரை இறந்தோர் உலகத்திலிருந்து (பித்ரு லோகம்) உயிரோடிருப்போரின் உலகத்துக்கு (பூலோகம்) மீண்டும்மீண்டும் வந்துகொண்டிருப்பார் என்று நம்புகிறார்கள். இதில் வேறுபாடுகள் உள்ளன: ஒருவர் மறுபிறவிக்குத் தகுதி பெறும்வரை பல்வேறு குற்றங்களுக்காக நரக லோகத்தில் தண்டிக்கப்படுவார்கள்; பிறகு, மீண்டும் புவிக்குச் செல்வதற்கான காலம் வரும்வரை சொர்க்கலோகத்தில் மகிழ்ச்சியில் திளைப்பார்கள்.

மறுபிறப்பும் (புனர்ஜன்மம்), மறு இறப்பும் (புனர்மிருத்யு) தவிர்க்க முடியாதவையாகப் பார்க்கப்பட்டாலும் இந்துக்கள் அழிவற்ற நிலை (அமிர்தம்) என்கிற ஒன்றையும் நம்புகிறார்கள். விண்ணில் வாழும் தேவர்களும் மண்ணுக்குக் கீழே வசிக்கும் அசுரர்களும் இந்த அமிர்தத்துக்காகச் சண்டையிட்டுக் கொள்கின்றனர். அதேபோல் பறவைகளும் (கருடன்) பாம்புகளும் (நாகம்) சண்டையிடுகின்றன. அசுரர்களிடம் இறந்தவர்களை உயிர்ப்பிக்கும் சஞ்ஜீவனி வித்தை இருந்தது. சுக்கிரனை மீண்டும் உயிர்ப்பிக்க ஜெயந்தன் இதைப் பயன்படுத்தினார். மகாபாரதத்தில் பாம்புகளிடம் இறந்தவர்களுக்கு மீண்டும் உயிர்கொடுக்கக்கூடிய நாகமணி என்னும் ஆபரணம் இருந்தது. பப்ருவாஹனனால் கொல்லப்பட்ட அர்ஜுனனை மீண்டும் உயிர்ப்பிக்க இது பயன்படுத்தப்பட்டது.

வரலாற்றுரீதியில் பார்த்தால், வேதங்களில் மறுபிறப்புக் குறித்துத் தெளிவான குறிப்புகள் இல்லை. நம் உடல் இறப்புக்குப் பிறகு எப்படி மீண்டும் இயற்கைக்குத் திரும்புகிறது என்று கூறப்பட்டுள்ளது; ஆதிகாலத்துப் புருஷனைப் போல ஒருவரின்

கண்கள் சூரியன் ஆகின்றன. மூச்சு காற்றாகிறது. ஆத்மா, ஜீவன், மனம், பிராணன் ஆகியவை மரணத்தைக் கடந்தவை. முன்னோர்களுக்கும் கடவுளருக்குமான மகிழ்ச்சியான உலகம் (சொர்க்கம்), வலிநிறைந்த உலகம் (நரகம்) ஆகியவை பற்றிய குறிப்புகள் உள்ளன. முன்னோருக்கு (பித்ருக்கள்) உணவளிப்பது பற்றியும் உள்ளது. ஆனால் நாம் இன்று பேசும் மறுபிறப்பு வேதங்களில் இல்லை.

உபநிஷத்துகளில் உருவாகிவந்த மறுபிறப்புக் கொள்கை புராணங்களில் முழுமையாக வெளிப்படுகிறது. வேதகாலக் குடும்பஸ்தர்கள் யாகங்களையும் தனது உலகியல் கடமைகளையும் (தர்மம்) செய்வதன் மூலம் ஒருவர் சொர்க்கத்தை அடையலாம் என நம்பினார்கள். வேதத் துறவியானவர் கர்ம வினையில், அழியாத்தன்மையில், தியானம், தவம், பல்வேறு சமூக, மன, உடல்ரீதியான பயிற்சிகள் (யோகம்) மூலமாகத் தனி உயிரை (ஆத்மா, ஜீவாத்மா) பிரபஞ்ச உயிருடன் (பிரம்மம், பரமாத்மா) இணைப்பதைப் பற்றிப் பேசினார்கள்.

இரண்டு தெரிவுகள் இணைவதைக் காணலாம்: இன்னொரு வடிவத்தில் இந்த உலகுக்கு மீண்டும் வருதல் அல்லது வேறொரு உலகத்துக்குத் தப்பிச் செல்லுதல். எனவே இந்துச் சடங்குகள் நெருப்பு (தப்பிச் செல்வதற்கு), நீர் (மறுபிறப்புக்கு) ஆகிய இரண்டின் கூட்டாக இருப்பதைக் காணலாம். முன்னோருக்குச் சடங்குகள் வழியாக உணவளித்து (சிராத்தம்) அவர்கள் மீண்டும் பிறக்க உதவுவதாக வாக்களிக்கும் சமூகங்கள் உள்ளன. இந்தச் சடங்கில், உணவுக்கும் (அன்னம்) தசைக்கும் (அன்னகோசம்) இடையிலான உறவிலும் இறந்தவர்கள் விடுதலைக்காகப் பாடுபட்டுக்கொண்டிருக்கும் போது வாழ்ந்துகொண்டிருப்போரின் உலகுக்குத் திரும்பி வருவதற்கும் தமக்கென்று ஒரு உடலைப் பெற்று உணவு உண்பதற்கும் எவ்வாறு ஏங்குகிறார்கள் என்பதிலும் நாம் கவனம் செலுத்துகிறோம்.

அடுத்தது தானாக முன்வந்து உடலைத் துறப்பது (சமாதி). ஒருவர் தனது வாழ்வியல் கடமைகளை முடித்துவிட்ட பிறகு தானாக வாழ்க்கையை முடித்துக்கொள்வது என்று பகுத்தறிவாளர்கள் கூறுகின்றனர். எடுத்துக்காட்டாக ராமாயணத்தில் ராஜ்ஜியத்தைத் தனது மகன்களிடம் ஒப்படைத்துவிட்டுச் சரயு நதிக்குள் செல்லும் ராமன் மீண்டும் எழுந்து வரவில்லை. அதேபோல் மகாபாரதத்தில் பாண்டவர்கள் தமது ராஜ்ஜியத்தை அடுத்த தலைமுறையிடம் ஒப்படைத்துவிட்டு மலைகளுக்குள் சென்றுவிடுகிறார்கள். இந்தச் சடங்கு ஒருவர் தனது உலகியல் கடமைகளை

முடித்துவிட்ட பிறகு தன்னிச்சையாகத் தற்கொலை செய்துகொள்வது என்று சிலர் கூறுகின்றனர்.

கிறிஸ்தவத்தில் தற்கொலை பாவமாகக் கருதப்படுவதால் காலனிய மரபின்படி இந்தியாவில் தற்கொலை செய்து கொள்வது சட்டத்துக்குப் புறம்பானதாகவும் தண்டனைக்கு உரியதாகவும் இருந்தது. அண்மையில் அந்தச் சட்டம் சற்றுப் பரிவுடையதாக மாற்றப்பட்டது. இந்தியர்கள் எப்போதும் இறப்புடன் முதிர்ச்சியான உறவைக் கொண்டிருக்கிறார்கள். தனது உலகியல் கடமைகளை நிறைவேற்றிவிட்ட ஒருவர் குடும்பத்தின் ஒப்புதலுடன் தனது வாழ்க்கையைத் துறப்பது முற்றிலும் ஏற்றுக்கொள்ளப்பட்டது. இன்று சர்ச்சைக்குள்ளா கும் இந்த விஷயம் புராணங்களில் திரும்பத்திரும்ப இடம்பெறுகிறது. எனவேதான் உலகியலிலிருந்தும் அதன் கட்டுகளிலிருந்தும் விடுவித்துக்கொண்டு தெய்வீகத்தில் கவனம் செலுத்தும் வாழ்வின் இறுதிப் பகுதியான சன்யாச – ஆசிரமம் என்னும் கருத்தாக்கம் இங்கு உள்ளது.

10

அறிதிறன் குறித்து இந்து மதம் சொல்வதென்ன?

முதலில் அறிதிறன் (Cognition) என்பதென்ன? இந்த உலகை நாம் புரிந்துகொள்ளும் செயல்முறையே அறிதிறன் எனப்படும். இந்த உலகை நாம் புரிந்துகொள்வதும் கவனிப்பதும் நமக்குள் புற உலகைப் பற்றிய உணர்வுகளையும் எண்ணங்களையும் தோற்றுவிக்கும். இந்து, பௌத்த, சமண மத நூல்களில் அறிதிறனைக் குறிக்க, சித்தம், பிராணம், ஜீவன், ஆத்மா எனப் பல சொற்கள் பயன்படுத்தப்படுகின்றன. பெரும்பாலும் இவை ஒவ்வொன்றும் ஒரே பொருளில் மாற்றிமாற்றிப் பயன்படுத்தப்படுகின்றன. இதுவே இந்தியத் தத்துவத்தின் தனித்துவமான அம்சம். கவனிப்பவரும் கவனிக்கப்படுவதுமே இதன் மையம். அதுவே பார்ப்பவரும் பார்க்கப்படுவதும் உணர்பவரும் உணரப்படுவதும் மனமும் பருப்பொருளும் தேகமும் தேகியும் ஆக உள்ளது.

உலகெங்கும் உள்ள பல்கலைக்கழகங்களில் அறிதிறன் அறிவியல் நவீன அறிவியல் பாடங்களில் ஒன்றாக மிக வேகமாக வளர்ந்துவருகிறது. ஆனால் இது எப்போதும் அப்படி இருந்ததில்லை. அறிவியலின் தொடக்கக் காலங்களில் பருப்பொருள் அளவுக்கு மனம் முக்கியமானதாக இருந்ததில்லை. 19 ஆம் நூற்றாண்டு சமூகம் புறவயத்தன்மை

போன்ற கருத்துக்களால் கட்டமைக்கப்பட்டிருந்தது. எனவே பொறியியலில் புலனுணர்வு என்பதற்கு (Perception) எந்த மதிப்பும் அளிக்கப்படவில்லை. புலனுணர்வு என்பது கெட்ட வார்த்தையாகவே கருதப்பட்டது. அகவயத்தன்மையையும் உணர்ச்சிகளையும் அறிவியல் தாழ்வாகவே கருதியது. ஆனால் அண்மைக் காலங்களில் படைப்பாக்கத்திலும் பண்பாட்டுச் செயல்முறைகளிலும் புலனுணர்வுகள், உணர்ச்சிகள் ஆகியவை ஆற்றும் பங்கினைப் பலரும் மதிக்கத் தொடங்கியுள்ளனர். எனவே பொறியியல் மனநிலையின் இடத்தைப் படைப்பாக்க அகவயத்தன்மையைக் கணக்கில் எடுத்துக்கொள்ளும் வடிவமைப்பு மனநிலை மெதுவாகப் பிடித்துவருகிறது. விளைவாக, அறிதிறன் அறிவியலுக்கும் நாம் நம்மைச் சுற்றியுள்ள உலகத்தை எப்படி அறிந்துகொள்கிறோம் என்பது குறித்த ஆய்வுக்கும் அளிக்கப்படும் மதிப்பு அதிகரித்துக்கொண்டே இருக்கிறது. இதனால் பல அறிவியலாளர்கள் பண்டைய இந்தியச் சிந்தனையை மதிப்புடன் நோக்கத் தொடங்கியுள்ளனர்.

இந்து, பௌத்த, சமண மதங்கள் அறிதிறனுக்கு முக்கியத்துவம் அளிக்கின்றன. யூத, கிறிஸ்தவ, இஸ்லாம் மதங்கள் இறைக் கட்டளைகளுக்கு முக்கியத்துவம் அளிக்கின்றன. இதை இரண்டு வகை மதங்களுக்கும் இடையிலான அடிப்படை வேறுபாடாகக் கருதலாம். முதல் வகை மதங்கள் நாம் இந்த உலகை எப்படிப் புரிந்துகொள்ள வேண்டும் எப்படி நாம் இந்த உலகம் குறித்த புரிதலை மாற்றிக்கொள்ள முடியும் என்பதைப் பேசுகின்றன. இரண்டாம் வகையைச் சேர்ந்த மதங்கள் நாம் இவ்வுலகில் எப்படி நடந்துகொள்ள வேண்டும் என்பதைப் பேசுகின்றன. தன்னை அறிவது பற்றிய 'ஆன்மிகம்' என்னும் சொல் முதல் வகை மதங்களுக்குக் கூடுதலாகப் பொருந்துகிறது. சமூக ரீதியான ஒழுங்கை உருவாக்குவது பற்றிய 'மதம்' என்னும் சொல் இரண்டாம் வகை மதங்களுக்குக் கூடுதலாகப் பொருந்துகிறது.

ஐரோப்பிய, அமெரிக்க, இடதுசாரிக் கல்விப்புலங்களைச் சேர்ந்தோர் இந்து மதத்தை இறைக்கட்டளைகளின் சமயமாகச் சுருக்க மிகக் கடுமையாக முயன்றார்கள். வேதம், பகவத் கீதை, மனு ஸ்ம்ருதி ஆகியவற்றிலிருந்து அந்தக் கட்டளைகள் தோன்றியதாகவும் அதுவே சாதி அமைப்பை உருவாக்கியதாகவும் கூறினார்கள். எனவே அதற்கு மாற்றாகச் சாதி அமைப்பை ஒழிப்பதற்கு, இட ஒதுக்கீட்டுக் கொள்கையைப் போன்ற புதிய கட்டளைகள்மீது நம்பிக்கை கொண்டனர். ஆனால், அது சாதியை ஆழப்படுத்தி நேரெதிரான விளைவுகளையே ஏற்படுத்திக்கொண்டிருக்கிறது.

முரண்பாடு என்னவென்றால், இந்தத் தரப்பினரை எதிர்க்கும் தீவிர வலதுசாரிகள் (அவர்கள் பெரும்பாலும் 'மேல்' சாதி ஆண்கள்) தங்களை ஆதிக்க நிலையிலேயே நீடித்திருக்க உதவக்கூடிய கட்டளைகளின் புதிய தொகுப்பையே நாடுகிறார்கள். இதன் மூலம் இந்து மதத்தை அறிவுத்திறனைக் காட்டிலும் கட்டளைகள் சார்ந்ததாகப் புரிந்துகொள்ளும் மேற்கத்திய வாசிப்புடன் கட்டமைப்புரீதியாக ஒத்துப் போகிறார்கள்.

பண்டைய இந்தியர்கள் இயற்கை (பிரகிருதி), பண்பாடு (சம்ஸ்கிருதி) இரண்டையும் வேறுபடுத்திப் பார்த்தனர். வடிவத்தின் இடமும் (ஆகார்) நம்மைச் சுற்றியுள்ள வடிவமும் (ஆக்ருதி) முறையே பிரகிருதி, சம்ஸ்கிருதி என அறியப்படுகின்றன. ஆனால் பிரகிருதி என்பது ஏற்கெனவே அல்லது இயல்பில் உள்ள வடிவமைப்பு என்றால் சம்ஸ்கிருதி என்பது மனிதத் தலையீட்டின், தேகியின் இருப்பைக் குறிக்கும் வடிவமைப்பு. பண்பாட்டுரீதியான பண்படுதலின் அளவு மனித விழிப்புணர்வின் அளவைச் சுட்டுவதாகும். வளர்ப்புமுறை, கல்வி, திருமணம், சமுதாயக் கடமைகள், இறப்புச் சடங்குகள் என ஒரு நிலையிலிருந்து அடுத்த நிலைக்குச் செல்லும் சடங்குகளே (சம்ஸ்காரம்) மனிதர்களை விலங்குகளிடமிருந்து வேறுபடுத்துகின்றன. சம்ஸ்காரம் என்னும் சொல் வாழ்வு– சாவு (சம்சாரம்) என்னும் இயல்பில் உள்ள இயற்கை உலகுக்கு வடிவம் (ஆகாரம்) கொடுக்கும் மனித விருப்பத்தை வெளிப்படுத்துகிறது.

ரிக் வேதம் நமக்கு மனத்தை (பிராஹ்–மண) அறிமுகப் படுத்துகிறது. காட்டையும் (ஆரண்யம்), மனிதர்கள் குடியிருப்பை யும் (கிராமம்) வேறுபடுத்தி வீட்டுக்குப் பழக்கப்படுத்தும் நடைமுறையை சாம வேதம் அறிமுகப்படுத்துகிறது. கடவுள் களுக்குக் கொடுப்பதன் (ஸ்வாஹா) மூலம் நமக்கு நாம் விரும்புவது கிடைக்கும் (ததாஸ்து) என்னும் 'பரிமாற்றச்' சடங்கில் கவனம் செலுத்தும் யஜுர் வேதம் உறவை அறிமுகப்படுத்து கிறது. ஐரோப்பியர்கள் இந்தப் பரிமாற்றத்தை பலிகொடுத்தல் என்று புரிந்துகொண்டதால் இந்த அடிப்படையான மனிதச் சடங்கு குறித்து கடந்த 200 ஆண்டுகளாகத் தவறான புரிதல் நிலவுகிறது. கொடுத்து வாங்குதலின் அடிப்படையிலான பரிமாற்றம் என்பது நியாயமான சமூகத்தை உருவாக்கும் என்று எந்தப் பொருளியலாளரும் சொல்வார்; பலிகொடுத்தல் சுரண்டலுக்கே வழிவகுக்கும். அதர்வ வேதம் அன்றாட வாழ்வுக்கான ஒழுக்க விதிகள், அதிருஷ்டத்தை ஈர்ப்பதற்கும் துரதிருஷ்டத்திலிருந்து விடுபடுவதற்குமான மந்திரங்களைக் கொண்டது. ஐந்தாவது வேதமாகிய நாட்டிய சாஸ்திரம்

நம்மை உண்மையிலேயே பண்பட்டவர்களாக ஆக்கும் கதைகள், பாடல்கள், கலை, கலை நிகழ்த்துதல்கள் ஆகியவற்றையும் அழகியல் அனுபவங்கள் (ரசம்), உணர்வுரீதியாக உருக்கமடைதல் (பாவம்) ஆகியவற்றையும் பேசுகிறது.

சந்தைவெளியின் இயற்கையான மொழிகளைப் (பிராகிருதம்) பேசிய பண்படாத எளிய மனிதனுக்கு மாறான விரிவடைந்த மனம் (பிராஹ்–மண) கொண்ட மனிதனைச் (மாணவன்) சுட்டுவதற்கானதாகவே பண்பட்ட மொழி (சம்ஸ்கிருதம்) இருந்தது. இதனால் காட்டின் படைப்பான அனுமன் நயமான சம்ஸ்கிருதத்தில் பேசியதைக் கண்டு ராமன் ஈர்க்கப்பட்டான். ஆனால் மொழி மட்டுமே பண்பட்ட நிலையைக் குறிப்பதாகி விடாது என்றும் ராமாயணம் எச்சரிக்கிறது. ஏனென்றால் ராவணன் வேத பண்டிதன் (வேத–ஆச்சாரியன்). நயமான சமஸ்கிருதம் பேசுபவன். ஆனாலும் அவன் இன்னொரு மனிதனின் மனைவியை அபகரித்ததன் மூலம் ஒரு பெண்ணின் விருப்பத்தைவிட தனது இச்சைக்கு முக்கியத்துவம் அளித்து ஒரு மிருகத்தைப் போல் நடந்துகொள்கிறான்.

பண்படுதல் என்னும் சொல்லான சம்ஸ்க்ருதி (சன்ஸ்கிருதி என்றும் உச்சரிக்கப்படுகிறது), 'சம', 'ஆக்ருதி' ஆகிய இரண்டு சொற்களின் சேர்க்கை. சம என்பது இசை மயமான சாமம், முடிவும் தொடக்கமுமாகிய இசைச் சுழற்சி, முதல் ஸ்வரத்துக்குத் திரும்பச் செல்லுதல் ஆகியவை மீது நம் கவனத்தை ஈர்க்கிறது. இதன் மூலம் பண்படுதலுக்கும் மீண்டும் மூலத்தை நோக்கிவரும் சுழற்சியான சிந்தனைமுறைக்கும் அதிகத் தொடர்பு உண்டு என்பது சுட்டிக்காட்டப்படுகிறது. சமநிலை (சம–சித்தம்), உரையாடல் (சம–வாதம்), முடிச்சுகளை அவிழ்த்தல் (சம–ஆதி) ஆகிய சொற்களில் நாம் இந்த ஒலியைக் கேட்கலாம். பண்படுதல் என்பது நம்மைச் சுயநலமானவராக (அஹம்) ஆக்கும் பதற்ற நிலையிலிருந்து மனத்தை விடுவித்து நம்மை நிபந்தனையற்ற பெருந்தன்மையாளர் (ஆத்மா) ஆக்கும் தன்னம்பிக்கை நிலைக்கு மனத்தைக் கொண்டுவருவதை உள்ளடக்கியது. அஹம் மனநிலையில் நாம் விலங்குகளைப் போன்று ஆதிக்கத்தை நாடுகிறோம். குறிப்பிட்ட நிலப் பகுதிக்குள் சுருங்குகிறோம். ஆத்மா மனநிலையில் விலங்கு உணர்ச்சிகளிலிருந்து மேலெழ விரும்புகிறோம். பறிப்பதற்குப் பதிலாகக் கொடுக்கிறோம்; எடுத்துக்கொள்வதற்கு மாறாகப் பெற்றுக்கொள்கிறோம்; நம்முடைய இருப்பின் முடிவுக்குட்பட்ட நிலை, உலகத்தின் முடிவற்றதன்மை இரண்டையும் மதிக்கிறோம்.

தூய்மை (சுத்தி) என்பது பருப்பொருள் சார்ந்த புற உலகின் அசுத்தங்களை நீக்குதல் அல்ல. மனம் சார்ந்த அக உலகில்

உள்ள அசுத்தங்களை நீக்குவது. அசுத்தத்தால் பீடிக்கப்பட்ட மனங்கள் புற உலகில் தூய்மையைத் தேடுகின்றன. எனவே தீண்டாமையைக் கடைபிடிக்கின்றன. மாதவிடாயை அசுத்த மானதாகக் கருதுகின்றன. தூய்மையடைந்த விடுவிக்கப்பட்ட விரிவான, பண்பட்ட மனங்கள் எங்கும் தூய்மையைக் காண்பவை. அவை பிராமணர்களை சூத்திரர்களைவிட மேலானவர்களாகவோ, ஆண்களைப் பெண்களைவிட மேலானவர்களாகவோ, எதிர்ப்பாலீர்ப்பாளர்களைத் தன்பாலீர்ப்பாளர்களைவிட மேலானவர்களாகவோ, ஆண், பெண் பாலினங்களை மாற்றுப் பாலினத்தவர்களுக்கு (திருநங்கைகள், திருநம்பிகள்) மேலானவர்களாகவோ கருதுவதில்லை. வரம்புக்குட்பட்ட யதார்த்தத்திலிருந்து (மித்யம்) வரம்பற்ற யதார்த்தத்துக்கு (சத்யம்) நகர்பவன் வாழும்போதே விடுதலை அடைந்தவன் (ஜீவன்–முக்தன்) ஆகிறான்.

ஆதிகால வேத நூல்களில் விழிப்புநிலை (ஆத்மா), உணர்ச்சிகள் (சித்தம்), உணர்வுகள் (இந்திரியம்), வாழ்க்கை (ஜீவன்) ஆகியவை ஒரே பொருளைக் குறிக்கப் பயன்படுத்தப்படு கின்றன. இன்றைக்கும் இவற்றின் துல்லியமான பொருளை யாராலும் வரையறுக்க முடியவில்லை. ஆனால் விசாரணையின் (மீமாம்ஸை) அனைத்து வடிவங்களும் வாழ்வையும் வாழும் உடலையும் புரிந்துகொள்வதன் மூலமாகவும், உயிருள்ளவற்றி லிருந்து (ஜீவ, சித்) உயிரற்றவையையும் (அஜீவ, அசித்), நகரக்கூடிய உயிரினங்கள் அதாவது விலங்குகள் (சர), நகர முடியாத உயிரினங்கள் அதாவது தாவரங்கள் (அசர) ஆகியவற்றிலிருந்து அடிப்படை இயற்கைக் கூறுகளை (பூதங்கள்) வேறுபடுத்துவது எது என்று தெரிந்துகொள்வதன் மூலமாகவும்தான் தொடங்கின. வைதீகத்தின் பஞ்ச–யஞ்ஞம் அனைத்து வகையான இருப்புகள் குறித்தும் விழிப்புடன் இருக்குமாறு நம்மைக் கேட்டுக் கொள்கிறது: இயற்கைக் கூறுகள், உயிருள்ளவை (நிலைகுத்தி நிற்பவை, நகர்பவை, உணரப்படுபவை) ஆகியவற்றோடு இறந்தவற்றைக் குறித்தும் விழிப்புடன் இருக்கும்படி பஞ்ச–யக்ஞம் சொல்கிறது. தன்னையும் (ஜீவ–ஆத்மா), பிறரையும் (பர–ஆத்மா), அண்டத்தையும் (பரம்–ஆத்மா) பற்றிய விழிப்புணர்வுடன் இருக்கும்படி நம்மைக் கேட்டுக்கொள்கிறது.

உயிரினங்களையும் உயிரற்ற பொருள்களையும் வேறு படுத்துவது பசிதான். ஜீவன் உணவை நாடுகிறது. எனவே அதற்கு உணர் உறுப்புகள் (ஞான இந்திரியம்), செயல் உறுப்புகள் (கர்ம இந்திரியம்) ஆகியவை தேவை. தாவரங்களைவிட விலங்கு களில் அச்சம் வெளிப்படையானது. ஏனென்றால் தாவரங்கள் இரையாக உண்ணப்படுவதைத் தவிர்த்துவிடுகின்றன.

அசையாமல் நிற்கும் மரம் (அசர), நகர்ந்து செல்லும் விலங்கு (சர) இரண்டும் இரையாக உட்கொள்ளப்படுவதை (பலி) விரும்புவதில்லை. ஆனால் இரண்டுமே உணவுக்காக (போகம்) ஏங்குகின்றன. ஆகையால்தான் வாழ்க்கையே வாழ்க்கைக்கு உணவிடுகிறது (ஜீவோ ஜீவத்ஸ்ய ஜீவனம்) என்று பாகவத புராணத்தில் கூறப்பட்டுள்ளது. இதுவே எளியதை உண்டு வலியது வாழும் காட்டு நியாயத்தை (மத்ஸ்ய நியாயம்) உருவாக்குகிறது. பசியும் அச்சமுமே உயிருள்ளவையையும் உயிரற்றவையையும் வேறுபடுத்துகிறது. பசியும் அச்சமுமே இயற்கையில் விலங்குகள், தாவரங்களின் அரசாட்சிகளை உருவாக்குகிறது. இதுவே கூட்டங்களையும் கூடுகளையும் பொதிகளையும் உணவுச் சங்கிலியையும் இரையைப் பெறுவதற்கான படிநிலையையும் உருவாக்குகிறது. ஆகவே இவற்றைக் கவனிப்பவர் (ரிஷி) இயற்கையின் பன்மைத்துவத்தையும் அதற்கு அடிப்படையாக அமையும் அறிதிறன் கொள்கைகளையும் வியக்கிறார். இந்த இயற்கையை வீட்டுப் பயன்பாட்டுக்குரியதாக்கி, கட்டுப்படுத்தி மேம்படுத்தும்போது பண்பாடு உருவாகிறது.

நெருப்பை வீட்டுப் பயன்பாட்டுக்குரியதாக்குவது (யஞ்ஞ—ஸ்தலம்), குளங்களையும் (குண்டம்), குடங்களையும் (கும்பம்) வைத்து நீரை வீட்டுப் பயன்பாட்டுக்குரியதாக்குவது, தாவரங்களை (க்ஷேத்ர), விலங்குகளை (வாகனம்), மனிதர்களை (தர்மம்) வீட்டுப் பயன்பாட்டுக்குரியதாக்குவது; இதன் மூலம் அவர்களைக் காட்டு நியாயத்தை நிராகரிக்கவைத்து எளிய வற்றைப் பாதுகாக்கத் தமது வலிமையையும் பசித்திருப்போருக்கு உணவளிக்கத் தமது வளங்களையும் பயன்படுத்தவைப்பது. இதுவே பண்பாடு. நம்மிடம் தேவைக்கதிகமான வளங்கள் இருக்கும்போதுதான் நாம் நன்கு பசியாறிப் பாதுகாப்பாக இருக்கும்போதுதான் நாம் ஆடல், பாடல். கேளிக்கை ஆகிய வற்றின் மூலம் நமது பிற உணர்வுகளைத் திருப்திப்படுத்த விரும்புவோம். அவற்றின் மூலம் வாழ்வின் ஆழமான விஷயங்களின் பொருளை நாடுவோம்.

உணர்வுகள் பதிவுசெய்யப்படும் ரசம், பாவம், புலன்கள், உணர்ச்சிகள் கடையப்படும் சித்தம் ஆகியவை குறித்த அனைத்து உரையாடல்களும் நம்மை உடலுக்கே இட்டுச் செல்கின்றன. மரபுரீதியாக இந்தியர்கள் உடலை அடுக்குகள் அல்லது உறைகள் அல்லது வட்டங்களின் (கோசம்) தொடராகக் காட்சிப்படுத்தினார்கள். அன்ன—கோசம் (தசையின் வட்டம்), பிராண—கோசம் (மூச்சின் வட்டம்), இந்த்ரிய—கோசம் (புலன்களின் வட்டம்), சித்த கோசம் (உணர்ச்சிகளின் வட்டம்), புத்தி—கோசம் (அறிவின் வட்டம்) ஆகியவையே அந்த

வட்டங்கள். வட்டவடிவிலான பகுதிகளின் தொடராகக் காணப்படும் உடல் தன்னை மனத்தை விடுவிக்கும் யோகத்தின் வெவ்வேறு செயல்பாடுகளுக்குள் (சித்தம்–விருத்தி–நிரோதம்) இணைத்துக்கொள்கிறது.

இங்கு உடல் என்பது பௌதீக அடுக்கு (ஸ்தூல சரீரம்), உளவியல் அடுக்கு (சூட்சும சரீரம்), நம்மைச் சுற்றியுள்ள உலகத்தினுடையதாகப் புறத்தில் உள்ள 'கார்மிய' அடுக்கு (காரண சரீரம்) ஆகியவற்றைக் கொண்டிருப்பதாகவும் உறவுகளால் நிறைந்ததாகவும் பார்க்கப்படுகிறது. இந்த உறவுகளில் சிலவற்றை நாம் நம்முடையவை (என்னுடைய) என்றும் சிலவற்றைப் பிறருடையவை (என்னுடையதல்ல; உன்னுடையது, அவனுடையது, அவளுடையது, அதனுடையது) என்றும் அழைக்கிறோம். உள்ளுக்குள்ளே மிக ஆழமாகவும் வெகு தொலைவுக்கு அப்பாலும் இருப்பது ஆத்மா. அது வடிவமற்றதும் (நிராகார), குணமற்றதுமான (நிர்குண) கோட்பாட்டுரீதியான யதார்த்தம். இதையே நாம் ஆங்கிலத்தில் *spirit* என்றும் *soul* என்றும் அழைக்கிறோம். இஸ்லாம், கிறிஸ்தவத்தின் செல்வாக்கின் விளைவினாலோ என்னவோ கடந்த 1,000 ஆண்டுகளில் இது கடவுள் என்று அடையாளம் காணப்படுகிறது.

யோகத்தின் எட்டு அடுக்குகள் கொண்ட வழியானது புறத்திலிருந்து அகத்துக்கான திட்டமிட்ட பயணம். சமூக உடலிலிருந்து பௌதீக உடல் வழியாக உளவியல் உடலை அடைவதற்கான பயணம். யாமம் (உறவுசார் ஒழுக்கம்), நியமம் (சுய ஒழுக்கம்), ஆசனம் (தோரணை ஒழுங்கு), பிராணாயாமம் (மூச்சுப் பயிற்சி), பிரத்யாஹாரம் (புலன் ஒழுக்கம்), தாரணை (பார்வையை வளர்த்துக்கொள்வதற்கான மன விரிவடைதல்), தியானம் (கவனத்தைக் குவிப்பதற்காக மனதைச் சுருக்குதல்), இறுதியாக சமாதி (தனக்கு எந்தச் சொத்தும் தேவையில்லை என்பதை உணர்ந்து அனைத்தையும் விட்டு விலகுவதற்கான மன ஒழுக்கம்) ஆகிய எட்டு அடுக்குகளில் இது வெளிப்படுகிறது. இவ்வாறாக அனைத்தும் ஒன்றோடொன்று இணைக்கப் பட்டிருக்கின்றன.

ஆனால் மனிதர்களை இயற்கையிடமிருந்து வேறுபடுத்துவது எது? இந்தக் கேள்வியே இந்தியச் சிந்தனையின் மையம். இந்தியாவின் மிகப் பழமையான தத்துவம் கணக்கெடுப்பு (சாங்கியம்) என்றழைக்கப்படுகிறது. இது உலகின் அடிப்படை வகைமைகளைப் பட்டியலிடுகிறது. இது மானுடத்தையும் (புருஷன்) இயற்கையையும் (பிரகிருதி). பிரகிருதியின் கீழ் அறிதிறனற்றவையையும் (பூதம்), அறிதிறனின் அனைத்து அம்சங்களையும் (புலன், சித்தம், புத்தி, மனம்) பட்டியலிடுகிறது.

அப்படியென்றால் புருஷன் என்றால் என்ன? அது வடிவம் அற்றதும் (நிராகாரம்), குணமற்றதும் (நிர்குணம்) ஆகிய ஆத்மா, பிரம்மம் ஆகியவற்றுடன் அடையாளம் காணப்படுகிறது. இந்த வகைமையைப் புத்தர் நிராகரித்தார். அவர் வெறுமையில் (சூன்யம்) கவனம் குவித்தார். சங்கரர் ஆத்மாவை அனைத்துமாக, முழுமையானது (பூரணம்) அல்லது முடிவற்றதாகப் (அனந்தம்) பார்த்தார். இதுவே இந்து மதத்துக்கும் பௌத்த மதத்துக்குமான அடிப்படை வேறுபாடாக நீடிக்கிறது.

ஆனால் மானிடத்தின் சாரத்துக்கான வேதாந்தத்தின் மறுப்பு (நேதி – நேதி, இதுவும் அல்ல, அதுவும் அல்ல) வழியிலான தேடல் தாந்த்ரீகத்தின் ஏற்பு (இதி – இதி, இதுவும்தான், அதுவும்தான்) வழியிலான தேடலால் நிறைவுகொள்கிறது. தாந்த்ரீகம் இந்தப் பன்மைத்துவத்தில் ஒரு ஒழுங்குமுறை இருப்பதைக் கண்டுகொள்கிறது. உணர்வுகள் உள்ள ஆனால் உணர்ச்சிகள் இல்லாத உயிர்களிலிருந்து (நுண்ணுயிர்கள்), உணர்வுகளும் உணர்ச்சிகளும் உள்ள புத்தி இல்லாத உயிர்கள் (கீழ்நிலை விலங்குகள்), உணர்வுகளும் உணர்ச்சிகளும் புத்தியும் உடைய கற்பனை இல்லாத உயிர்கள் (மேல்நிலை விலங்குகள்), இறுதியாக உணர்வுகள், உணர்ச்சிகள், புத்தி, கற்பனை ஆகிய அனைத்தும் உடைய உயிர்கள்வரை. வேறெந்த விலங்கிடமும் இல்லாத ஒரு ஆற்றல் மனிதனுக்கு உள்ளது என்பதை அது அங்கீகரிக்கிறது. அருவமான எண்ணங்களைக் கோட்பாடாக்கி, பகுப்பாய்வு செய்து அனுமானித்து, தலைமுறை தலைமுறையாகக் கடத்தக்கூடிய அறிவை உருவாக்குவதுதான் அது. இவை அனைத்தும் கற்பனையால்தான் நிகழ்கின்றன. மனிதப் பிறப்பு (மனுஷ்ய யோனி) சிறப்பு வாய்ந்தது.

தத்துவார்த்தப் புலத்திலும் அறிவியல் புலத்திலும் நிகழும் உரையாடல்களில் கற்பனைக்கு அதிக முக்கியத்துவம் அளிக்கப்படுவதில்லை என்பது முக்கியமானது. அண்மைக் காலம் வரை கற்பனை என்பது தீய சொல்லாக இருந்தது. ஆனால் கற்பனையில் வேர்கொண்டிருப்பதுதான் மானுடம். பண்டைய தாந்த்ரீகத்தில் சித்தி என்பது, நீரில் நடப்பது, அளவையும் வடிவத்தையும் எடையையும் விரும்பியபடி மாற்றிக்கொள்வது, நம்மைச் சுற்றியுள்ள அனைத்தையும் கவர்ந்து, நமது தேவைக்கேற்பக் கையாண்டு ஆதிக்கம் செலுத்துவது என நமது கற்பனைக்குட்பட்டவற்றைச் செய்வதற்கான ஆற்றலைக் கோருவதுதான்.

பழங்குடிச் சமூகங்களில் அறிவு முறையானது தேக்க நிலையை நோக்கி நகர்வது. பழங்குடி அல்லாத சமூகங்களில் வளர்ச்சிக்கான நகர்வைக் காணலாம். பாகவத புராணத்தில்

முரட்டுத்தனமாகத் தன்னைப் பற்றி மட்டுமே அக்கறை கொண்ட அரசன் வேணனின் உடல் கடையப்பட்டது. அதிலிருந்து இரண்டு உயிர்கள் எழுகின்றன: காட்டுக்குச் செல்லும் பழங்குடி (நிஷாத) மனிதன், தர்மத்தை நிலைநாட்டும் அரசன் (பிருது). வர்ண—ஆசிரம தர்மம், சமூகத்தின் நான்கு அடுக்குப் பகுப்பு (சமூகக் குழுக்களில் அரசியல், பொருளாதாரப் படிநிலைகளை அங்கீகரித்தல்), வாழ்வின் கட்டங்கள் (முதுமை, இறப்பின் வழியிலான சமூக இயக்கவியலை அங்கீகரித்தல்) ஆகியவற்றின் அடிப்படையில் சமூகத்தை ஆட்சி செய்து அவன் தர்மத்தை நிலைநாட்டுகிறான். வளர்ச்சி என்பது உளவியல் முன்னேற்றத்தைக் காட்டிலும் பொருள் சார் முன்னேற்றமே என்று கருதும் நவீனச் சமூகத்திலிருந்து இது வேறுபட்டது.

இன்று வளர்ச்சி என்பது சிந்தனைகளைக் காட்டிலும் பொருள்கள் சார்ந்ததாக, அக்கறை மிகுந்தவராகவும் கருணை நிறைந்தவராகவும் மாறுவதற்குப் பதிலாக நம்மைச் சுற்றிய உலகத்தில் ஆற்றலையும் செயல்திறனையும் விளைவிப்பதாக ஆகிவிட்டது. மேலும்மேலும் உணவையும் ஆயுதங்களையும் உருவாக்குவதன் மூலம் பசியையும் பயத்தையும் நீக்க அறிவியல் முனைந்துள்ளது. ஆனால் அதனால் பசியையும் பயத்தையும் நீக்க முடியவில்லை. ஏனென்றால் அது மனத்தை முக்கியமானதாகக் கருதுவதில்லை. இங்குதான் ‘தர்மம்’ முக்கியப் பங்காற்றியது.

இறுதியாக, அறிதிறனுக்கும் கட்டளைக்கும் இடையிலான வேறுபாடு குறித்து முன்பு சொன்ன புள்ளிக்கு மீண்டும் செல்வது முக்கியம். மேற்குலகம் சாதியைக் கட்டளை அடிப்படையிலானதாகப் பார்த்தது, பார்த்துவருகிறது. நமது பண்டைய நூல்கள், சாதியை அறிதிறன் அடிப்படையிலான தாகப் பார்த்தன. மேற்கத்தியமயமான மனம் கொள்கை மாற்றங்களால் சாதியை ஒழித்துவிட முடியும் என்று நம்புகிறது. இந்திய ஞானமோ, ஒருவரின் மனம்/அறிதிறன்/விழிப்புணர்வு/விழிப்புநிலை ஆகியவை விரிவடைவதன் மூலமாகவே அதிகாரப் படிநிலைகளுக்கான தேவையை முடிவுக்குக் கொண்டுவர முடியும் என்று நம்புகிறது.

11

கர்மம் என்பது ஊழ்வினைவாதமா?

கர்மம் என்னும் சொல் முதன்முதலில் தோன்றிய வேதமான ரிக் சம்ஹிதையில் காணப்படுகிறது. ஆனால் அங்கே இது செயலை, குறிப்பாகச் சடங்கு ரீதியான செயல்பாட்டையே குறிக்கின்றது. அதாவது கர்மம் என்றால் வினை; எதிர்வினை அல்ல. வேதங்களில் அதற்கு விதையை விதைப்பது என்று பொருள். உபநிஷதங்களில் அது விதைப்பின் விளைவான பழத்தை உற்பத்தி செய்வதும்கூட. கர்மாவுக்கான இந்தப் பிற்காலப் பொருள் அதன் தொடக்க காலப் பயன்பாட்டிலும் உள்ளடங்கி உள்ளது. ஏனென்றால் அங்கு பேசப்படும் கர்மம் என்பது சடங்குச் செயல்பாடான யாகம் (யக்ஞம்) நடத்துவது. யாகம் ஸ்வாஹா (உள்ளீடு), ததாஸ்து (விளைவு) இரண்டையும் உள்ளடக்கியது.

மேற்கத்தியர்கள் கர்மத்தை ஊழ்வினை அல்லது விதி என்று கருதி ஊழ்வினைவாதிகளான இந்தியர்கள் கர்மம்மீதான நம்பிக்கையின்

காரணமாகச் செய்ய வேண்டியதைச் செய்யாதிருக்கிறார்கள் என்று குற்றம்சாட்டுகிறார்கள். இத்தகைய கருத்து தவறான புரிதலை அல்ல; அரைகுறையான புரிதலை அடிப்படையாகக் கொண்டது. கர்மம் குறித்த ஆழமான புரிதல் அதுவே நம்மை மிகுந்த செயல் முனைப்பு மிக்கவர்களாகவும் பொறுப்பு மிக்கவர்களாகவும் ஆக்கும் விசை என்பதைத் தெரிவிக்கும். கர்மம் குறித்த மேற்கத்தியர்களின் புரிதல் 'வினை விதைத்தவன் வினை அறுப்பான்' என்று பைபிளில் கூறப்பட்டதை அடிப்படையாகக் கொண்டது. இது திட்டவட்டமானதும் நிச்சயத்தன்மையை அடிப்படையாகக் கொண்டதும் ஆகும். ஆனால் இந்து மதத்தில் கர்மம் என்பது 'வினையில் கவனம் செலுத்து; விளைவில் அல்ல'/ 'கடமையைச் செய் பலனை எதிர்பாராதே' என்னும் பகவத் கீதை ஞானத்தின் அடிப்படையிலானது. இது திட்டவட்டமல்லாததும் அநிச்சியத்தன்மையை அடிப்படையாகக்கொண்டதும் ஆகும்.

வெறும் வினை என்பதிலிருந்து எதிர்வினையை விளைவிக்கும் வினை என்று கர்மத்தின் பொருளில் நிகழ்ந்த இந்த மாற்றம் நிகழக் காரணமானவர்கள் சிரமணர்கள் (துறவிச் சிந்தனையாளர்கள்) என்று கூறப்படுகிறது. அவர்கள் அச்சு யுகம் என்றறியப்பட்ட பொ.ஆ.மு. 500ஐ ஒட்டிய காலத்தில் வாழ்ந்தவர்கள். அதே காலகட்டத்தில்தான் கிரேக்கத்தில் சாக்ரடீஸின் சிந்தனைகளும் சீனத்தில் கன்ஃப்யூஷியஸின் சிந்தனைகளும் பாரசீகத்தில் ஜொராஸ்ட்ரியச் சிந்தனைகளும் எழுச்சி பெற்றன. இந்தியச் சிந்தனையாளர்களில் இரண்டு பெண்களை மணந்த யாக்ஞ்யவல்கியர், திருமணம், குடும்பம் ஆகியவற்றை விட்டு விலகித் துறவியானவர்களான சாக்கியமுனி புத்தர், மகாவீரர் ஆகியோர் இருந்தனர். யாக்ஞ்யவல்கியர் புரட்சிகரமான சிந்தனைகளுடன் இருந்தாலும் பிராமணியச் சடங்குக் கட்டமைப்பிலிருந்து வெளியேறவில்லை. எனவே அவர் யக்ஞத்தின் பயனை நம்பும் ஆஸ்திகராக அறியப்படுகிறார். புத்தர், பௌத்தத் துறவு மரபைத் தொடங்கினார்; மகாவீரர் அதைவிடப் பழமை வாய்ந்த, பகட்டற்ற சமண மரபின் தலைவராகப் பார்க்கப்படுகிறார். இவர்கள் இருவருமே நாஸ்திகர்கள், அதாவது யக்ஞத்தின் பயனில் நம்பிக்கை அற்றவர்கள் என என்றழைக்கப்படுகிறார்கள்.

வைசியர்கள் (வணிகர்கள்), க்ஷத்ரியர்களையே (அரசர்கள்) தமது முதன்மையான புரவலர்களாகக் கருதிய பிராமணர்களால் அவமதிக்கப்படுவதாகக் கருதினர். எனவே வணிகச் சமூகத்தைச் சேர்ந்த பலர் சமத்துவவாதிகளாகக் காணப்பட்ட

சிரமணர்களாக மாறினர். அவர்கள் கர்மம் குறித்த புரிதலுக்கு அதிகப் பங்களித்தனர். ஏனென்றால் கர்மக் கோட்பாடு கடன் வாங்குதல், முதலீட்டுக்கான பயன்களைப் பெறுதல் ஆகிய வணிகச் செயல்பாடுகளுடன் மிகவும் ஒத்துப்போகிறது. ஒவ்வொரு வினையையும் முதலீடாகவும் அதன் விளைவை முதலீட்டுக்கான பயனாகவும் காணத் தொடங்கினார்கள். நல்ல முதலீடுகள் நல்ல பயன்களையும் தீய முதலீடுகள் தீய பயன்களையும் ஈட்டித் தரும்.

ஆனால் எந்த வினை நல்லது எந்த வினை தீயது என்று யாருக்குத் தெரியும்? கர்மா என்பது நாம் விதைத்த விதையின் பழத்தை அறுவடை செய்வதுதான்; ஆனால் நாம் இனிமையான மாம்பழத்தின் விதையை விதைத்ததாக நினைத்துக் கொண்டிருப்போம். ஆனால், விளையும் பழம் புளியாகவோ மிளகாயாகவோ இருக்க வாய்ப்புண்டு. ஒரு அரசிடனிம் ஒரு பழம் கொடுக்கப்பட்டது. அந்தப் பழத்தை அவனது மனைவி உட்கொண்டால் அவர்களுக்குக் குழந்தை பிறக்கும் எனப்பட்டது. அரசனுக்கு இரண்டு மனைவியர் என்பதால் அப்பழத்தை வெட்டி இருவருக்கும் சரிபாதியைக் கொடுத்தான். இருவரும் ஆளுக்கு அரைக் குழந்தையைப் பெற்றெடுத்தனர். ஆக வினை (இரண்டு மனைவியருக்கும் நியாயமாக இருப்பதற்காகப் பழத்தை வெட்டிக் கொடுத்தது) நல்லது என்றால் விளைவு (இரண்டு மனைவிகளுக்கும் அரைக் குழந்தை பிறந்தது) தீயது. பிடிபடுவதிலிருந்து தப்பிப்பதற்காக மரத்தில் ஏறி அமர்ந்த திருடன் ஒருவன் தெய்வ ஆசிகளைப் பெற்றான். ஏனென்றால் அவன் அமர்ந்திருந்த மரத்திலிருந்த பூக்கள் யதேச்சையாக மரத்தின் கீழே அமைந்திருந்த அத்தெய்வத்தின் சிலையின் மீது விழுந்தன. இது கர்மத்தை ஊகிக்க முடியாததாக்குகிறது; பங்குச் சந்தை முதலீடுகளைப் போல.

வினைகளை நல்ல கர்மம் என்றும் தீய கர்மம் என்றும் பிரித்துப் பார்க்கும் முயற்சி நீண்டகாலமாக நடந்துவருகிறது. ஆனால் உண்மையில் தீய வினைகள் (பாவம்) அவற்றின் விளைவுகள் எதிர்மறையாக இருக்கும்போதுதான் பாவம் என்று அழைக்கப்படுகின்றன. அதேபோல் நல்வினைகள் (புண்ணியம்) நேர்மறை விளைவுகளால்தான் நல்லவை ஆகின்றன. வினை நிகழும்போது விளைவுகள் சாதகமாக இருக்குமா இருக்காதா என்பது நமக்குத் தெரியாது. ஆகவே நாம் நமது வினையைத்தான் கட்டுப்படுத்த முடியும்; எதிர்வினைகளையோ நமது வினைகளை எதிர்காலம் எப்படி மதிப்பிடும் என்பதையோ அல்ல. பகவத்

கீதையில் கர்மம் குறித்த அர்ஜுனனின் கேள்விக்கு விடையாக கிருஷ்ணன் இந்தக் கருத்தை விரிவாக முன்வைக்கிறார்.

கர்மக் கோட்பாடு மறு பிறவி என்னும் கருதுகோளை ஏற்கிறது. கர்மக் கோட்பாட்டின்படி நமது தற்போதைய வாழ்நிலை முற்பிறவியில் நாம் செய்த வினைகளுக்கான எதிர்வினை. ஆகையால்தான் சிலர் ஏழையாகவும், அசிங்கமாகவும் மோசமான பெற்றோருக்கும் பிறக்கிறார்கள். இந்த நம்பிக்கையே இந்தியர்களின் செயலின்மைக்குக் காரணம் என்று மேற்கத்தியர்கள் கூறுகிறார்கள். நிலவும் சூழலுக்கு சமூக அநீதியை அல்லாமல் விதியைக் காரணமாகச் சொல்வதன் மூலம் அதை நீக்க முயற்சிப்பது அல்லது போராடுவதற்கான உந்துதல் நீக்கப்படுகிறது என்கிறார்கள். ஆனால் அவர்கள் ஒன்றை மறந்துவிடுகிறார்கள். விதி என்பதற்கான ஆங்கிலச் சொல்லான ஃபேட் *(Fate)* ஃபேட்டஸ் *(Fates)* என்பதிலிருந்து வருகிறது. இது மூன்று கிரேக்கப் பெண் தெய்வங்களைக் குறிக்கிறது. இம்மூவரும் அழிவுக்குட்பட்ட மனித வாழ்க்கையின் நூலை நூற்கிறார்கள். ஒலிம்பியக் கடவுளரின் அரசரான ஜீயஸின் அறிவுரையின்படி அந்த நூல் எவ்வளவு நீளம் இருக்க வேண்டும் என்பதையும் எப்போது வெட்டப்பட வேண்டும் என்பதையும் அவர்கள் தீர்மானிக்கிறார்கள்.

கர்மத்தை உண்மையாக நம்புவோர் எப்படிக் கடந்த காலம் நிகழ்காலத்தைத் தீர்மானிக்கிறதோ அதேபோல் நிகழ் காலம் எதிர்காலத்தைத் தீர்மானிக்கிறது என்பதை அறிவார்கள். எனவே எதிர்காலத்தைப் பாதுகாக்க நிகழ்காலத்தில் கடுமையாக உழைப்பார்கள். அதாவது கர்மத்தின் மீதான உண்மையான நம்பிக்கை ஒரு நபரை முனைப்பு மிக்கவராகவும் பொறுப்பு மிக்கவராகவும் ஆக்க வேண்டும். மாறாக ஒருவர் சோம்பேறியாக இருக்க விரும்பினால் அதற்குக் காரணம் அவரது சோம்பேறித் தனமே அன்றிக் கர்மக் கோட்பாடு அல்ல.

சொல்லப்போனால் செயலின்மையை முன்னெடுத்ததாகக் கருதப்பட்ட துறவு மரபுகளுக்கு எதிர்வினையாகவே கர்ம யோகம் என்னும் சிந்தனை தொடங்கியது. கர்மத்தின் விளைவுகள் குறித்த அச்சத்தைக் கையாள்வதற்கான தத்துவங்கள் விரிவாக எடுத்துரைக்கப்பட்டு, குடும்பஸ்தர்கள் தமது கடமைகளைத் தொடர்ந்து செய்ய அறிவுறுத்தப்படுகிறார்கள். செயலின்மையும் ஒரு செயல்தான் என இந்தத் தத்துவங்கள் கூறுகின்றன. ஒன்றைச் செய்யத் தவறுவதற்கும் விளைவுகள்

இருக்கும். சண்டைபோடுபவன் கொலையாளியைக் கொல்ல முடியும். சண்டைபோடாதவன் கொலையாளி இன்னொருவரைக் கொல்ல வழிவகுத்தவன் ஆகிறான். எனவே எந்தத் துறவியும் கர்மத்திலிருந்து தப்பிக்க முடியாது. கர்மம் என்னும் வலையிலிருந்து விடுபட விரும்புகிறவர் உலகியல் சூழ்நிலைகள் தொடர்பான மனச்சமநிலையை வளர்த்துக்கொள்ள வேண்டும். சூழ்நிலைகள், அவற்றின் விளைவுகளின் நன்மை-தீமைகளை அறிந்திருக்கும் அதே நேரம் அவற்றால் பாதிக்கப்படாமல் இருக்கும் மனச் சமநிலை.

ஆக, முந்தைய வினைகள் நமது வாழ்க்கையின் நிகழ்காலச் சூழ்நிலைகளைத் தீர்மானிக்கின்றன. கடந்தகால வினைகளுக்கு எப்படி எதிர்வினையாற்றுவது என்பது நமது தெரிவு. நாம் அதை ஏற்கலாம் அல்லது மாற்ற முயலலாம். நமது தெரிவுகளை நல்லவை என்று சிலரும் தீயவை என்று பிறரும் கருதலாம். சிலர் அவற்றைச் சரியானவை என்றும் பிறர் தவறானவை என்றும் கருதலாம். ஆனால் இத்தகைய தார்மீக, நெறிசார் தகுதிகள் நமது வினைகளின் விளைவுகள், நமது எதிர்காலச் சூழ்நிலை களில் அவற்றின் தாக்கம் ஆகியவற்றைத் தீர்மானிக்கப் போவதில்லை. எது நடக்க வேண்டுமோ அது நடந்தே தீரும். நமது விருப்பங்கள் ஒரு பொருட்டே அல்ல.

மேற்குலகம் மறுபிறவி என்னும் கருத்தாக்கத்தை நிராகரிக்கிறது. மேற்குலகில் மதநம்பிக்கையாளர்கள், பகுத்தறி வாளர்கள் ஆகிய இரு தரப்பினரும் ஒரு குழந்தை பழைய சுவடுகள் ஏதுமின்றிப் பிறப்பதாகவும், ஒருவர் இறக்கும்போது அவரது கணக்கு முடிந்துவிடுவதாகவும் நம்புகிறார்கள். இறப்புக்குப் பின் எடுத்துச் செல்ல எதுவுமில்லை என்பது அவர்கள் நம்பிக்கை. இந்து, பௌத்த, சமண மதங்களில் அப்படி அல்ல. இங்கு பிறப்பும் இறப்பும் தீர்க்கப்படாத கணக்குடனே நிகழ்கின்றன. பிறப்பின் போதான கணக்கு முந்தைய பிறவியில் தீர்க்கப்படாமல் தொடர்ந்து வருகிறது. இறப்பின்போது தீர்க்கப்படாமல் இருக்கும் கணக்கு அடுத்த பிறவிக்கு வழிவகுக்கிறது.

தெளிவு, உறுதி, தன்னம்பிக்கை ஆகியவற்றில் சிக்குண்ட மேற்குலகினருக்குக் கர்மக் கோட்பாடு குறித்த இந்திய விளக்கங்கள் எரிச்சலூட்டுகின்றன. எனவே அவர்கள் இந்திய வரையறைகள் அனைத்தையும் நிராகரித்துக் கர்மத்தை ஊழ்வினை / விதிவயவாதமாகச் சுருக்கும் ஒற்றைமைய

மேற்குலகப் பார்வையை நாடுகின்றனர். ஆனால் இந்து மதத்தில் கர்மம் என்பது ஊழ்வினைவாதம் (சூழ்நிலைகளை ஏற்றுக்கொள்ளுதல்), பொறுப்பு (அச்சம் அல்லது ஞானத்தின் அடிப்படையில் ஒரு சூழ்நிலைக்கு எதிர்வினை ஆற்றுவது) ஆகிய இரண்டும்தான்.

12

புத்தர் திருமாலின் அவதாரமா?

பௌத்தம் இந்தியாவில் 2,500 ஆண்டுகளுக்கு முன்பு தோன்றியது. நாடு முழுவதும் துறவுச் சிந்தனைகளைப் பரப்பியதில் அது முக்கியப் பங்காற்றியது. பௌத்தத்துக்கு முன்பு சமய வாழ்வின் குவிமையம், விரும்பிய பொருள்களைப் பெறுவதற்காகக் கடவுளை அழைத்து வழிபடும் யாகச் சடங்கின் வடிவில் இருந்தது. திருமணம், மகப்பேறு போன்ற சமூகக் கடமைகளுக்குப் பெரும் மதிப்பு அளிக்கப் பட்டது. தவம் சார்ந்த சிந்தனைகள் அறிஞர் சமூகங்களுக்கு மட்டுமானதாக இருந்தன. ஆசையையும் எளிய மனிதனின் துன்பங்களை யும் பற்றிப் பேசுவதன் மூலம் புத்தர் ஆட்டத்தின் விதிகளை மாற்றினார். துறவிகளின் குழுமத்தில் (சங்கம்) இணைந்து அமைதியையும் விடுதலையை யும் அடைவதற்கான ஞானத்தைப் (போதி) பெறுவதற்கான துறவு மடங்களில் (விஹாரைகள்) வாழ அனைவரையும் வரவேற்றார். இது மிகவும் பிரபலமடைந்தது. பழைய வழிகள் கைவிடப் படலாயின.

வைதிக (வேத அடிப்படையிலான) இந்து மதம் புராணிக (புராணங்களின் அடிப்படையிலான) இந்து மதமாகத் தன்னை மறுவடிவம் செய்துகொண்டது. பௌத்த அறிஞர்கள் வாழ்க்கை மறுப்பு குறித்தும் பூஜ்யம் (சூனியம்) குறித்தும் பேசினார்கள், இந்துக் கதைசொல்லிகள் வாழ்க்கை குறித்தும் முடிவிலி (அனந்தம்) குறித்தும் பேசினார்கள். மகிழ்ச்சியும் சுகமும் நிறைந்ததே வாழ்க்கை என்றனர். உலகைத் துறப்பவர்கள் ஞானிகள் அல்ல; உலகியலில் பங்கேற்றுக் கொண்டே அதில் பற்றுதல் இல்லாமல் இருப்பவனே ஞானி. ராமாயணம், மகாபாரதம் போன்ற காவியங்களில் அத்தகைய ஞானிகள் குறித்த கதைகள் கூறப்பட்டன. கோயில்களில் ஆண், பெண் கடவுளர்களுக்கு இடையிலான திருமண வைபவத்தைக் கொண்டாடும் சடங்குகள் இடம்பெற்றன. கோயில் சுவர்களில் அழகும் சுகமும் காட்சிப்படுத்தப்பட்டன. துறவிகளைப் போல் சமுதாய ஒழுங்கைக் குலைக்காமல் அதைப் பாதுகாக்கும் ஞானக் கடவுளான திருமால் (விஷ்ணு) குறித்துப் பேசப்பட்டது.

சமுதாய ஒழுங்கை உருவாக்கியவர் பிரம்மன் என்றாலும் அவரும் அவருடைய பிள்ளைகளும் (எடுத்துக்காட்டாக இந்திரன்) உலகத்துடன் இணக்கமான உறவைக் கொண்டிருக்க வில்லை. சிவன் சமுதாய ஒழுங்கைத் துறந்து துறவியாகி அமைதியில் உறைந்திருக்கிறார். திருமால்தான் சமுதாயத்தின் பயன்மிக்க உறுப்பினராகத் திகழ்கிறார். மரிக்கக்கூடிய பல்வேறு மனித வடிவங்களை எடுக்கிறார். புரோகிதராக (வாமனன்), அரசராக (ராமன்), மாடுமேய்ப்பராக (கிருஷ்ணன்). வேத மார்க்கத்தால் அறிவொளி பெற்ற ஞானியாக வாழ்க்கையை முழுமையாக வாழ்கிறார்.

ஆயிரம் ஆண்டுகளுக்கு மேல் இந்து மதமும் பௌத்த மதமும் எதிரிகளாக இருந்தன என்பது தெளிவு. ஆனால் தத்துவங்களிலும் புராணங்களிலும் அவை இரண்டும் பரஸ்பரத் தாக்கம் செலுத்திக்கொண்டன. ஆதி சங்கரர் பௌத்த சிந்தனைகளை வைதிக வழக்காறுகளாகப் பரப்ப முயன்ற பிரசன்ன பௌத்தர் என்று குற்றம்சாட்டப்பட்டார். சுவர்க்கம், நரகம் குறித்த பௌத்தக் கோட்பாடு புராணங்கள் செலுத்திய வலுவான செல்வாக்கின் சான்று.

தொடக்கத்தில் வேதங்களைப் பின்பற்றியோர் (நிகம மரபுகள்) புராணங்களைப் பின்பற்றியோருக்கு (ஆகம மரபுகள்) எதிராக இருந்தனர். ஏனென்றால் அவர்கள் கோயில்

பூஜைச் சடங்குகளைக் காட்டிலும் யாகச் சடங்குகளுக்கே மதிப்பளித்தனர். ஆனால் படிப்படியாக நிகம, ஆகமப் பிரிவுகள் ஒன்றாகக் கலந்தன. பிரம்மச்சாரி–துறவி–ஆசாரியர்கள் துறவு மடங்களுக்கும் கோயில்களுக்கும் தலைவர்கள் ஆனார்கள். இது சுமார் ஆயிரம் ஆண்டுகளுக்கு முன்பு நிகழ்ந்தது. இந்தக் காலகட்டத்தில் புத்தர் திருமாலின் அவதாரமாகக் காணப்படத் தொடங்கினார். ஆனால் இந்தப் புத்தர் பௌத்தர்களின் கௌதம புத்தர் அல்ல.

குடும்பஸ்தர்கள்மீது இந்துக்கள் வைத்திருந்த மதிப்பு, பழைய தேரவாத பௌத்தம் மகாயான பௌத்தமாக உருமாறுவதற்கு வழிவகுத்தது. மகாயான பௌத்தத்தில் ஞானமடைந்த புத்தரைவிட பரிவுமிக்கவரும் மனிதனின் பொருளியல் ஆசைகளைப் புரிந்துகொண்டவருமான போதிசத்வருக்கு அதிக முக்கியத்துவம் அளிக்கப்பட்டது. துறவிகள்மீது பௌத்தர்கள் வைத்திருந்த மதிப்பானது குடும்பஸ்தரை மையமாகக் கொண்ட வைதிக இந்து மதத்தைத் துறவியை மையமாகக் கொண்ட புராணிக இந்து மதமாக மாற்றியது. பிரம்மச்சரியத்தையும் துறவையும் ஏற்ற சங்கரர், ராமானுஜர் போன்ற குருமார்கள் பௌத்த விஹாரைகளைப் போன்ற துறவு மடங்களை உருவாக்கினர். ஆதி புத்தர் மனித குலத்தின் நலனுக்காகப் புத்தர்களாகவும் போதிசத்வர்களாக வும் பிறவி எடுக்கும் கதைகளை பௌத்தர்கள் கூறினர். இது புராணிக இந்துக்களிடையே காணப்படும் பிரபலமான அவதாரக் கோட்பாட்டை ஒத்ததாக இருந்தது. பிற்காலப் பௌத்தத்தில் வரும் தாரா என்னும் பெண் கடவுள் தாந்த்ரிக செல்வாக்கின் வெளிப்பாடு என்று தெளிவாகக் கூற முடியும். ஆகவே நெடுங்காலத்துக்கு இந்து மதமும் பௌத்த மதமும் ஒன்றிணைந்தும் கலந்தும் இருந்தன.

இந்து மதத்துக்கும் பௌத்த மதத்துக்கும் இடையிலான இந்த வேறுபாடுகளைப் பொதுமக்கள் பொருட்படுத்தவில்லை என்பதை நினைவில் வைக்க வேண்டும். அவர்கள் இரண்டையும் வேறுபடுத்தாமல் ஒரே நேரத்தில் இரண்டையும் வழிபட்டனர். தாய்லாந்தில் புத்தரையும் ராமரையும் ஒரே பார்வையின் அம்சங்களாகக் கருதிக் கொண்டாடுகிறார்கள். பிராமணச் சமூகமும் துறவு மடங்களும்தான் இரண்டுக்கும் இடையிலான வேறுபாடுகளை முக்கியமாகக் கருதின. ஏனென்றால் அவை இரண்டும் தமது சடங்குகளுக்கும் கோயில்களுக்கும் துறவு மடங்களுக்கும் அரசர்களின் ஆதரவைப் பெறுவதில் போட்டி

போட்டன. மேலும் இந்து மதம், பௌத்த மதம் என இன்று நாம் பயன்படுத்தும் சொற்கள் பத்தொன்பதாம் நூற்றாண்டில் காலனி ஆட்சிக் காலத்தில்தான் தோன்றின. அதற்கு முந்தைய காலத்தில் பயன்படுத்தப்பட்ட சொற்கள் சாதி அடிப்படையிலானதாக இருந்தன. ஒருவர் புத்தரின் வழிகளைப் பின்பற்றுபவரா, பிரம்மா (அதாவது வேதங்கள்) அல்லது சிவன் அல்லது திருமால் (அதாவது புராணங்கள்) வழிகளைப் பின்பற்றுபவரா என்பதுதான் விவாதப் பொருளாக இருந்தது.

பாகவத புராணம் போன்ற சில நூல்களில் திருமால் ஒரு துறவியின் வடிவத்தில் தோன்றி அசுரர்களை ஏமாற்றி வைதிகச் சடங்குகளிலிருந்து விலகவைத்து அதன் மூலம் தேவர்கள் அவர்களை வீழ்த்த உதவுகிறார். இங்கு துறவி என்பவர் புத்தர் அல்லது (இன்னொரு போட்டி மதமாகிய துறவுச் சமணத்தைச் சேர்ந்த) ஜைனருடன் தொடர்புபடுத்தப்படுகிறார். கீத கோவிந்தம் போன்ற வேறு சில நூல்களில் திருமால் ஒரு துறவியின் வடிவத்தை ஏற்று, விலங்குகளைப் பலியிலிருந்து காப்பாற்றுகிறார். இதன் மூலம் சில வைதிகச் சடங்குகளிலாவது விலங்குகளைப் பலியிடும் வழக்கம் இருந்ததைப் புரிந்து கொள்ளலாம். (இந்தக் கருத்தை ஆசாரவாத இந்துக்கள் சிலர் மறுக்கின்றனர். தவறான புரிதல் என்று கருதுகின்றனர்.) காலப்போக்கில் திருமாலின் ஒன்பதாவது அவதாரத்தின்போது துறவி என்பவர் சிலரால் புத்தராகவும் ஜைனராகவும் பார்க்கப் படலானார். இது பௌத்தர்களையும் சமணர்களையும் வைணவத்தை, அதைத் தொடர்ந்து இந்து மதத்தைத் தழுவ வைப்பதற்கான தந்திரமாகவும் இருக்கலாம்.

பௌத்தர்களைப் பொறுத்தவரை சாக்யமுனி புத்தர் என்பவர் 2,500 ஆண்டுகளுக்கு முன்பு வாழ்ந்த ஒரு வரலாற்று ஆளுமை அல்லது மனித குலத்தின் நன்மைக்காக மீண்டும் மீண்டும் பிறவி எடுப்பவர். மனித இருப்பு, ஞானம் ஆகியவை குறித்த விசாரம் நடத்தும் தத்துவவாதி. அவர்களது உலகப் பார்வையில் சிவனோ திருமாலோ இல்லை. வரலாற்றின் வெவ்வேறு காலகட்டங்களிலும் உலகின் வெவ்வேறு புவியியல் பரப்புகளிலும் வெவ்வேறு உண்மைகள் நிலவுகின்றன. நாம் நம்பிக்கையாளர்களின் நம்பிக்கையை மதிக்க வேண்டும். புத்தர் யார் அல்லது யார் அல்ல என்னும் நமது கருத்துகளை அவர்கள்மீது திணிக்கக் கூடாது. இத்தகைய கூற்றுகளின் அடித்தளத்தில் அமைந்துள்ள அரசியலைப் புரிந்துகொள்வதும் அவசியம்.

எனவே நாம் இவ்வாறு கூறலாம்: பௌத்தர்களைப் பொறுத்தவரை புத்தர் திருமாலின் அவதாரம் அல்ல; ஆனால் இந்துக்களைப் பொறுத்தவரை புத்தர் திருமாலின் அவதாரமாக இருக்கக்கூடும்.

13

நரசிம்ம அவதாரம் ஹாலிவுட்டின் வால்வரைனைப் போன்றதா?

அவதாரம் என்பது பேராற்றல் கொண்ட நாயகன் (சூப்பர் ஹீரோ) அல்ல. பேராற்றல் கொண்ட நாயகன் அவதாரம் அல்ல.

நரசிம்மர் திருமாலின் அவதாரம். அவர் பாதி மனிதராகவும் பாதி சிங்கமாகவும் இருப்பதாகப் புராணங்கள் சொல்கின்றன. வால்வரைன் துன்புறுத்தப்பட்ட சூப்பர் ஹீரோ. மார்வல் காமிக்ஸ் உலகம் அவரைப் பிறழ் உயிரி என்று வர்ணிக்கிறது. இரண்டும் ஒன்றிலிருந்து மற்றொன்று வேறுபட்டது.

மனித குலத்துக்கு உதவுவதற்காகக் கடவுள் மனித வடிவம் எடுப்பதே அவதாரம். ஒரு அசுரனைக் (ஆங்கிலத்தில் பேய் என்று மொழி பெயர்க்கப்படுகிறது) கொல்லத் திருமால் எடுத்த அவதாரமே நரசிம்மர். அந்த அசுரனை ஒரு மனிதனாலோ விலங்கினாலோ கொல்ல முடியாது என்பதால் முழுமையான மனிதனும் அல்லாத முழுமையான விலங்கும் அல்லாத நரசிம்மரால் தான் அவரைக் கொல்ல முடியும். சூப்பர் ஹீரோவைப் போல் அவதாரங்கள் சாகசங்களில் ஈடுபடுவதில்லை, ஒரு அவதாரத்துக்கு எதிர்காலம்

குறித்தும் எதிரி குறித்தும் முழு அறிவு இருக்கும். அது ஒரு பங்கை ஆற்றுகிறது. அது கடவுளின் 'லீலை' அல்லது விளையாட்டு என்று அழைக்கப்படுகிறது.

இதற்கு மாறாக ஒரு சூப்பர் ஹீரோ மனிதர்தான். மனிதசக்திக்கு அப்பாற்பட்ட சக்திகளைப் பெற்றவர் என்பதாலேயே அவர் அசாதாரணமானவர் ஆகிறார். அவர் தனது சிறப்புச் சக்திகளின் மூலம் மனித குலத்துக்கு உதவுகிறார். சூப்பர் ஹீரோ கிரேக்க புராண நாயகன் ஹெராக்லஸை அடிப்படையாகக் கொண்டவர். ஹெராக்லஸ்ஸின் பெற்றோரில் ஒருவர் ஒலிம்பஸிலிருந்து வந்த கடவுள் என்பதால் அவர் பிற மனிதர்களைவிட வித்தியாசமானவர். இவர் பல சாகசங்களை மேற்கொண்டு தனது விதியைப் புரிந்துகொண்டு விதியின் வழியில் மனிதகுலத்துக்கு உதவுகிறார். வால்வரைன் அத்தகையதொரு சூப்பர் ஹீரோ. அவருக்குத் தீவிரமான விலங்கு உணர்வுகள், அபார வலிமை. இரண்டு கைகளிலும் உள்ளிழுத்துக்கொள்ளக்கூடிய தலா மூன்று நகங்கள் ஆகியவற்றோடு அவரைக் கிட்டத்தட்ட மரணமற்றவராகவும் வெல்லப்பட முடியாதவராகவும் மாற்றும் ஆற்றலைப் புதுப்பிக்கும் சக்திகளும் உள்ளன. சினம் கொண்ட, விரக்தியடைந்த, தனியனான அவர் தோற்றுப்போன சாமுராய் இனத்தவரின் தொல்வகைமை. தனது இருண்ட பக்கத்துடன் போராடி நன்மை செய்யவும் நல்லவராக இருக்கவும் முயல்கிறார் அதில் எப்போதும் வெற்றிபெற முடியாவிட்டாலும்.

நவீன வீடியோ கேம்களில் 'அவதார்' என்பது ஒரு போலி அடையாளமாக, நிஜத்தில் நீங்கள் யார் என்பதை மறைத்துக்கொள்வதற்கான முகமூடியாகப் பயன்படுத்தப் படுகிறது. மேற்குலகம் ஒரு இந்துக் கோட்பாட்டை இப்படித் தான் புரிந்துகொள்ளும். மேற்குலக எழுத்தாளர்கள் பிற பண்பாடுகளைச் சேர்ந்த சிந்தனைகளை மேற்கின் வகை மாதிரிக்குள் வலியத் திணிப்பது பொதுவாக நடப்பதுதான். எனவே அவர்களைப் பொறுத்தவரை அவதாரம் என்பது சூப்பர் ஹீரோவின் இந்து மத வடிவம்.

அவதாரத்தின் லீலையால் பயனடைபவர் யார்? எதிர்நாயகர் (வில்லன்) என்று அழைக்கப்படுபவர்தான். எடுத்துக்காட்டாக நரசிம்மர் கதையில் அவரால் கொல்லப் படும் அசுரர் உண்மையில் தண்டிக்கப்படுவதில்லை. சாபத்தில் இருந்து விடுவிக்கப்படுகிறார். ஹிரண்யகசிபு என்னும் அந்த அசுரன் தன் முற்பிறவியில் திருமாலின் வசிப்பிடத்தின் வாயிற் காவலராக இருந்தவர். திருமால் தூங்கிக்கொண்டிருக்கும்

போது உள்ளே நுழைய முயன்ற ஒரு ரிஷியை வாயிலில் தடுத்து நிறுத்தியதால் அசுரனாகப் பிறவி எடுக்கும்படி சபிக்கப் பட்டவர். ஹிரண்யகசிபுவைக் கொல்வதன் மூலம் திருமால் அவரை அசுர வடிவத்திலிருந்து விடுவிக்கிறார். எனவே, ஒரு அவதாரத்தின் கதை கர்மம், மறுபிறவி ஆகியவற்றை அடிப்படையாகக் கொண்டது. ஆனால் கிரேக்க நாயகர்கள் அல்லது மிகையாற்றல் கொண்ட நாயகர்கள் கதையில் அத்தகைய நம்பிக்கை தேவையில்லை. சொல்லப்போனால் அவருக்கு ஒரே ஒரு வாழ்க்கைதான். அதற்குள் அவர் பிரச்சினைகளைத் தீர்ப்பவராகத் தனது மதிப்பை நிரூபித்துத் தன்னை மீட்டுக்கொள்ள வேண்டும். வால்வரைன் தனது மோசமான கடந்த காலத்திலிருந்து தன்னை மீட்டுக்கொள்ள வேண்டியிருப்பதைப் போல.

இப்படியாக ஒரு மிகைநாயகன் அசாதாரண சக்திகளைப் பெற்ற சாதாரண மனிதன். அவனுடைய பயணம் சிறிதிலிருந்து பெரியதற்கு. மாறாக அவதாரம் என்பது எல்லையற்ற தெய்வம் (திருமால்) எல்லைக்குட்பட்ட தெய்வமாவது (நரசிம்மர் உள்பட எந்த ஒரு அவதாரமும்). அவரது பயணம் பெரியதிலிருந்து சிறியதற்கு. இருவருமே மனித குலத்துக்கு நன்மை செய்கின்றனர். மிகைநாயகனைப் பொறுத்தவரை நன்மை செய்வது அவரது தெரிவு. அவர் தீமை செய்யும் மிகையாற்றல் கொண்ட எதிர்மறை நாயகனாகவும் இருக்கலாம். ஆனால் அவதாரம் என்பது மனிதகுலத்துக்கு நன்மை பயப்பதையே நோக்கமாகக் கொண்டது.

நாம் எப்போதும் இந்திய, மேற்கத்தியக் கதைகளுக் கிடையிலான ஒற்றுமைகளைத் தேடுகிறோம். அது இந்தியர்கள் மேற்கத்தியத் தரநிலைகளுக்குப் பொருந்தும் வகையில் இருக்கிறார்கள் என்று நிரூபிப்பதற்கா? இந்த விழைவு இந்தியா குறித்த தாழ்வு மனப்பான்மை கொண்டோரிடம் காணப்படுகிறது. அல்லது நவீன மேற்குலகம் இந்தியாவின் கடந்தகாலத்தைப் போலச் செய்கிறது என்று சொல்வதற்காக இந்த ஒப்பீடு நடக்கிறதா? இது இந்தியா குறித்த உயர்வு மனப்பான்மை உள்ளோரிடம் காணப்படும் பொதுவான எண்ணம். அல்லது இந்தியர்களும் மேற்கத்தியர்களும் வேறுபட்டவர்கள் அல்ல என்பதை நிரூபிப்பதற்கா? பண்பாட்டு வேறுபாடுகளை அங்கீகரிக்க மறுப்போர் இத்தகைய விருப்பத்தைக் கொண்டிருக்கிறார்கள்.

பண்பாடுகளைச் சுற்றி அமைந்த பல்வேறு நம்பிக்கைகள் அவற்றுக்கிடையிலான வேறுபாடுகளை உருவாக்குகின்றன. இந்தியப் பண்பாடு மறுபிறவி என்னும் நம்பிக்கையைச் சுற்றி

அமைந்துள்ளது. இதனாலேயே இந்தியப் பண்பாட்டால் பன்மைத்துவம், நிச்சயமின்மை. அகவயநோக்கு ஆகியவற்றை இயல்பாக ஏற்றுக்கொள்ள முடிகிறது. இங்கு உலகம் என்பது நெகிழ்வானது. அரைகுறை அறிவினால் மனிதனுக்கு ஏற்பட்ட பாதுகாப்பின்மையை அவதாரம் பொறுத்துக்கொள்கிறது. மேற்கத்தியப் பண்பாடு ஒரே பிறவி என்னும் நம்பிக்கையைச் சுற்றி அமைந்துள்ளது. எனவே அது சமத்துவம், நிச்சயத்தன்மை, புறவயநோக்கு ஆகியவற்றை ஏற்றுக்கொள்கிறது. அவர்களது உலகம் நிலையானது. மிகைநாயகன் ஒருவன் கொண்டுவரும் புரட்சியாலேயே அந்த உலகம் மாற்றமடையும். பிரச்சினைகள் நிறைந்த உலகத்துக்கு மிகையாற்றல் கொண்ட நாயகன் தேவை. ஞானமற்ற உலகத்துக்கு அவதாரம் தேவை.

14

ஏன் யாரும் சூத்திரனாக விரும்புவதில்லை?

நால்வருணம் அல்லது நான்கு படிநிலைகளைக் கொண்ட சமூக அமைப்பு வேதச் சமூகத்தின் முக்கிய அம்சமாகும். இந்த நான்கு நிலைகள்: வேதப் புராணங்களைத் தோற்றுவித்தவர்கள் (பிராமணர்கள்), நிலத்தைக் கட்டுப்படுத்துபவர்கள் (சத்ரியர்கள்), சந்தையை ஒழுங்குபடுத்துபவர்கள் (வைசியர்கள்), பல்வேறு சேவைகளை வழங்குபவர்கள் (சூத்திரர்கள்). இது சமூகத்தின் உண்மையான பிரதிபலிப்பு அல்ல. ஒரு சமூகத்தில் உள்ளவை என்னென்ன என்பது குறித்த ஊகம் மட்டுமே.

நடைமுறையில் இந்தியச் சமூகம் நீண்ட காலமாக சாதிகளாகப் பிரித்துவைக்கப்பட்டுள்ளது. வருணங்கள் நான்கு, சாதிகளோ ஆயிரக் கணக்கானவை. மக்கள் காஸ்ட் (caste) என்று குறிப்பிடுவது சாதியைக் குறிப்பதற்கான ஐரோப்பியச் சொல்லைத்தானே தவிர வருணத்தை அல்ல. நாம் அடிக்கடி இரண்டும் ஒன்றெனக் குழப்பிக்கொள்கிறோம். சாதி என்பது தொழிலை அடிப்படையாகக் கொண்ட பொருளாதார – அரசியல் அலகு. நீங்கள் உங்களது சாதியை உங்களது தந்தையிடமிருந்து பெறுகிறீர்கள். நெருங்கிய உறவுகள் என்னும் ஒப்பீட்டளவில்

எளிய கருத்துருவின் மூலமாகவே சாதி நிறுவப்படுகிறது. நீங்கள் உங்கள் சாதியைச் சேர்ந்தவர்களுடன் இணைந்து உணவு அருந்தினீர்கள் உங்கள் சாதியைச் சேர்ந்த ஆணையோ பெண்ணையோ மணம் புரிந்துகொண்டீர்கள். சாதி என்பது பழங்குடி இனத்தைப் போல் செயல்படுகிறது. எப்படி வெவ்வேறு பழங்குடிகளுக்கிடையிலான திருமணம் அனுமதிக்கப்பட வில்லையோ அதேபோல் வெவ்வேறு சாதிகளுக்கிடையிலான திருமணமும் அனுமதிக்கப்படவில்லை. சாதி கடந்த திருமணங்களால் வன்முறை ஏற்படக்கூடும்.

வேதங்கள் 3,000 ஆண்டுகள் பழமையானவை. சாதி அமைப்பு 1,900 ஆண்டுகளுக்கு முன்பு இறுக்கம் அடைந்ததாக மரபணு ஆய்வுகள் கூறுகின்றன. வேதங்களில் கொள்கை அளவில் சமூகப் பன்மைத்துவம் பேசப்படுகிறதே அன்றி மாற்ற முடியாத ஏற்றத்தாழ்வுகள் நிறைந்த படிநிலைச் சமூகங்கள் குறித்துப் பேசப்படவில்லை என்பதை இதிலிருந்து உணரலாம்.

இந்தப் படிநிலைச் சமூகத்தில் ஒரு மனிதனின் நிலை பிராந்திய யதார்த்தங்களின் அடிப்படையில் தீர்மானிக்கப் படுகிறது. எடுத்துக்காட்டாக, கங்கைச் சமவெளிப் பகுதிகளில் உள்ள சத்ரியர்களின் சாதியானது முகலாய அரசவைகளில் இந்து அதிகாரிகளின் எழுச்சியுடன் உருவெடுத்தது. தென்னிந்தியா வில் பலருக்குத் தமது சமூகத்தில் காயஸ்தர்கள் யார் என்று அடையாளம் காணத் தெரியாது. அதேபோல் ராஜஸ்தானில் உள்ள யாருக்கும் தமது சமூகத்தில் கர்நாடகத்தில் உள்ளதைப் போன்ற லிங்காயத்துகள் யார் என்றும் சாதி அமைப்பை நிராகரிக்கும் அவர்கள் சாதியப் படிநிலையில் எங்கு வைக்கப்பட வேண்டியவர்கள் என்றும் அடையாளம்காணத் தெரியாது. இந்தியாவின் சாதி அமைப்பானது ஆற்றலையும் செயல்திறனை யும் அதிகரிப்பதற்கான அறிவார்ந்த தொழில் பிரிவினை என்று பலர் சொல்கின்றனர். இப்படிச் சொல்வோர் அனைவரும் மிகப் பெரும்பாலும் தம்மை முதல் இரண்டு படிநிலைகளுட னும் (பிராமணர்கள், சத்ரியர்கள்) அரிதாக மூன்றாம் படிநிலை யுடனும் (வைசியர்கள்) மட்டுமே அடையாளப்படுத்திக் கொள்வார்கள். நான்காம் படிநிலையுடன் (சூத்திரர்கள்) அடையாளப்படுத்திக்கொள்வது கிட்டத்தட்ட இல்லை என்று சொல்லிவிடலாம். யாரேனும் ஒருவர் "நான் சூத்திரனாக இருப்பதில் பெருமை கொள்கிறேன்" என்று சொன்னால் அது புரட்சிகரச் சிந்தனையின் வெளிப்பாடே தவிர ஞானமோ பற்றோ அல்ல. மேலும் பிராமணராகவும் சத்ரியராகவும் இருப்பது குறித்துப் பெருமைப்பட்டுக்கொள்வது ஆதிக்கம் செய்வதற்கான விருப்பமே தவிர ஞானமோ பற்றோ அல்ல.

புரோகித விஷயங்களில் ஈடுபட்டவர்கள் பிராமணர்கள், நிலங்களைக் கட்டுப்படுத்தியவர்கள் சத்ரியர்கள் என்பது பொதுவான விதி. ஆனால் அரசர்களின் அவையில் பணியாற்றிய அதிகாரிகள் எங்கிருந்து வந்தனர்? அவர்கள் பிராமணர்களா, சத்ரியர்களா அல்லது சேவை வழங்கும் சூத்திரர்களா? சாகர்கள், பல்லவர்கள் போல் வெளியிலிருந்து வந்து இந்தியாவில் குடியமர்ந்த போர்வீரர்கள் சத்ரியர்கள் என்று அழைக்கப்படலாயினர். அவர்களுக்கான சமூக ஏற்பைப் பெற்றுத்தர அவர்கள் கடவுளர்களுடனும் புராணிக அரசர்களுடனும் இணைக்கப்பட்டனர். கடன் வழங்கும் பணக்காரர் வைசியரே. ஆனால் வங்கிச் சேவைகளை ஆற்றும் அவர் சேவை வழங்குநரும்தானே? யார் தனக்கு அதிக ஊதியம் அளிக்கிறாரோ அவருக்குத் தனது போர்ப்படை சேவைகளை அளிக்கும் நில உடைமை அற்ற படைவீரர் சத்ரியரா, சூத்திரரா? ஆயிரக்கணக்கான சாதிகளை நான்கு வர்ணங்களுக்குள் சரியாக இணைப்பது எப்போதும் சவாலானதாகவே இருந்து வந்துள்ளது. தெற்கில் பிரம்மதேய நிலங்கள் என்று அழைக்கப்பட்ட விவசாய நிலங்களையும் குடியிருப்புப் பகுதிகளான அக்ரகாரங்களையும் தமக்குச் சொந்தமானதாக வைத்திருந்ததன் மூலம் பிராமணர்கள் அதிகாரம் பெற்றனர். ஆனால் நில உடைமையாளர்களானது அவர்களைச் சத்ரியர்கள் ஆக்கவில்லையா? மகாராஷ்டிரத்தின் பேஷ்வாக்கள் பிராமணர்களா சத்ரியர்களா அல்லது நிர்வாகச் சேவை வழங்குநர்களா? இவை எல்லாம் மோதல்களுக்கு வித்திட்ட சிக்கலான விவகாரங்கள்.

வேதங்கள் சமூகப் பன்மைத்துவத்தைப் பேசுகின்றன. சமூகத்தின் ஆதிக்கம் மிக்க உறுப்பினர்களான பிராமணர்களும் நிலவுடைமையாளர்களும் பணக்காரர்களும் சக்திவாய்ந்தவர்களும் இந்தப் பன்மைத்துவக் கோட்பாட்டை ஏற்றதாழ்வு மிக்க படிநிலைச் சமூகமாக மாற்றினர். அவர்கள் தரும சாஸ்திரங்களைப் பயன்படுத்தி இதனைச் செய்தனர். மனு ஸ்ம்ருதி உள்ளிட்ட தரும சாஸ்திரங்களில் பிராமண சாதிகள் தம்மைப் பிராமண வருணத்துக்குள் இணைத்துக்கொண்டன. ஆயிரக்கணக்கான பிற சாதிகளை இணைப்பது குறித்து அவர்களுக்கு ஆர்வமில்லை.

பிராமண சாதிகளுக்கிடையிலேயே ஏற்றத்தாழ்வுகள் உண்டு. வேதம் ஓதுபவர்கள் தம்மைக் கோயில்களில் அர்ச்சகர்களாகப் பணியாற்றுவோரைவிட மேலானவர்களாகக் கருதிக்கொண்டனர். திருமணம் செய்துவைத்தவர்கள் இறுதிச் சடங்கு செய்து வைத்தவர்களைவிட மேலானவர்களாகப்

பார்க்கப்பட்டனர். இதே போல் சத்ரியர்கள், வைசியர்கள், சூத்திரர்கள் இடையேயும் ஏற்றதாழ்வுகள் இருந்தன. இந்த ஏற்றதாழ்வுகள் வேதங்களிலிருந்தோ பிறநூல்களிலிருந்தோ வந்தவை அல்ல, பிராந்திய அரசியலிலிருந்து விளைந்தவை.

உலகில் உள்ள அனைத்துச் சமுதாயங்களிலும் பொருளாதார, அரசியல் படிநிலைகள் உள்ளன. ஆனால் சாதி அமைப்பைத் தனித்துவமாக்குவது அது தூய்மையின் அடிப்படையிலான படிநிலை என்பதே. சில சேவை வழங்குநர்களைத் 'தீட்டா'கக் கருதி, அவர்கள் கிராமக் கிணறைப் பயன்படுத்துவதற்குத் தடை விதிக்கப்பட்டது. மனித கண்ணியத்தோடு அவர்களை நடத்தவில்லை. இது சாதி அமைப்பின் மிக மோசமான அம்சமாகும். ஆனால் சாதி அமைப்பின் தவறுகளை நியாயப்படுத்துபவர்கள் இதை மறுக்கிறார்கள். இது வேதங்களால் விதிக்கப்பட்டதா? இல்லை. வேதங்கள் ஆத்மாவைப் பற்றிப் பேசின. அது நிரந்தரமாகத் தூய்மையானது. வேதங்கள் பன்மைத்துவத்தை மதிக்கின்றனவே தவிரப் படிநிலையை அல்ல. அவை பல்வேறு படிநிலைகளையும் தசையையும் மதிப்புக்குரியதாகக் கருதி நான் என்னும் அகந்தையை வளர்த்தெடுக்கும் அச்சத்தையும் அறியாமையையும் குறித்துப் பேசுகின்றன.

இஸ்லாமிய அரசர்கள் சத்ரியர்களாக நடத்தப்பட்டதால் சாதி அமைப்பு குறித்து அவர்கள் பெரிதாக அலட்டிக்கொள்ள வில்லை. அரச வம்சத்தினர் அல்லாத இஸ்லாமியர்களுக்கு அவர்களது கிராமங்களில் கிடைத்த அந்தஸ்து அவர்களின் தொழிலையும் அவர்களுடைய செல்வத்தையும் சார்ந்ததாக இருந்தது.

பிரிட்டிஷ் ஆட்சியாளர்கள்தான் முதல் மக்கள்தொகைக் கணக்கெடுப்பின் பகுதியாக அனைத்துச் சாதிகளையும் நான்கு வர்ணங்களுக்குள் பகுக்க முயன்றனர். ஆனால் அது மிகவும் சிக்கலான செயல்முறையாக இருந்தது. இந்தியாவில் உள்ள பல சமூகங்களுக்குத் தெளிவாக வரையறுக்கப்பட்ட சாதி எதுவும் இல்லை என்பதை அவர்கள் தெரிந்துகொண்டார்கள். கோடைக்காலத்தில் விவசாயியாக இருப்பவர் குளிர் காலத்தில் படைவீரராக இருப்பார். அவர் (நில உரிமையாளராக இருந்தால்) சத்ரியர் அல்லது வைசியரா அல்லது (நிலமற்றவராக இருந்தால்) சூத்திரரா? பிரிட்டிஷார் மேற்கொண்ட சாதி ஆவணப்படுத்தல் ஒப்பீட்டளவில் நெகிழ்வான அமைப்பை உருவாக்கியது. அது பலதரப்பட்ட பல்வேறு பிராந்தியப் படிநிலைகளுக்கு மாறாக அலங்கோலமான ஒற்றை தேசியப் படிநிலையை நிறுவ முயன்றது. தலித் சமூகத்தின் துயர நிலை

கவனத்தைப் பெறுவதில் இந்த ஆவணப்படுத்தல் முக்கியப் பங்காற்றியது. ஆனால் அதுவரை படிநிலையே இல்லாத இடங்களில் புதிய படிநிலைகளைக் கட்டமைக்கக் கோரியது. புதிதாக உருவாகிவந்த நகர்ப்புறச் சூழல்களில் பழைய கிராமப்புறச் சாதி அடையாளங்களை அழிப்பது எளிதாக இருந்திருக்கும். ஆனால் சாதிச் சான்றிதழ்கள் கிராமங்களில் நிலவிய காழ்ப்புணர்ச்சிகள் தொடர்வதை உறுதி செய்தன.

சுதந்திரத்துக்குப் பிறகு இட ஒதுக்கீட்டுக் கொள்கையானது சாதிகளுக்கிடையிலான படிநிலைகள் தொடர்வதை உறுதி செய்தது. ஏனென்றால் அது சில சாதிகள் சலுகைகளுக்குத் தகுதி இல்லாதவை என்றும் சில சாதிகள் அதற்குத் தகுதியானவை என்றும் அனுமானித்துக்கொண்டது. எனவே 'உயர்'சாதி என்று அழைக்கப்பட்டவற்றைச் சேர்ந்த ஏழைகள் தமது சாதிகளில் இருந்த அளவுகடந்த பணக்காரர்களால் துன்பத்துக்குள் ளாகினர். அதேபோல் 'கீழ்' சாதி என்று அழைக்கப்பட்டவற்றில் சில சாதிகள் நகர்ப்புறத்தில் வாழ்ந்ததால் செல்வச் செழிப்புடனும் கூடுதல் சிறப்புரிமைகளுடனும் இருந்ததை யாரும் உணரவில்லை. சாதிகளின் பன்மைத்துவம் நீடிக்கிறது. ஜாதிகளின் பன்மைத்துவம் நீடிப்பதால் இந்துமதத்தை ஒற்றைப்படைத் தன்மை கொண்டதாக மாற்றும் முயற்சிகள் தோல்வியடைந்தன.

இன்று இந்தியாவில் உள்ள ஆயிரக்கணக்கான சாதிகளை ஒடுக்குகிறவர்கள், ஒடுக்கப்படுகிறவர்கள், வாய்ப்புகளைப் பெற்றவர்கள், வாய்ப்பு மறுக்கப்பட்டவர்கள், சவர்ணர்கள், தலித்துகள் என இரண்டு சட்டகங்களுக்குள் அடைக்க விரும்பும் அரசியல் கருத்தியலாளர்களால் சாதியப் படிநிலை மீண்டும் நிலைநிறுத்தப்படுகிறது. சமூக நீதிக் கோட்பாடு மீண்டும் சாதியப் படிநிலையை நிலைநிறுத்தும் அளவுக்கு மோதல் போக்கைக் கொண்டதாக இருக்கிறது. செயற்பாட்டாளர்களும் அரசியல்வாதிகளும் உங்களை சவர்ணர் அல்லது தலித் அடையாளத்திலிருந்து விடுபட விட மாட்டார்கள். நீங்கள் விரும்புகிறீர்களோ இல்லையோ ஒரு சாதியின் உறுப்பினராக நீங்கள் ஒரு வாக்கு வங்கியின், ஒரு கும்பலின் அங்கம்.

நாம் கடவுளுக்கோ ஆசிரியருக்கோ பணியாளராக (தாச) இருப்பது குறித்துக் கவலைப்படுவதில்லை. ஆனால் நிலப்பிரபுத்துவ மனநிலையின் காரணமாகப் பிறருக்கு அப்படி இருக்க மறுக்கிறோம். நாம் சமத்துவத்தைக் கண்டு அஞ்சுகிறோம். ஏனென்றால் அது நமது அடையாளத்தையும் அந்தஸ்தையும் களைந்து நம்மை ஒற்றைப்படையான சமூக மனிதராக ஆக்குகிறது. பண்டைக்கால பிராமணர்கள், பிரிட்டிஷார்,

அரசு ஆகியவற்றைப் போல் நாம் நம்மைக் கோட்பாடு சார்ந்த வேதங்களின் நான்கடுக்குச் சமுதாயத்துக்குள் நம்மை இணைத்துக்கொள்கிறோம். பெரும்பாலும் நம்மைப் பற்றி நாமே பெருமைப்பட்டுக்கொள்வதற்காக.

தொழிற்புரட்சிக்கு முன்புவரை அனைத்துச் சமுதாயங்களும் அறிவார்ந்த உயரடுக்கினர் (புரோகிதர்கள், தத்துவவாதிகள்), நிலவுடைமையாளர்கள், வணிகர்கள் ஆகியோராலேயே கட்டுப்படுத்தப்பட்டன. மற்றவர்கள் தொழிலாளர்களாகவும் அடிமைகளாகவுமே நடத்தப்பட்டனர். கைவினைக் கலைஞர்களும் சிறுவணிகர்களும் கீழ்நிலையில் இருந்தனர். தொழிலாளர்கள் அவர்களைவிடக் கீழ்நிலையில் இருந்தனர். தொழிற்புரட்சி, வங்கியாளர்கள், வியாபாரிகள், தொழிற்சாலைப் பணியாளர்கள், குமாஸ்தாக்கள், பெருநிறுவன நிர்வாகிகள் ஆகியோர் அடங்கிய புதிய வர்க்கத்தை உருவாக்கியது. சமூகரீதியான இடமாற்றம் சாத்தியமானது. ஆனாலும் சமுதாயம் கல்விபெற்றவர்கள் (பிராமணர்கள்), அதிகாரம் மிக்கவர்கள் (சத்ரியர்கள்) ஆகியோராலேயே கட்டுப்படுத்தப்படுகிறது. அதிகாரமற்ற சேவை வழங்குநர் (சூத்திரர்கள்) வர்க்கத்தினரால் அல்ல. இந்தியாவில் மட்டுமின்றி, உலகின் பிற அனைத்துப் பகுதிகளிலும் இந்த நிலைதான் உள்ளது.

15

யோகம் இந்துக் கருத்தாக்கமா?

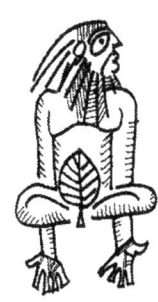

யோகம் என்பது இந்து மதக் கருத்தாக்கமா என்னும் கேள்வி அரசியல், பொருளாதாரக் காரணங்களுக் காக அமெரிக்காவில் எழுப்பப் படுகிறது. மேற்கத்தியர்கள் யோகப் பயிற்சியை அபகரித்து வணிகமய மாக்கி அதனால் ஊழல்மயமாக்கி, அதன் ஆன்மிகரீதியான முக்கியத் துவத்தை நீக்கிவிட்டதாக சில இந்துக்கள் குற்றம் சாட்டுகின்றனர். ஆனால் மேற்கத்தியக் கல்வி யாளர்களோ யோகம் இந்து மதத்தினுடையது அல்ல என்றும் அதனால் அபகரித்தல் என்ற குற்றச்சாட்டுக்கு இடமில்லை என்றும் கூறுகின்றனர். அடிப்படையில் இது 'உன்னுடையது' அல்லது 'என்னுடையது' என்னும் நிலப்பகுதி சார்ந்த சண்டையாக ஆகிவிட்டது. யோகம் இதுபோன்ற முடிச்சுகளைத்தான் அவிழ்க்க முயல்கிறது.

யோகம் என்னும் கருத்துரு இந்தியத் துணைக் கண்டத்தில்தான் (தற்காலத்தில் தெற்காசியா என்றும் கல்விப் புல வட்டங்களில் குறிக்கப்படுவது) தோன்றியது என்பதில் எந்தச் சந்தேகமும் இல்லை. நாம் இன்று அதை அறிந்துவைத்திருக்கும் வடிவம் இருபதாம் நூற்றாண்டின் தொடக்கத்தில் இந்தியாவில் இந்துக்கள் குறிப்பாக அந்தக் கால

மைசூர் மாநிலத்தில் வாழ்ந்தவர்களால் மேற்கொள்ளப்பட்ட 'மறு வடிவமைப்'பின் விளைவு.

சிந்து சமவெளி முத்திரைகளில் பத்ராசனம் என்னும் யோகத்தில் இருப்பதுபோல் ஒரு மனிதன் அமர்ந்திருப்பது அல்லது ஆசனத்தின் நிலை அமைந்திருப்பது போல் உள்ளது. இது யோகாசனமா? ஆம், இல்லை என்று நாம் எப்படி வேண்டுமானாலும் ஊகிக்கலாம்.

4,000 ஆண்டுகள் பழமையான வேத மரபு 'யோக' என்னும் சொல்லைப் பசுமாட்டை வண்டியில் கட்டுதல் என்னும் பொருளில் பயன்படுத்துகிறது. இன்றும் யோக அல்லது அதன் பேச்சுவழக்குச் சொல்லான ஜோக் என்பது ஜோசியத்தில் உள்ள கிரகங்களைப் போல் பல்வேறு சக்திகளின் ஒருங்கிணைப்பைக் குறிக்கப் பயன்படுகிறது. எதுவும் இல்லாத இடத்தில் 'ஜோகை' (ஆற்றலை) உருவாக்கக்கூடிய வளம் மிக்க மனிதனைக் குறிப்பதற்கான 'ஜோகி' என்னும் சொல்லிலிருந்தே 'ஜுகாத்' என்னும் சொல் வருவதாகக் கூற முடியும். எனவே இந்தச் சொல்லின் வேர்கள் வேதத்தில் உள்ளன.

3,000 ஆண்டுகளுக்கு முந்தைய சிரமண அல்லது துறவு மரபு யோகம் சார்ந்தது என்று கருதப்படும் கருத்துருக்களைக் கொண்டிருந்தது. ஒழுக்கம், கவனக் குவிப்பு (தியானம்), விழிப்புணர்வு அல்லது பார்வையைக் கட்டமைத்தல் (தாரணை) அல்லது புலனின்பங்களைத் துறத்தல் (பிரத்யாகாரம்), மூச்சுப் பயிற்சிகள் (பிராணாயாமம்) ஆகியவை மனதையும் உடலையும் ஒழுங்குபடுத்தக் கூடியவை. தவம் செய்யும் துறவிகளால் விரும்பப்படும் ஒற்றைக் காலில் நின்றிருத்தல், கைகளை மேலே உயர்த்தி வைத்திருத்தல் போன்ற ஆசனங்கள் இயற்கையைக் கட்டுப்படுத்த உதவும் இயல்புக்கு அப்பாற்பட்ட பௌதீக, உளவியல் சக்திகளைப் பெற்றுத் தரும் தவம் என்றழைக்கப்படும் ஆன்மிகக் கனலைத் கிளறுதல் ஆகியவை சிரமணத்தில் வேர்கொண்டுள்ளன. பௌத்தமும் சமணமுமே சிரமண மரபுகள் என்று அறியப்படுகின்றன.

2,000 ஆண்டுகளுக்கு முந்தைய புராண மரபுகளில் வைதீகச் சடங்குகளும் சிரமணச் சடங்குகளும் பின்னுக்குத் தள்ளப்பட்டு சிவன், திருமால், அம்மன் ஆகிய தெய்வங்கள் துறவு வாழ்க்கையைவிட இல்லற வாழ்க்கைக்கு முக்கியத்துவம் அளிக்கும் அவதாரங்களாக உருவெடுக்கும் கதைகள் முக்கியத்துவம் பெற்றன. சிவன் தனது மாணவராகிய பதஞ்சலி என்னும் பாம்புக்கு யோகத்தைக் கற்பிப்பவரானார். பதஞ்சலி சிவனிடமிருந்து கற்றுக்கொண்ட யோகத்தை உலகத்தில்

உள்ளோருக்குக் கற்பித்தார். திருமால் ராமனாக அனுமனிடமும் கிருஷ்ணனாக அர்ஜுனனிடமும் யோகம் குறித்துப் பகிர்ந்து கொள்கிறார். இங்கு நாம் ஒரு பகுத்தலைக் காண்கிறோம். சிலர் சமாதி என்றழைக்கப்படும் தனிநபர் ஆன்மாவும் (ஜீவ–ஆத்மா), பேரண்ட ஆன்மாவும் (பரம–ஆத்மா) அதாவது கடவுளும் இணைவது போன்ற உளவியல்ரீதியான அம்சங்களில் கவனம் செலுத்துகின்றனர். வேறு சிலர் சித்தி என்றழைக்கப்படும் உடல்சார்ந்த அம்சங்களில் குறிப்பாகப் பிரம்மச்சரியத்துடன் தொடர்புடைய மாயாஜால சக்திகளில் கவனம் செலுத்து கின்றனர். இதுபோன்ற பகுத்தல்கள் தன்னிச்சையானவைதான் என்றாலும் சமாதிமீது கவனம் குவிப்பது வைதீகம் சார்ந்தது என்றும் சித்திமீது கவனம் குவிப்பது தாந்த்ரீகம் சார்ந்தது என்று பகுக்கலாம். நூலுக்கு நூல் கவனக் குவிப்பு வேறுபடுகிறது. மகாபாரதத்தின் பகுதியாகிய பகவத் கீதையில் யோகத்தின் உளவியல் அம்சங்களுக்கும் பிராணாயாமத்துக்கும் கவனமளிக்கப்படுகின்றன. ஆனால் ஆசனங்களுக்கு இட மில்லை. பதஞ்சலி யோக சூத்திரத்தில் ஆசனங்கள் குறித்துக் குறைவாகப் பேசப்படுகிறது ஆனால் அது யோகத்துக்கான தெளிவான வரையறையைத் தருகிறது (மனத் திரிபுகளையும் தெளிவுகளையும் நீக்குதல்). செயல்பாட்டு அம்சங்களைத் தவிர பிற வகைகளில் மிகையான இறைநம்பிக்கை எதுவும் அதற்கு இல்லை.

1,000 ஆண்டுகளுக்கு முன்பு பிரபலமாகத் தொடங்கிய நாத மரபுகளில் யோகத்தின் உடல்ரீதியான அம்சங்களான பல்வேறு யோகத் தோரணைகள், மூச்சுப் பயிற்சிகள் போன்றவை குறித்துப் பேசப்படுகின்றன. மத்ஸ்யேந்திரநாதரையும் கோரக்நாதரையும் வழிபடும் திருநீறு பூசிய ஆண்டிகள் இவற்றைப் பயன்படுத்தினார்கள். இந்தச் சிந்தனைப் போக்கின் தீவிரமான உறுப்பினர்கள் நிர்வாணத் துறவிகள். இவர்கள் இந்தியாவின் விசித்திரத்தன்மைகள் குறித்த மேற்கத்தியகளின் ஆர்வத்துக்குத் தீனிபோடுபவர்கள்.

பத்தொன்பதாம் நூற்றாண்டிலிருந்து பிரிட்டிஷ் ஆட்சிக் காலத்தில் ஐரோப்பியப் பிரசங்கத்துக்கு எதிராகவும் ஐரோப்பிய பாணியிலான ஜிம்னாஸ்டிக்கைப் பின்பற்றியும் மைசூரின் உடையார் அரசர்களின் ஆதரவுடன் கிருஷ்ணமாசார்யர் போன்ற மரபார்ந்த உடற்பயிற்சிப் பண்பாட்டின் ஆசிரியர்கள் இன்று நாம் அறிந்திருக்கும் வடிவிலான யோகாசனத்தை வடிவமைத்து ஒருங்கிணைத்தனர். இதுவே இன்று இந்தியா முழுவதிலும் ஐயங்கார், சிவானந்தர் போன்ற ஆசிரியர்கள் மூலமாக உலகம் முழுவதும் பரவியிருக்கிறது. பதஞ்சலியின்

யோக சூத்திரம் போன்ற பண்டைக் கால, மத்திய கால யோக நூல்களின் மொழிபெயர்ப்புகளும் உரைகளும் விவேகானந்தர் உள்ளிட்ட அறிஞர்கள், கல்வியாளர்களால் பரப்பப்பட்டன.

இந்தியா என்பது கிரேக்கர்களால் பயன்படுத்தப்பட்ட புவியியல்சார் சொல் என்பதிலிருந்து மதச்சார்பற்ற குடியரசாகிய இந்தியா என்னும் அரசியல்ரீதியான சொல்லாக உருமாறிவிட்டது. இந்தியாவுடன் தொடர்புடைய அல்லது இந்தியாவைச் சேர்ந்த என்பதைக் குறிப்பதற்கான இண்டிக் *(Indic)* என்னும் சொல் பண்பாட்டுச் சொல்லாக உள்ளது. அரேபியர்களும் பாரசீகர்களும் ஒருகாலத்தில் புவியியல் ரீதியான சொல்லாகப் பயன்படுத்திய இந்து இன்று மதரீதியான சொல்லாக ஆகிவிட்டது. நீங்கள் யோகம் இந்தியா வுடையது என்றோ இந்தியப் பண்பாட்டைச் சார்ந்தது என்றோ இந்து மதத்தைச் சார்ந்தது என்றோ வாதிடுவது உங்களின் வாதத் திறமையைப் பொறுத்தது.

இன்று யோகம் என்னும் கருத்தாக்கமும் அதன் பயிற்சியும் உலகம் முழுவதும் பரவியுள்ளது. இது கிறிஸ்தவ, இஸ்லாமிய விலகல்வாதிகளையும் மேலாதிக்கவாதிகளையும் அச்சுறுத்து கிறது (அவர்கள் யோகாசனத்தை ரகசிய இந்து மதமாற்றச் செயல்பாடாகப் பார்க்கிறார்கள்). இந்து விலகல்வாதிகளையும் மேலாதிக்கவாதிகளையும்கூட இது அச்சுறுத்துகிறது (அவர்கள் தமது நம்பிக்கையையும் பண்பாட்டையும் பிறர் தமக்குச் சொந்தமானதாக ஆக்கிக்கொண்டு விடுவார்களோ என்று அஞ்சுகிறார்கள்). ஆதிக்கவாதிகளாகிய நாத்திகவாதிகளும் மதச்சார்பின்மைவாதிகளும் ‘மரபு’, ‘மதம்’ போன்ற சொற்கள் உச்சரிக்கப்படும்போதெல்லாம் ஏதோ ஆபத்து ஏற்படப் போவதாக உணர்கிறார்கள். அவர்களும் யோகாசனத்தின் பரவலைக் கண்டு அச்சுறுத்தல் அடைகிறார்கள்.

வலதுசாரி, இடதுசாரிச் சிந்தனையாளர்களால் முன்வைக்கப்படும் வாதங்களை நாம் எச்சரிக்கையுடன் அணுக வேண்டும். இரண்டு தரப்பினருமே பண்பாட்டுக்கு வெளியில் இருப்பவர்கள். இருவருமே உரையாடலில் ஆதிக்கம் செலுத்தி, அதில் நுட்பங்களைத் தவிர்ப்பவர்கள். வலதுசாரிகள், குறிப்பாக இந்து மேலாதிக்கவாதிகள் யோகம் என்பது சிந்து சமவெளி நாகரிகத்துக்கும் முன்பு மிக முந்தைய பண்டைக் காலத்தின் ஏதோ ஒரு புள்ளியில் இந்து மதத்துக்குள் உருவெடுத்ததாக நம்புகிறார்கள். இடதுசாரிகளோ, தொன்மை மதம், மரபு சார்ந்த எதையும் ஒவ்வாமையுடன் அணுகுபவர்கள். இவ்விரு தரப்பினரும் வரலாறு என்பது எளியதோ நேர்க்கோட்டில் பயணிப்பதோ அல்ல என்பதைப் புரிந்துகொள்ளாமல் எதிர்த்

தரப்பினரின் கருத்தை மறுப்பதிலேயே முழு நேரத்தையும் செலவிடுவார்கள்.

எனவே யோகாப் பயிற்சிக்கு இந்தியாவுடனும் இந்து, பௌத்த, சமண மதங்களுடனும் இருக்கும் உறவை மறுப்பது என்பது அமெரிக்காவுக்குப் பூர்வகுடி அமெரிக்கர்களுடன் எந்தத் தொடர்பும் இல்லை (அவர்களின் பிணங்களின் மீது கட்டப்பட்டது என்பதைத் தவிர) என்று சொல்வதைப் போன்றது. அதே நேரம் மேற்குலகம் யோகாப் பயிற்சியைக் களவாடுவதாகக் குற்றம்சாட்டுவதில் நியாயமே இல்லை. பண்பாட்டுப் பரிமாற்றங்களைத் தொடர்ந்து சிந்தனைகள், கருத்தாக்கங்கள் உருமாற்றம் அடையும். மதவாதிகள், கல்வியாளர்கள் பலர் விடாமல் பிடித்துக்கொண்டிருக்கும் 'தூய்மை' என்னும் கருத்தாக்கம் ஆபத்தானது. ஏனென்றால் அது 'தீண்டாமை'யை நிறுவுவதற்கு இட்டுச் செல்கிறது.

எனவே தலைப்பில் உள்ள கேள்விக்கு விடை அளிக்க வேண்டும் என்றால் ஒருவர் யோகம் என்பது இந்து மதம் சார்ந்தது என்பதை ஒப்புக்கொள்ள வேண்டும். அதைவிட அது இந்தியா சார்ந்தது (இந்திக்) என்று சொல்வதே சரியானது. ஏனென்றால் பௌத்தர்களும் சமணர்களும் இந்தியத் துணைக் கண்டத்தில் வாழ்ந்த வேறு பலரும் அந்தக் கருத்தாக்கத்தை வளர்த்தெடுத்துள்ளனர். இப்போது அது உலகளாவியதாக வளர்ந்துகொண்டிருக்கிறது.

பழக்க வழக்கங்கள்

16

இந்துக்கள் ஏன் மிகவும் சடங்கு சார்ந்தவர்களாக இருக்கிறார்கள்?

இந்து மதம் சடங்கு சார்ந்தது. ஆனால் சடங்குகள் இந்து மதத்தில் மட்டுமே இருப்பதல்ல. மனிதர்கள் அனைவருமே சடங்கு சார்ந்தவர்களே.

சடங்கு என்பது அடிப்படையில் ஒரு மொழி. வடிவமைக்கப்பட்ட சைகைகளின் மூலம் தொடர்பு கொள்ளும் முறை. அது இந்து மதத்தில் முக்கிய இடம் வகிக்கிறது. வைதீக வேள்விகளில் வடிவமற்ற தெய்வங்கள் வழிபடப்படுகின்றன. ஒரு சிலையில் தெய்வாம்சத்தைக் காண்பது ஆகம பூஜை. இந்தப் பூஜை தெய்வத்தை வரவேற்று, குளிப்பாட்டி, உணவளித்து, அழகுபடுத்தி, ஒரு விருந்தாளிபோல் நடத்துகிறது. அடுத்தது சம்ஸ்காரங்கள் எனப்படும் வாழ்க்கைப் பருவத்துக்குரிய சடங்குகள் – திருமணம், பிறப்பு, இறப்பு போன்றவை. இவற்றோடு ஆண்டுக்கு ஒருமுறை கொண்டாடப்படும் திருவிழாக்கள் அல்லது பண்டிகைகள் உள்ளன. குறிப்பிட்ட நாள்களில் கடைபிடிக்கப்படும் விரதங்கள் அல்லது ஒழுங்குகளும் உள்ளன. இவற்றில் சில கட்டாயமாகக் கடைப்பிடிக்கப்பட வேண்டியவை. மற்றவை விருப்பத்தின் பெயரில் கடைப்பிடிக்கப்படுபவை. சில சடங்குகள் சூரிய,

சந்திரர்களின் இயக்கத்தின் அடிப்படையில் நிர்ணயிக்கப் படுகின்றன. மற்றவை திட்டமிடப்படாதவை. சடங்குகள் நிறமும் மணமும், சைகைகளும் பாடல்களும், கதைகளும் நிகழ்த்துதல்களும், உணவும் இசையும் உடைகளும் நிறைந்தவை. அவை இந்து மதத்தைக் கண்டு உணரத்தக்கதாக ஆக்குகின்றன. அவை இல்லாமல் காண்பதற்கோ கேட்பதற்கோ முகர்வதற்கோ தொடுவதற்கோ சுவைப்பதற்கோ இந்து மதம் என்று எதுவும் இல்லை.

சடங்கு எனப்படுபது பண்பாட்டைத் தலைமுறைகள் தாண்டிக் கடத்துவதற்கான மூன்று வழிகளில் ஒன்று. கதையும் சின்னங்களும் மற்ற இரண்டு வழிகள். பல சமயங்களில் சடங்குகளை மேற்கொள்வதற்கும் அவற்றைப் புரிந்துகொள் வதற்கும் தொடர்பு இருப்பதில்லை. சடங்குகள் உங்களுக்கு அர்த்தமுள்ளவையாக இருக்கின்றனவோ இல்லையோ அவற்றை அர்த்தப்படுத்திக்கொள்ளக்கூடிய உங்களின் எதிர்காலத் தலைமுறைகளின் நன்மைக்காக நீங்கள் அவற்றைச் செய்துதான் ஆக வேண்டும். எந்தப் புரிதலும் இல்லாமல் இயந்திரத்தனமாகச் செய்தாலும் சடங்குகள் நம்மை ஒரு சமூகமாக இணைக்கின்றன. எடுத்துக்காட்டாக தொழுகைச் சடங்கு ஒட்டுமொத்த இஸ்லாமிய சமூகத்தையும் ஒன்றிணைக் கிறது. ஒரு சடங்கு நமக்குப் புரிகிறதோ இல்லையோ அவற்றின் தோற்றம் குறித்தும் பொருள் குறித்தும் முன்வைக்கப்படும் வாதங்களைப் பகுத்தறிவு ஏற்றுக்கொள்கிறதோ இல்லையோ சடங்கை நிகழ்த்துதல் என்னும் எளிய செயல்பாடு ஒரு தனிநபரை சமூகத்தின் பகுதியாக ஆக்குகிறது.

சடங்குகள் மதம் சார்ந்தவையாகவும் இருக்கலாம் மதச் சார்பற்றவையாகவும் இருக்கலாம். எடுத்துக்காட்டாக பூஜை என்பது மதம்சார் சடங்கு. பிறந்தநாள் விழா மதச்சார்பற்ற சடங்கு. இரண்டுக்குமே விதிகள் வகுக்கப்பட்டுள்ளன. அவற்றைப் பின்பற்ற வேண்டும். சில நேரம் இந்த விதிகள் கறாரானவை. எடுத்துக்காட்டாக ஒரு கத்தோலிக்கப் பாதிரியார் ஞாயிறு திருப்பலியை (Sunday Mass) எப்படி நடத்த வேண்டும் என்பதை ரோமானிய போப் ஆண்டவர் சபைதான் தீர்மானிக்கும். கார்ப்பரேட் அலுவலகங்களில் ஊழியர்களின் பிறந்தநாள் எப்படிக் கொண்டாடப்படுகிறது என்பதை அதன் மனிதவள மேலாண்மைத் துறை தீர்மானிக்கும்.

பத்தொன்பதாம் நூற்றாண்டில் கீழைத்தேயவாதிகள் ஒரு கருத்தாக்கத்தை முன்வைத்தனர். மத நம்பிக்கைவாதிகள் நாகரிக வளர்ச்சியடையாதவர்கள், அளவுக்கதிகமாக சடங்கு சார்ந்தவர்கள்; கல்வி கற்றவர்கள் சடங்குகளை மறுப்பார்கள்

என்று அவர்கள் கூறினார்கள். கடவுள் போன்ற கருத்துக்களே சடங்குகளுக்குக் காரணம் என்றார்கள். அரசு போன்ற மதச்சார் பற்ற கருத்தாக்கங்கள்மீது விசுவாசத்தை விதைப்பதற்காகத் திட்டமிட்டு வடிவமைக்கப்பட்ட பல பொது நிகழ்ச்சிகள் அதாவது சுதந்திர நாள் அணிவகுப்பு போன்றவற்றைக் குறிக்கச் 'சடங்கு' என்னும் சொல் பயன்படுத்தப்படுவதில்லை. சுதந்திர நாள் அணிவகுப்பை யோசித்துப் பாருங்கள்; அது ஜெயந்தி கொண்டாட்டங்களிலிருந்து எந்த வகையிலும் வேறுபட்ட தல்ல. இரண்டுமே மதச்சார்பற்ற அல்லது மதம் சார்ந்த சமூகங்களை உருவாக்குவதற்குப் பங்களிக்கின்றன. முன்னது நாட்டுப்பற்றை விதைக்கிறது என்றால் பின்னது பக்தியை.

வேத காலங்களில் வேள்வி நடத்துவது என்பது கருமம் என்றும் தருமம் என்றும் கருதப்பட்டது. பின்னர் 'கருமம்', 'தருமம்' ஆகிய சொற்கள் சமூகவியல் செயல்பாடுகளாயின. விளைவாகத் திருமணம், மகப்பேறு, இறுதிச் சடங்கு ஆகியவை சடங்கு சார்ந்தவையாகவும் கட்டாயமாகச் செய்ய வேண்டியவையாகவும் ஆக்கப்பட்டன. இவை ஒரு தனிமனிதரை அவரது முன்னோர்களையும் கடவுளரையும்கூட உள்ளடக்கிய பெரும் சமூகத்தின் அங்கமாக ஆக்கின.

சடங்கினை நிகழ்த்துக் கலையாகப் பார்க்கலாம். பேசப்படும் சொல்லின் வழியாக அல்லாமல் கலையைப் போல் அது உடல் வழியாக உணர்வுப்பூர்வமாகத் தொடர்பு கொள்கிறது. அதை நீங்கள் புரிந்துகொள்கிறீர்கள். அதை உணர்கிறீர்கள். உணர்வு உறுப்புகள் மூலமாகவும் உணர்ச்சிகளைத் தூண்டுவதன் மூலமாகவும் உடலுக்குள் ஞானம் நுழைகிறது. நீங்கள் ஒரு பூஜையைக் காண்பதுபோல் அதைக் காண முடியும். ஒரு பூஜையில் பங்கேற்பதைப் போல் அதில் பங்கேற்க முடியும். ஆனால் ஒரு சுற்றுலாப் பயணியைப் போல் விலகி நின்று பார்த்தீர்கள் என்றால் அது ஒருவர் கலையைத் தன்னை ஆட்கொள்ள அனுமதிப்பவரிடம் ஏற்படுத்தும் எதிர்வினையை உங்களுக்குள் ஏற்படுத்தாது. அதுவே கலையரங்கில் நிகழ்கிறது. சிலர் கலைக்கு எதிர்வினை புரிகிறார்கள். ஏனென்றால் அவர்கள் கலைக்குத் தமது மனங்களைத் திறந்துவைத்திருக்கிறார்கள். பிறரால் அதைப் புரிந்துகொள்ள முடிவதில்லை.

சடங்குகள் நேரத்தை இட்டு நிரப்புதல் என்னும் முக்கியப் பணியை ஆற்றுகின்றன. அதனால் மனம் செயலின்பால் ஈர்க்கப்படுகிறது. அலுப்பு தவிர்க்கப்படுகிறது. அதனால்தான் சமூகங்கள் அனைவரும் பங்கேற்க வேண்டிய அன்றாட, வாராந்தர, வருடாந்தர வழிபாடுகள், பண்டிகைகள்

ஆகியவற்றை உருவாக்கின. இது மீண்டும்மீண்டும் நிகழும் தாளகதியை உருவாக்குகிறது. இந்துக்களைப் பொறுத்தவரை பண்டிகைகளின் அணிவகுப்பானது சமூகத்தை ஒன்றிணைத்து ஏதேனும் ஒன்றை எதிர்நோக்க வழிவகுக்கும் காலத்தின் பயணத்தைக் குறிக்கிறது. எனவே மழைக்கு முந்தைய காலத்தை சிவராத்திரியும் ஹோலியும் குறிக்கின்றன. நவராத்திரியும் தீபாவளியும் மழைக்குப் பிந்தைய காலத்தைக் குறிக்கின்றன.

சடங்குகள் விருப்பத்தின் அடிப்படையிலானதாக இல்லாமல் கட்டாயத்தின் பெயரிலானதாக இருக்கும்போது அவை சுமையாகவும் சலிப்பூட்டுவதாகவும் தோன்றக்கூடும். சுதந்திர மனம் படைத்தவர்களுக்கு இது கொடுமையாகக்கூட இருக்கலாம். சிலர் அவற்றைத் தவிர்க்கிறார்கள்; சிலர் அவற்றில் திளைக்கிறார்கள். ஒரு சூழமைவின் அங்கமாக இருக்க விரும்புவோர் ஒரு குடும்பம், ஒரு சாதி, ஒரு பழங்குடி இடம் என ஏதேனும் ஒரு சமூகக் குழுவின் உறுப்பினராக ஆவதற்குச் சடங்குகள் முக்கியப் பங்காற்றுகின்றன. நாம் மனிதர் என்றால், நாம் ஒரு சமூகத்தில் உள்ள சக மனிதர்களுடன் இணைப்புக்கொள்ள வேண்டும் என்றால் வாழ்க்கைக்கு ஒரு திட்டமும் கணிக்கக்கூடிய தன்மையும் உள்ளது என்று உணர்கிறோம் என்றால் நமக்குச் சடங்குகள் தேவை.

17

இந்துக்கள் ஏன் சிலைகளை வழிபடுகிறார்கள்?

கடவுளுக்கு வடிவம் கொடுப்பதற்கும் கடவுளை எந்த வடிவமும் அற்றவராக ஆக்குவதற்கும் இடையிலான பதற்றம் தொன்மையானது. ஆனால் கேள்விக்குட்படுத்தப் பட வேண்டிய விஷயம் என்ன வென்றால் இந்துக்கள் அல்லது வேறு யாவரும் தெய்வத்தை எப்படி வழிபட வேண்டும் என்பதற்கான விதிகளை உருவாக்கியது யார்? பண்டைக்கால வழக்கமான சிலை வழிபாடு என்றாலே முகம் சுளிக்கும் சிந்தனை எங்கிருந்து வந்தது?

கடவுளுக்கு உருவம் கொடுக்கும் எந்த ஒரு முயற்சியையும் ஆபிரகாமிய மதங்கள் வெறுக்கின்றன. சிலை வழிபாட்டைப் பொய்யான மதத்தின் அடையாளம் என்று பைபிள் கண்டிக்கிறது.

இந்தியாவை ஆண்ட இஸ்லாமிய அரசர்கள் சிலை வழிபாட்டை வெறுத்தனர். கோயில்கள் மீதான படையெடுப்புகள் முதன்மையாக அரசியல் காரணங்களுக்காகவும் பொருளாதார லாபங் களுக்காகவுமே (கோயில்கள் பெரும் செல்வச் சுரங்கங்கள்) மேற்கொள்ளப்பட்டன. ஆனால்

அவை சமய நம்பிக்கைக்கு எதிரான, உருவ வழிபாட்டுக்கு எதிரான நடவடிக்கை என்று நியாயப்படுத்தப்பட்டன.

இஸ்லாத்தின் செல்வாக்கின் காரணமாகப் பல இந்துக்கள் வடிவத்துடன் கூடிய தெய்வத்திலிருந்து (சகுண, சகார) வடிவ மற்ற தெய்வத்தை (நிர்குண, நிராகார) நாடத் தொடங்கினர். எனவே பக்தி இயக்கத்தைச் சேர்ந்த சிலர் கடவுளின் பெயரால் ஒரு அருவப் பொருளைக் குறித்தனர். வேறு சிலர் ராமன், கிருஷ்ணன், காளி ஆகிய பெயர்களைக் கண்கண்ட (பிரத்யட்சமான) தெய்வத்தைக் குறிக்கப் பயன்படுத்தினர்.

பத்தொன்பதாம் நூற்றாண்டில் பிரிட்டிஷார் இந்தியாவின் ஆட்சியாளர்களானபோது, உருவ வழிபாட்டு வழக்கத்தைப் பாதுகாக்க வேண்டிய அழுத்தம் இந்துக்களுக்கு உருவானது. பல இந்து சீர்திருத்தவாதிகள் 'உண்மையான' இந்து மதத்தின் தூய்மையான ஆதி வடிவத்தில் (இதன் மூலம் அவர்கள் வேதத்தைக் குறித்தனர்) சிலைகளுக்கு இடமில்லை என்றும் சிலை வழிபாடு பிற்காலத்தில் சேர்ந்த கசடு என்றும் சொல்லும் அளவுக்குச் சென்றனர். ஆனால் இந்து மரபுவாதிகள் பலர் இந்தக் கருத்தை நிராகரித்தனர்.

உருவ/சிலை வழிபாடு என்பது விஷயங்களை உருவகமாக அல்லாமல் அவற்றின் நேரடிப் பொருளில் எடுத்துக் கொள்வதைக் குறிக்கிறது. கருத்துக்கும் பொருளுக்கும் அதிக முக்கியத்துவம் அளிக்காமல் சொல்லுக்கும் சின்னத்துக்கும் அதாவது வடிவத்துக்கு முக்கியத்துவம் அளிப்பது. வடிவத்தைப் (சொல், சின்னம், கதை, சடங்கு) பயன்படுத்தியே கருத்தைப் பிறருக்குத் தெரிவிக்க முடியும். ஆனால் உள்ளடக்கத்தைவிட அதை வெளிப்படுத்தும் ஊடகமும், கருத்தைவிட வடிவமும் அதிக முக்கியத்துவம் பெறும்போது உருவ வழிபாடு தொடங்குகிறது. நமக்குப் பிறருடன் தொடர்புகொள்வதற்குச் சிலைகள் (சொல், சின்னம், கதை, சடங்கு) வேண்டும். ஆனால் நாம் ஊடகத்தையும் உள்ளடக்கத்தையும் வேறுபடுத்திப் பார்க்க வேண்டும். உள்ளடக்கத்தைப் பின்னுக்குத் தள்ளி ஊடகத்தை நேரடிப் பொருளில் எடுத்துக்கொள்ளும்போது நாகரிகங்கள் சிதைவுறுகின்றன. ஊடகத்தை நேரடிப் பொருளில் எடுத்துக்கொள்வோர் அடிப்படைவாதிகள் என்று அழைக்கப்படுகிறார்கள். அவர்கள் அடிநாதமாக இருக்கும் கருத்துருவைப் பற்றிக் கவலைப்படுவதில்லை. அவர்கள் சிலையைக் கடவுள் என்ற கருத்துருவின் ஸ்தூலமான வெளிப்பாடாக அல்லாமல் கடவுளாகவே பார்க்கிறார்கள்.

எடுத்துக்காட்டாக ஒவ்வொரு ஆண்டும் மும்பையில் மக்கள் விநாயகரின் களிமண் சிலையை வீட்டுக்குக் கொண்டு

வந்து சில நாட்கள் வைத்து வழிபடுகிறார்கள். அதற்குப் பிறகு அதைக் கடலில் கரைக்கிறார்கள். இந்தச் சடங்கு வாழ்வின் நிலையின்மையைப் புரிந்துகொள்ள உதவுகிறது. கடவுள் நம்முடன் வருகிறார், பிறகு சென்றுவிடுகிறார், படைப்புக்கும் அழிப்புக்கும் உள்ளாகிறார். இந்தச் சடங்கு வழிபாட்டை (ஆராதனை) உள்ளடக்கியது. தெய்வத்தை வரவேற்று, குளிப்பாட்டி, உணவு, உடை, வாசனைத் திரவியங்கள். விளக்கு, ஊதுவத்தி ஆகியவற்றைச் சமர்ப்பித்து இறுதியாகத் துதிகளைப் பாடி வழியனுப்புகிறோம். இவ்வாறு தெய்வம் ஒரு முக்கியமான விருந்தினராகக் கருதப்பட்டு அவ்வாறு நடத்தப்படுகிறது. இந்தச் செயல்பாடு கவனக்குவிப்பை (தியானம்) உள்ளடக்கியது. இந்தப் பண்டிகையின்போது விநாயகரின் பெயர் பாடப்படுகிறது. அவரைப் பற்றிய கதைகள் சொல்லப்படுகின்றன இதனால் மனம் வாழ்க்கை, மரணம், இருப்பு, செல்வம், வலிமை, நிரந்தரம் அற்றதன்மை, உறவுகள், துயரம், விடுதலை, வெற்றி, இன்பம் ஆகியவை குறித்த கருத்துகளால் நிரம்பியுள்ளது. அந்தத் தெய்வத்தால் இவை நிறைவேற்றப்படும் என்னும் விருப்பத்தையும் நம்பிக்கையையும் நாம் வெளிப்படுத்துகிறோம். அந்த வகையில் நாம் நம்மைவிட மிகப் பெரிய சக்தி ஒன்றுடன் தொடர்புபடுத்திக்கொள்கிறோம்.

நண்பர்கள், உறவினர்கள், குடும்பத்தினருடன் ஒன்று கலப்பதும் இந்தச் சடங்கின் ஒரு பகுதியாக உள்ளது. இதன் மூலம் மங்களத்தன்மை உணரப்படுகிறது. அதன் மூலம் வீட்டில் நேர்மறை ஆற்றல் உருவாகிறது. வாழ்க்கை எவ்வளவு எளிதில் அழியத்தக்கது என்பதையும் நல்ல வாழ்க்கையைப் பெற்ற நாம் எவ்வளவு அதிருஷ்டசாலிகள் என்பதையும் உணர்கிறோம். நாம் சிலையைத் தொடர்ந்து தரிசிக்க வேண்டும். இதன் மூலம் யானைத் தலையையும் பருத்த உடலையும் செல்வத்தையும் வலிமையையும் தோற்றுவிக்கும் சக்திகளாகக் கண்டடைகிறோம். அதோடு அவை நிரந்தரமற்றவை என்பதையும் துறவியான சிவன் மனித குலத்தின் நன்மைக்காகக் குடும்பஸ்தன் ஆக வேண்டியிருந்ததையும் உணர்கிறோம். இவ்வாறாகச் சிலையின் மூலமாக நிகழ்த்தப்படும் இந்தச் சடங்கு இந்துக் கருத்துருவைக் கட்டுப்பாட்டுக்குள் கொண்டுவந்து இந்துத்தன்மையுடன் நாம் மீண்டும் தொடர்புபடுத்திக்கொள்ள உதவுகிறது. இது அலுப்புமிக்க பொருளியல் சார்ந்த வாழ்விலிருந்து ஒரு சிறிய நகர்வை அளிக்கிறது. நின்று நிதானித்து, இருப்பு குறித்தும் இந்தப் பேரண்டத்தில் நாம் ஆற்ற வேண்டிய பங்கு குறித்தும் சிந்திப்பதற்கான தருணமாக இது அமைகிறது.

வெளியிலிருந்து பார்ப்பவர்கள் இந்தச் சடங்கை 'உருவ வழிபாடா'கவே பார்ப்பார்கள். அனைத்து மதங்களின்

அனைத்துச் சடங்குகளும் வழிபாடுகளும் வெளியிலிருந்து பார்ப்பவருக்கு உருவ வழிபாடாகவே தோன்றும். சிலுவையில் அறையப்பட்ட இயேசுவின் முன் தலைகுனிந்து வழிபடுவதாகட்டும், மெக்காவில் உள்ள கஃபாவைச் சுற்றிவருவதாகட்டும், மெனோராவின் முன்பு நின்று பாடுவதாகட்டும், ஆதி கிரந்தத்தைப் (கிரந்த் சாஹிப்) பல்லக்கில் சுமந்து செல்வதாகட்டும், காடுகளில் பழங்குடி மேளத்துக்கு நடனம் ஆடுவதாக இருக்கட்டும் அனைத்துமே வெளியாட்களுக்கு உருவ வழிபாடுதான். ஆனால் மதத்துக்குள் இருந்து அந்தச் சடங்கில் ஆழ்ந்திருப்பவர் தமது முன்னோர் உருவாக்கிய புலப்படக்கூடிய ஊடகங்களின் மூலமாக வாழ்வு, இருப்பு ஆகியவை குறித்த பெரிய கருத்துருக்களுடன் தன்னைத் தொடர்புபடுத்திக்கொள்கிறார்.

வேதங்களில் பாடல்கள் (மந்திரங்கள்) மூலமாகக் கடவுளுக்கு உருவம் கொடுக்கப்படுகிறது. இது பருப்பொருள் வடிவம் அல்ல. ஒலி வடிவம் மட்டும்தான். வேதக் கருத்துகள் பரவி மக்களின் உள்ளூர் நம்பிக்கைகளுடன் ஒன்று கலந்தன. பாம்பு ஆன்மா (நாகம்), மரத்தின் ஆன்மா (யட்சன்), நீர்நிலைகள், மலைகள், பாறைகள், குகைகள் ஆகியவற்றில் வாழ்ந்த கடவுளர்கள் (பூத, தேவ) ஆகியவற்றின் வடிவத்தில் பூமியின் செழுமையை மக்கள் வழிபட்டனர். சோலைகள், ஆற்றோரங்களில் உள்ள பாறைகள் அல்லது மலை உச்சிகள் ஆகியவையே ஆதிகாலத்தில் கோயில்களாக இருந்தன. பிற்காலத்தில் ஒரு தெய்வத்தைக் குறிப்பதற்காகத் தூண்கள் அமைக்கப்பட்டன. பின்னர் கல், களிமண் அல்லது உலோகத்தால் உருவங்கள் அமைக்கப்பட்டன. கடவுளர் மென்மேலும் மனிதர்களைப் போலவே தோற்றம்கொள்ளத் தொடங்கினர். ஆனால் சில நேரம் பல தலைகள், கைகளைக் கொண்டவர்களாகவும் பாதி விலங்கு அல்லது பாதி பறவை யாகவும் இருந்தனர். கற்பனை கண்கண்ட உருவமாக உருவெடுத்தது. ஆகம நூல்களில் கோயில்களில் விக்கிரகங்களை (சிலைகளை) எப்படி நிறுவ வேண்டும், பிராண – பிரதிஷ்டை (உயிரூட்டுதல்) போன்ற சடங்குகளின் மூலம் அவற்றை எப்படி தெய்வம் ஆக்க வேண்டும் என்பதற்கான விரிவான கட்டளைகள் உள்ளன. இவை எல்லாம் நம்பிக்கையின் வாகனங்கள். உருவங்களிலும் சடங்குகளிலும் இவற்றுடன் தொடர்புடைய கதைகளிலும் இருப்பது வேதங்களில் குறிப்பிடப்பட்டுள்ள முடிவிலியைக் கண்டுகொள்ள மனிதனுக்கு உதவும் கருத்துரு.

ஆபிரகாமிய மதங்கள் சிலைகள், உருவங்கள் மீது ஒவ்வாமை கொண்டவை. கத்தோலிக்கம் மட்டுமே விதிவிலக்கு. அதில் கடவுள் முதியவராக உருவகப்படுத்தப்படுகிறார்.

காட்சிப்படுத்தப்படுகிறார். சொர்க்கம், நரகம், இறைத்தூதர்கள், தேவதைகள், பேய்கள் ஆகியோரைக் காண்பிக்கப் பல கலைகள் உள்ளன. ஆனால் சீர்திருத்தத் திருச்சபையினர் (Protestants) இத்தகைய கலை வெளிப்பாடுகளை வெறுத்து ஒதுக்கினர். இறைத்தூதர் முகமது நபியின் உருவத்தைக் காண்பிக்க இஸ்லாமியர்களுக்குத் தடைவிதிக்கப்பட்டுள்ளது. ஆனாலும் மத்திய கால பாரசீகத்தைச் சேர்ந்த சில ஓவியர்களும் கலைஞர்களும் அதற்கு முயற்சி செய்தனர் (தமது படைப்புகளில் அவரது முகத்தை மறைத்துவைத்தனர்). ஆனால் இறைத்தன்மையைக் கலைகள் வாயிலாக வெளிப்படுத்தும் மானுட விருப்பத்தை அழிக்க முடியவில்லை. இறைத்தன்மையை வெளிப்படுத்த இஸ்லாமியக் கலைஞர்கள் மனித வடிவங்களுக்குப் பதிலாக எழுத்துக் கலை (calligraphy), கட்டுமானக் கலை (architecture) ஆகியவற்றைப் பயன்படுத்தினார்கள். சிலர் உருவமற்றதற்கு உருவம் கொடுக்க இசையைப் பயன்படுத்தி யுள்ளனர். இந்து மதத்தில் எந்தக் கட்டுப்பாடுகளும் இல்லை. இயற்கை. கலைப் பொருள்கள், மரங்கள், விலங்குகள், மனிதர்கள், வியக்கவைக்கும் உயிரினங்கள் என எதன் வழியாக வேண்டு மானாலும் இறைத்தன்மையை வெளிப்படுத்தலாம்.

ஆபிரகாமிய மதங்கள் மனிதக் கற்பனையை அஞ்சுகின்றன. விதிகளைப் பயன்படுத்தியும் கலைகளைத் தடை செய்வதன் மூலமாகவும் அதைக் கட்டுக்குள் வைக்க முயல்கின்றன. மனிதக் கற்பனையையும் அதன் வழியாக அடையப்படும் இறைத்தன்மையின் வெளிப்பாட்டையும் கட்டுப்படுத்தும் போக்கு கலைஞர்கள் மீதான அடிப்படைவாதிகளின் தாக்குதல்களின் வடிவில் இந்து மதத்துக்குள்ளும் மெல்ல மெல்ல ஊடுருவிக்கொண்டிருக்கிறது. இறைத்தன்மையின் வெளிப்பாட்டைத் தடுக்க முனைபவர் இறைத்தன்மையைக் கட்டுப்படுத்த முனைகிறார். இந்து மதம் மனிதக் கற்பனையை வழிபடுகிறது. அறிவார்ந்த இந்து முனிவர்கள் இறைத்தன்மை முடிவற்றது, ஆற்றல்மிக்கது, எண்ணிக்கையில் அடங்காத வெளிப்பாட்டு வடிவங்களைக் கொண்டது என்பதை அறிந்தனர். ராமர், கிருஷ்ணர், துர்க்கை. விநாயகர் ஆகியோரின் உருவங்களைப் பயன்படுத்தி, செயற்கையானதும் இயற்கை யானதுமான வடிவங்களின் எல்லைகளின் வழியாக நாம் எல்லையற்றதை அணுக முடியும். விவரம் புரியாதவர்கள் இதைத்தான் உருவ வழிபாடு என்று இகழ்கிறார்கள்.

18

இந்துக்கள் ஆண்குறியை வழிபடுகிறார்களா?

ஒவ்வொரு தேவாலயத் திலும் சிலுவையில் அறையப் பட்ட இயேசுவின் உருவமும் ரோமானிய சித்திரவதைக் கருவியான சிலுவையும் இருக்கின்றன; கிறிஸ்தவர்கள் பிணங்களையும் சித்திரவதைக்கான கருவிகளையும் வழிபடு கிறார்களா? ஒவ்வொரு கத்தோலிக்கரும் தான் செய்த பாவத்துக்காக உயிர் நீத்த ரட்சகரையே இந்தப் பிம்பங்களில் காண்கிறார். கத்தோலிக்கர் அல்லாதவர் வேறு ஒன்றைப் பார்க்கிறார். இவர்களில் யாருடைய பார்வை சரியானது? நம்பிக்கையாளருடையதா, நம்பிக்கை இல்லாதவருடையதா?

பெரும்பாலான இந்துக்கள் சிவலிங்கத்தை ஆண்குறியாகக் கருதுவதில்லை. ஆனால் சில கல்விப்புல ஆய்வாளர்கள் அவ்வாறு கருதுகிறார்கள். யாருடைய பார்வை சரியானது? சிவலிங்கம் தொடர்பான மர்மத்தைப் புரிந்துகொள்ள நாம் ஒரு குறியீடு (symbol), சின்னம்/அடையாளம் (sign) இரண்டுக்கும் இடையிலான வேறுபாட்டைப் புரிந்துகொள்ள வேண்டும். குறியீடு என்பதற்குப் பல பொருள்கள் இருக்க முடியும்; சின்னம்/அடையாளத்துக்கு ஒரே பொருள்தான். ஒரு

குறியீட்டின் பொருள் அதன் பின்னணியைச் சார்ந்தது. சடங்கின் மூலமாகவும் கதையின் மூலமாகவும், அதனை மேம்படுத்தக்கூடிய அல்லது அதனுடன் முரண்படக்கூடிய குறியீடுகளுடன் ஒப்பிட்டுப் பார்த்தும் அதைப் புரிந்துகொள்ள வேண்டும்.

இந்து மதத்தில் யோனிஜா, அயோனிஜா ஆகிய இரண்டு கோட்பாடுகள் மிகவும் வலிமையானவை. யோனி என்றால் கருப்பை. யோனிஜா என்றால் கருப்பையிலிருந்து பிறந்தது. அந்த உயிருக்கு முற்பிறவி உள்ளது. அது ஒரு விதையிலிருந்து வரும் பழம். அயோனிஜா என்றால் கருப்பையிலிருந்து பிறக்காதது. அந்த உயிருக்கு முற்பிறவி இல்லை. அது ஒரு விதையின் பழம் அல்ல. தானாகப் பிறந்தது; சுயம்பு. யோனிஜாக்கள் சம்சார, கரும சுழற்சிகளுக்கு உட்பட்டவை; அயோனிஜாக்கள் அல்லது சுயம்புகள் சம்சார அல்லது கரும சுழற்சிக்கு உட்பட்டவை அல்ல. அவை எப்போதும் இருப்பவை. வெளி, காலம் ஆகியவற்றின் விதிகளுக்குக் கட்டுப்படாதவை.

சுயம்புவைப் பிரதிநிதித்துவப்படுத்துவதுதான் சிவ-லிங்கம். சிவலிங்கத்துக்கு மேல் உள்ள நீர்ப்-பானையும் அதிலிருந்து வடியும் நீரைச் சேகரிப்பதும் லிங்கத்தைச் சுற்றி அமைந்துள்ளதுமான தாழி போன்ற அமைப்பும் (ஆவுடையார்) யோனி-பத்ரம் அல்லது சக்தி பீடத்தைக் குறிப்பன. இதுவே தேவியின் ஆசனம்; பிறப்பு, இறப்புகளின் உலகம். இவ்வாறாக ஒரு சிவன் கோயில் இந்து மதத்தின் இரண்டு அடிப்படைகளைக் குறியீட்டு ரீதியாக வெளிப்படுத்துகிறது. காலத்துக்கு உட்பட்ட, மீண்டும்மீண்டும் நிகழும் பருப்பொருள் உலகம் (பிரகிருதி, சக்தி, மாயை), காலத்துக்கு உட்படாத ஆன்மாக்களின் உலகம் (புருஷன், சிவன், பிரம்மம்) ஆகியவையே அவை. வேதத்தில் காணப்படும் இந்தக் கருத்துருக்கள் உபநிஷதங்களில் விரித்துரைக்கப்பட்டுள்ளன. புராணங்கள், தந்திரங்கள், ஆகமங்களில் இவற்றுக்கு வடிவம் கொடுக்கப்பட்டுள்ளது.

ஆண்குறி வழிபாடு பல புராணங்களில் காணக் கிடைப்பது. அது வழக்கமாக இனப்பெருக்கத்துடன் தொடர்புபடுத்தப் படுகிறது (அதிக குழந்தைகள், அதிகப் பயிர்கள், அதிகக் கால்நடைகள்). அது பிரச்சினைக்குரிய ஆவிகளை அச்சுறுத்தி விரட்டுவதற்கும் பயன்படுகிறது. பலர், ஆண்குறியை உள்ளடக்கிய பாலியல் சார்ந்த சொற்களைத் திட்டுவதற்குப் பயன்படுத்துவதைப் போல. பண்டைய எகிப்தில் மின் என்பவர் கருவளத்துக்கான கடவுள்; விரைத்த குறியுடனே அவர்

சித்திரிக்கப்படுகிறார். பண்டைய கிரேக்கத்திலும் விரைத்த குறியுடன் காணப்படும் ஹெர்ம்ஸ், பான் ஆகியோரின் பிம்பங்கள் விளைநிலங்களின் எல்லைகளைக் குறிக்கப் பயன் படுத்தப்பட்டன. இன்றும்கூட பூட்டானில் ஆண்குறிச் சிலைகள் அதிர்ஷ்டத்தைப் பெற்றுத்தரும் என்றும் துரதிருஷ்டத்தை விரட்டியடிக்கும் என்றும் கூறிச் சாலைகளில் விற்கப்படுவதைக் காணலாம்.

இந்துக்கள் சிவ–லிங்கத்தை வழிபடுகின்றனர். பல புராணங்களில் சிவ–லிங்கம் சிவனின் விரைத்த குறி என்றே குறிப்பிடப்படுகிறது. சிவிலிங்கத்தை வழிபடுவது, குறிப்பாகத் திங்கள்கிழமையன்று வழிபடுவது நல்ல கணவனைத் தேடும் திருமணமாகாத இளம் பெண்களிடையே பரவலாக உள்ள வழக்கம். சிவனே காமசூத்திரத்தின் ஆதாரமாகக் கருதப் படுகிறார். சிவனின் மகன் பிறப்பைப் பற்றிய காளிதாசனின் குமாரசம்பவம் என்னும் காவியத்தில் காமம் மிக்கவராகவே சிவன் சித்திரிக்கப்படுகிறார். எனவே இந்துக்கள் ஆண்குறியை வழிபடுகிறார்கள் என்றும் சிவன் காமம் நிறைந்த கடவுள் என்றும் முடிவுக்கு வருவது எளிதானது. ஆனால் அதேநேரம் சிவன் பிரம்மசரியத்துடனும் புலனடக்கத்துடனும் தொடர்பு படுத்தப்படும் துறவியாகவும் இருக்கிறார். இந்த இரட்டை ஆளுமை அவரை மர்மமானவராக ஆக்குகிறது. திருமணமாகாத இயேசு, கன்னி மேரி, வாழ்க்கைத் துணை இல்லாத கடவுள் ஆகியவற்றுக்குப் பழக்கப்படுத்தப்பட்ட மேற்கத்திய உலகத்துக்கு காமம் நிறைந்தவரும் ஆண்குறியால் காட்சிப்படுத்தப்படுபவ ராகக் கருதப்படுபவருமான கடவுள் என்பது பாலுணர்வு சார்ந்த ஆர்வத்தை அளிக்கக்கூடும். ஆனால் இது குறியீடு குறித்த மேம்போக்கான புரிதலே அன்றி இந்து மதத்தின் விரிவான தத்துவங்களுடன் பொருந்துவது அல்ல.

ஆனால் சிவ–லிங்கம் என்னும் கருத்துரு கருவளத்துடன் தொடர்புடையதல்ல. சிவன் ‘அழிப்பவர்’ என்றே அழைக்கப் படுகிறார். நாம் இந்தக் கேள்வியை எழுப்பிக்கொள்ள வேண்டி யுள்ளது: ‘அழிப்பவர்’ ஆகிய ஒருவரைக் காட்சிப்படுத்த, கருவளத்துடன் தொடர்புபடுத்தப்படும் ‘ஆண்குறி’ குறியீட்டை ஏன் இந்துக்கள் தேர்ந்தெடுத்தனர்? சிவனைக் கருவளத்தின் கடவுள் என்று புரிந்துகொள்வது பண்பட்ட தத்துவங்களை உள்வாங்கிக்கொள்வதற்கான இயலாமையைக் குறிக்கிறது.

தொன்றுதொட்டு இந்து மதத்தில் இரண்டு வழிகள் உள்ளன: புறமுக வழி (பிரவிருத்தி), உள்முக வழி (நிவிருத்தி).

புறமுக வழி குடும்பஸ்தருக்கு உரியது. உள்முக வழி துறவிக்கு உரியது. குடும்பஸ்தர் திருமணம் செய்துகொள்கிறார். துறவி திருமணம் செய்துகொள்வதில்லை. குடும்பஸ்தர் தனது விந்துவைக் கருவுக்குள் செலுத்துகிறார். கரு என்பது நேரடிப் பொருளாகவும் (அவரது மனைவியுடையது) குறியீட்டுப் பொருளாகவும் (அவர் வாழும் சமூகத்தினுடையது) விளங்கு கிறது. இவ்வாறாக அவர் படைப்பில் ஈடுபடுகிறார். துறவி திருமணம் செய்துகொள்ளாமல் பிரம்மச்சரியம், தவம் ஆகிய வற்றைப் பின்பற்றுகிறார். தனது விந்துவை வெளியேற்றாமல் இருக்கிறார். தாந்திரீக நூல்களின்படி துறவி 'விந்துவின் போக்கைத் தலைகீழா'கத் திருப்புகிறார். இதுவே ஊர்த்வ–ரேதஸ் எனப்படுகிறது. விரைத்த குறியுடன் கண்களை மூடிய படி இருக்கும் துறவியாக அடையாளப்படுத்தப்படுகிறது. துறவியானவர் வெளிப்புற உணர்வுத் தூண்டுதல்களால் எழுச்சி அடைவதில்லை. உள்முகத் துண்டுதல்களாகிய ஞானம், சக்தி அகியவற்றாலேயே எழுச்சி அடைகிறார். துறவியாகவே சிவன் இல்லற வாழ்க்கையில் ஈடுபடப் பார்வதி அவரைத் தூண்டுகிறார். எனவேதான் புராணங்கள் அவர் சதி, பார்வதி ஆகியோரைத் திருமணம் செய்துகொள்வதையும் கங்கையுட னான உறவையும், கார்த்திகேயன் (தமிழ்நாட்டில் முருகன்), கணேசன் (விநாயகர்) ஆகியோரின் பிறப்பையும் விவரிக்கின்றன. இந்தக் கருத்துரு யோனி–பத்திரத்துடன் கூடிய சிவலிங்கம் மூலமாக முன்வைக்கப்படுகிறது.

சோதிட சாஸ்திரத்தின்படி சந்திரன் உணர்ச்சிகள், காதல் ஆகியவற்றுக்கான கோள். திங்கள்கிழமை சந்திரனுடன் தொடர்புபடுத்தப்படுகிறது. திருமணமாகாத பெண்கள் திங்கள்கிழமைகளில் சிவ–லிங்கத்தை வழிபடுவதன் மூலம் பார்வதியைப் போல் தாமும் ஒரு துறவியைக் குடும்பஸ்தனாக மாற்றி, சிவனைப் போல் பரிவும் அர்ப்பணிப்பும் இரக்கமும் மிக்க நல்ல கணவனைப் பெற முடியும் என்று நம்புகிறார்கள்.

சக்தியின் உலகம் நாமம் (பெயர்), ரூபம் (வடிவம்) ஆகியவற்றின் உலகம் ஆகும். பெயர், வடிவம் இரண்டுக்கும் வெளியே இருப்பவர் சிவன். அவர் குறிப்பிட்ட ஒரு குணநலனைக் கொண்டிராத ஆத்மாவின் உருவம். அவர் வடிவமற்றவர் அல்லது நிர்குணர். வடிவமற்றவரை ஒருவர் எப்படி வழிபட முடியும்? அவரை வழிபடுவதற்காக ஒரு முனிவர், பாயும் நீரால் (காலத்தின் குறியீடு) வடிவம் பெற்ற ஆற்றோரக் கல் ஒன்றை எடுத்து அதை நிலத்தில் செங்குத்தாக நிற்க வைத்தோ

அல்லது வெறுமனே ஆற்றங்கரையில் மணல் திட்டு ஒன்றை உருவாக்கியோ வழிபட்டார். இதுவே சிவ-பிண்டம் அல்லது சிவ-லிங்கம் ஆனது. வடிவமற்றதின் வடிவம், அ-லிங்கத்தின் லிங்கம். நம்பிக்கையாளர் அப்படித்தான் பார்க்கிறார். அதைத்தான் நாம் பொருட்படுத்த வேண்டும்.

19

இந்துக்கள் ஏன் விளக்கு ஏற்றுகிறார்கள்?

விளக்கு ஏற்றும் சடங்கு இன்று இந்து மதத்தின் தவிர்க்க முடியாத அங்கமாகக் காணப்படுகிறது. இந்தப் பழக்கம் வேதகாலத்தைச் சேர்ந்தது அல்ல என்பது சுவாரஸ்யமானது. வேதம் சாராத இந்து மதத்திலிருந்து புராணம் சார்ந்த இந்து மதத்திற்கு இது வந்திருக்கலாம்.

வேதகாலம் சார்ந்தது என்றாலும் புராண காலம் என்றாலும் ஆண் அல்லது பெண் கடவுளை அழைப்பது (ஆவாஹனம்), அவரை உணவு (போஜனம்) உண்ண அழைப்பது, அவருக்கு உணவு அளித்த பிறகு அவரிடம் ஆசி கோருவது (பலசுருதி) பிறகு அவருக்கு விடைகொடுத்து அனுப்புவது (விசர்ஜனம்) ஆகியவை இந்து மதத்தின் முக்கிய அம்சங்கள்.

வேதகால இந்து மதத்தில் செங்கற்களால் ஆன தீக்குழியில் தீயிட்டு அவற்றில் மரக் குச்சிகள், கட்டைகளைப் போட்டு எரிப்பதன் மூலமாக இது நிறைவேற்றப்பட்டது. அந்த நெருப்புதான் கடவுளரின் வாயாகிய அக்னி. மந்திர (சூத்திரங்கள்) உச்சாடனங்கள் மூலமாக சக்தி ஊட்டப்பட்ட நெய்யை ஊற்றுவதன் மூலமாக உணவு அளிக்கப் பட்டது. மரங்களையும் பாறைகளையும் மலை களையும் வழிபட்ட இந்தியப் பொதுமக்களிடையே

நிலவிய வழக்கமாக இது இருந்திருக்கக்கூடும். பல்வேறு யட்சர்களும் நாகர்களும் இந்தச் சடங்குகள் மூலம் மரங்களையும் பாறைகளையும் மலைகளையும் வழிபட்டனர்.

ஆனால் 2,000 ஆண்டுகளுக்கு முன்பு உருவான பிற்காலத்திய புராணிக இந்து மதத்தில் கடவுளர் அருவமான இருப்புகள் அல்ல. அவை சிலைகள் ஆனதை அடுத்து அவற்றுக்கு அளிக்கப் பட்டவை நேரடியாகப் புரிந்துகொள்ளக் கூடியனவாக ஆகின: குளிப்பாட்டுதல் (அபிஷேகம்), ஆடைகள்(வஸ்திரம்), உணவு (நைவேத்யம்), சந்தனம், குங்குமம் உள்ளிட்ட வாசனைப் பொருள்கள் (கந்தம்), ஊதுவத்தி (தூபம்), விளக்கு (தீபம்). இங்கு நெருப்பானது நெய்யை உட்கொள்ளும் அல்லது வெப்பத்தைத் தூண்டும் அதன் ஆற்றலுக்காக அல்ல; வெளிச்சத்தைக் கொண்டு வரும் ஆற்றலுக்காகப் போற்றப்பட்டது. மாலை நேரத்தில் விளக்கு ஏற்றும்படி மக்கள் கேட்டுக்கொள்ளப் பட்டார்கள். பயணிகள் இரவு தங்குவதற்கான இடத்தைத் தேடிக்கொள்ள முடியும் என்பது இதன் நோக்கம். இன்றுகூட மக்கள் விளக்கு ஏற்றி வீட்டின் வாயிற்கதவுக்கு அருகில் வைக்கும்படி கேட்டுக்கொள்ளப்படுகிறார்கள். இது, பிறர் வழி கண்டுபிடிக்க உதவுவதற்காக.

விளக்கு என்பது அதை உருவாக்கும் குயவர் அல்லது உலோகத்தாலான விளக்கை வாங்கக்கூடிய வசதி படைத்த ஒருவர் எண்ணெய் பிழியும் வணிகர், நெய் வழங்கிய பசு மேய்ப்பர், பருத்தியாலான திரியை வழங்கிய விவசாயி ஆகியோரின் இருப்பைக் குறிக்கிறது. வேறு விதமாகச் சொல்வ தென்றால் விளக்கு பண்பாட்டின் (சம்ஸ்க்ருதி) சின்னம், அதை ஏற்றுவது செல்வச் செழிப்பையும் தியானத்தையும் குறிக்கும். பரந்து விரிந்த மேற்கூரையில் விளக்குகள் ஏற்றப்பட்டிருக்கும் பெரும் கோயில்கள் உள்ளூர் தெய்வம் அல்லது அரசின் கம்பீரத்தை வெளிப்படுத்தின. மகாராஷ்டிரத்தில் நூற்றுக் கணக்கான கல் விளக்குகளை உடைய தூண்கள் கட்டப் பட்டிருப்பதைக் காணலாம். திருவிழாக்களின்போது அந்தத் தூணில் உள்ள அனைத்து விளக்குகளையும் ஏற்றுவதன் மூலம் சிவன் இந்த உலகத்தில் தோன்றியதற்குப் பயன்பட்ட நெருப்புத் தூண் மீளுருவாக்கம் செய்யப்படுகிறது. ஓவியங்கள், சிற்பங்கள் போன்ற கலைகளில் கடவுளர்கள் உள்ளங்கையில் நெருப்பை வைத்திருப்பதுபோலவும் கூந்தல் நெருப்புப் பிழம்புகளாகத் தோன்றுவதுபோலவும் சித்திரிக்கப்பட்டனர்.

விளக்கை இல்லத்தரசிகள் ஏற்றுகிறார்கள். பிராமணர்கள் ஏற்றும் யாகசாலை நெருப்பிலிருந்து இது வேறுபட்டது. யாகசாலை நெருப்பு சந்நியாசிகளின் குழியில் ஏற்றும்

நெருப்பிலிருந்து (துனி) வேறுபட்டது. அந்தக் குழி நெருப்புக்கு செங்கற்களால் ஆன கொள்கலன் (வேதி) இல்லை என்பது அதன் காட்டுத்தனமான இயல்பைக் குறிக்கிறது. யாகசாலை நெருப்பு சமூகத்தன்மை அடைவதைக் குறிக்கிறது. விளக்கு பொதுப் பயன்பாட்டிலிருந்து தனிப் பயன்பாட்டுக்கு மாறுவதைக் குறிக்கிறது. ஆதிகால இந்துக்கள் அல்லது வேதகால இந்துக்களின் நாடோடி வாழ்க்கைக்கு மாறாகப் பிற்கால இந்துக்களிடையே மேம்பட்ட வசதிகளுடன் குடியேறிய வேளாண்மை சார்ந்த கிராமப்புற வாழ்க்கை முறை தோன்றியதைக் குறிக்கிறது.

தத்துவார்த்த ரீதியாக, மனிதர்கள் மட்டுமே நெருப்பைக் கட்டுப்படுத்தும் விலங்குகள். எனவே துனியிலிருந்து யாகசாலை நெருப்பாகி பின்னர் தீபலட்சுமியாக உருவெடுக்கும் பயணம், பண்பாட்டின் வளர்ச்சிப் போக்கைக் குறிக்கிறது. இது செல்வச் செழிப்பிலிருந்து செல்வக் குவிப்புக்கான பயணமும்கூட. ஆக விளக்கேற்றுதல் என்பது செல்வம், அதிகாரம் ஆகியவற்றின் குறியீடு. அதிக விளக்குகள் அதிக வளத்தைக் குறிக்கின்றன. எனவே அவை கொண்டாட்டங்களின்போதெல்லாம் ஏற்றப் பட்டன. வீட்டுச் சுவர்களில் விளக்குகள் ஏற்றிவைக்கப்பட்டன. பல பண்டிகைகளின்போது விளக்குகள் ஏற்றப்பட்டுக் குளங்களிலும் ஆறுகளிலும் மிதக்கவிடப்பட்டன கண்ணாடிக் கூண்டுகள் (லாந்தர்கள்) மூலம் விளக்குகள் வானத்தில் வைக்கப் பட்டன (கண்டில் அல்லது ஆகாய தீபம்). பருவமழைக்காலம் முடிந்து புதிய ஆண்டு தொடக்கத்தைக் குறிக்கும் விதமாகத் தீபாவளியின் போது விளக்குகள் ஏற்றப்பட்டன. மனிதர்கள் விளக்குகளின் மூலம் கடவுளரை வீட்டுக்கு வரவேற்றார்கள். இவர்களில் முதன்மையானவர்கள் பொறுப்புணர்வு மிகுந்த ராமனும் செல்வத்துக்கான பெண் கடவுளான லட்சுமியும்.

ஆக, நெருப்பு இந்து மதத்தில் தவிர்க்க முடியாத அங்கம் வகிக்கிறது. உணவு உட்கொள்ளச் செய்யும் பசியையும் இதம் தரும் வெப்பத்தையும் அறிவூட்டும் ஞானத்தையும் உருவகப் படுத்துகிறது.

20

இந்துப் பிரார்த்தனை கிறிஸ்தவ, இஸ்லாமியப் பிரார்த்தனைகளிலிருந்து வேறுபட்டதா?

இந்துக்களின் பிரார்த்தனைகள் கிறிஸ்தவ, இஸ்லாமியப் பிரார்த்தனைகளிலிருந்து மட்டுமல்ல, பௌத்த, சமண பிரார்த்தனைகளிலிருந்தும் வெகுவாக வேறுபட்டவை. பிரார்த்தனைகள் புராண ரீதியான உலகப் பார்வையில் இருப்பவை. உலகப்பார்வை சார்ந்து பிரார்த்தனையின் இயல்பு வேறுபடும்.

உதாரணமாக, பௌத்தர்களும் சமணர்களும் இஸ்லாம், கிறிஸ்தவம், சீக்கியத்தில் இருப்பது போன்ற சர்வ வல்லமை படைத்த ஏக (ஒற்றை) இறைவனை நம்புவதில்லை. எனவே பௌத்தப் பிரார்த்தனை இயல்பாகவே இஸ்லாமிய, சீக்கிய, கிறிஸ்தவப் பிரார்த்தனைகளிலிருந்து வேறுபட்டதாகவே இருக்கும். கிறிஸ்தவம், இஸ்லாம், சீக்கியம் மூன்றுமே உருவமற்ற சர்வ வல்லமை படைத்த ஏக இறைவனை நம்புகின்றன. இந்த மதங்களில் பிரார்த்தனையின் நோக்கம் அந்த இறைவனை அங்கீகரிப்பதும் அவருடைய பிரம்மாண்டத்துக்கு முன்பு பணிவை உணர்வதும்தான்.

கிறிஸ்தவத்தில் வழிபாட்டுக்குக் கூடுதல் நோக்கம் உண்டு - மனிதர்கள் தமது பாவங்களுக்கு மன்னிப்புக் கோருதல். இஸ்லாத்தில் இந்தக் கோட்பாடு இல்லை. இஸ்லாத்தில் வழிபாடு என்பது இறைவன் மிகப் பெரியவன், இறைவனைத் (அரேபிய மொழியில் அல்லா) தவிர வேறு இறைவன் யாரும் இல்லை என்னும் நம்பிக்கைக்கூறினை வலியுறுத்துவதுதான். அனைத்தும் அல்லாவால்தான் நிகழ்கின்றன. சீக்கியம் உருவமற்ற ஏக இறைவன் அனைவரையும் சமமாக நடத்துவதாக அங்கீகரிக்கிறது. இதன்வழியாக இந்து மதத்தில் உள்ள சமூக சமத்துவமின்மை சுட்டிக்காட்டப்படுகிறது. இஸ்லாமியர்கள் நபிகள் நாயகத்தையும் கிறிஸ்தவர்கள் இயேசு கிறிஸ்துவையும் இறைவனிடம் அழைத்துச் செல்லக்கூடிய இறைவனின் மகனாக அங்கீகரிப்பதைப் போலவே சீக்கியம் தமது குருமார்களை அங்கீகரிக்கிறது.

அனைவரும் ஒற்றை நம்பிக்கையின் பகுதியாக இருப்பதாலும் வழிபாட்டுக்கு ஒரே வழிமுறைதான் இருக்கிறது என்பதாலும். இந்த வழிபாடுகளில் சீரான தன்மையும் ஒரே மாதிரியான தன்மையும் தென்படும். இந்த வழிபாடுகளில் புதுமைபுகுத்தலுக்கு அனுமதி இல்லை. தேவாலயங்கள், மசூதிகள், குருத்வாராக்கள் ஆகியவை நம்பிக்கையாளர்கள் ஒன்றுகூடி அனைவரும் ஒன்றாக இணைந்து ஒரே மாதிரி ஒரே வழிபாட்டு முறைகளையும் சடங்குகளையும் பயன்படுத்தி வழிபாடு நடத்தும் இடங்களாகும். இது இறைவனுக்கு முன்பு சமத்துவ உணர்வையும் சர்வ வல்லமை படைத்த சக்தியின் முன்பாகப் பணிவையும் வழங்குகிறது.

பௌத்தத்தில் வழிபாடுகள் எந்தத் தெய்வத்துக்கும் அளிக்கப்படுவதில்லை. மனதை ஒருமுகப்படுத்தி கவனத்தைக் குவிப்பதற்கும் பிரஞையற்றநிலை அல்லது முழுமையான பிரஞையை அடைந்த நிலையை அடைவதற்கான பயணத்தை மேற்கொள்வதற்கும் உதவுவதே வழிபாட்டின் நோக்கம். இங்கு வழிபாடு என்பது பௌத்தத்தின் மையமாக விளங்கும் தியானச் செயல்முறையின் பகுதியே. சில பௌத்தப் பள்ளிகளில் புனிதபூமியான சுகாவதியில் இருந்தபடி அவதிலோகேசுவர போதிசத்துவராக மானுடத்தைக் கண்காணிக்கும் ஆதிபுத்தர் அல்லது அழிவற்ற புத்தர் வழிபடப்படுகிறார். அல்லது ஒவ்வொரு மனிதருக்குள்ளும் உறையும் புத்த சித்தர் வழிபடப் படுகிறார். இவ்வாறு இங்கு வழிபடப்படுவது அறிவார்ந்த ஆசிரியர் அல்லது ஞானத்தின் சாத்தியக்கூறு. இறைவன் அல்ல.

சமண மதத்தில், சமணரைத் தூய்மையாக்கத்துக்கான அவரது பிரத்யேகப் பாதையில் வழிநடத்திச் செல்லும்

முனிவர்கள். ஆசிரியர்கள், குருமார்கள், தெய்வங்கள் ஆகியோரை வழிபடுகிறார்கள். அறிவுறுத்தப்பட்ட உத்திகள், சடங்குகளின் அடிப்படையில் ஒவ்வொரு தனிநபரும் தனக்கேயுரிய பாணியில் வழிபடுகிறார்கள் தொன்மையான புனிதர்களாகிய அர்ஹத்கள், தீர்த்தங்கரர்கள் ஆகியோரை வழிபட்டு, அவர்களின் மகிமையைப் புகழும் சிறப்பு வழிபாடுகளும் உள்ளன. ஆனால் இங்கு நம் உழ்வினையினை (விதி) கட்டுப்படுத்துகிற உலகியல் விதிகளை உருவாக்குகிற சர்வ வல்லமை பொருந்திய கடவுள் இல்லை. எல்லையற்றதும் அழிவற்றதும் தன்னுடைய விதிகளுக்கு ஏற்ப இயங்குவதுமான இந்த உலகில் நமது பாதையில் சீராகப் பயணிக்க உதவும் கடவுளரும் குருமார்களுமே கோயில்களில் பிரதிஷ்டை செய்யப்பட்டுள்ளனர்.

இந்துக்களில் சிலர் பிரார்த்தனை என்னும் செயல்பாடே போதுமானது என்பார்கள். இது கர்ம யோகம். வேறு சிலர் வழிபாட்டுடன் இணைந்த உனர்வுதான் வழிபாட்டைவிட முக்கியமானது என்பார்கள். இது பக்தி யோகம். வேறு சிலர் வழிபாட்டில் உச்சரிக்கப்படும் சொற்களின் பொருளே முக்கியம்; ஏனென்றால் அவை இந்தப் பிரபஞ்சத்தின் உண்மையை வெளிப்படுத்துகின்றன என்பார்கள். இது ஞான யோகம்.

இந்து மத வழிபாட்டின் நோக்கம் தெய்வத்தை வரவழைத்து (ஆவாஹனம்), புகழ்பாடி (ஆரத்தி), உதவி அல்லது பலன்களைக் (பலசுருதி) கோருதல். கடவுளர் மிகவும் அன்னியோன்யமான சொற்களால் அழைக்கப்படுகின்றனர் – அவர்களின் வடிவம் விவரிக்கப்படுகிறது, குணநலன்கள் போற்றப்படுகின்றன, சாகசங்கள் நினைவுகூரப்படுகின்றன. வழிபாடு விண்ணப்ப மனுவைப் போல் கிட்டத்தட்டப் பரிவர்த்தனை சார்ந்ததாகத் தோன்றுகிறது. ஏனென்றால் துயரத்தில் உள்ள பலருக்கு உதவியதற்காகத் தெய்வத்தைப் போற்றிய பிறகு பக்தர் தனது உளவியல் நலனையும் தான் எதிர்கொண்டிருக்கும் பிரச்சினைகளுக்கான தீர்வுகளையும் வேண்டுகிறார். இந்து மத பிரார்த்தனைகளில் பாவமன்னிப்புக் கோட்பாடு இல்லை. ஆனால் ஒரு பக்தர் தான் பாவம் இழைத்த குற்ற உணர்விலிருந்தும் அவமானத்திலிருந்தும் வெளியேற விரும்பினால் தெய்வத்திடம் மன்னிப்புக் கோரலாம். ஆனால் அவ்வாறு மன்னிப்புக் கேட்பது ஒருவரின் கர்மத்தில் வினைப் பயனிலிருந்து விடுபடுவதற்கான உத்தரவாதமல்ல. வாழ்க்கைச் சூழலை மேம்படுத்திக்கொள்வதற்கும் தீய சக்திகளை விலக்கி வைப்பதற்கும் கிரகங்கள், திசைகள் போன்ற பல்வேறு சக்திகளை வழிபடலாம்.

வெவ்வேறு நோக்கங்களுக்காகவும் வெவ்வேறு தருணங்களுக்கும் வெவ்வேறு கடவுளர் அழைக்கப்படுகிறார்கள். பள்ளிகளில் சரஸ்வதி, வணிகத் தலங்களில் லட்சுமி, அரசியல்வாதிகளுக்குத் துர்க்கை. ஒரே பக்தர் தனது தேவைக்கேற்ப வெவ்வேறு கடவுளர்களை வெவ்வேறு நேரங்களில் வெவ்வேறு மனநிலைகளில் வழிபடலாம். ஒற்றைக் கடவுள் குறித்த பிடிவாதம் இல்லை. ஒருவரின் வசதிக்கேற்ப ஒவ்வொரு தெய்வமும் வெவ்வேறாகவும் பார்க்கப்படுகிறது; அனைத்துத் தெய்வங்களும் ஒரே தெய்வத்தன்மையின் வெவ்வேறு வெளிப்பாடுகளாகவும் பார்க்கப்படுகிறார்கள். கிராம அல்லது குடும்பத் தெய்வங்களுக்கு நிகழ்த்தப்படும் வழிபாடு சமூக உணர்வை வழங்கும். ஆனால் அத்தகைய வழிபாடுகளில் குறிப்பிட்ட கிராமம் அல்லது குடும்பம் அல்லது குலத்துக்கு வெளியே இருப்பவர்கள் ஒன்ற முடியாது. தமிழ்நாட்டைச் சேர்ந்த வைணவப் பிராமணர்களின் வழிபாடுகளும் சடங்குகளும் கங்கைச் சமவெளியில் உள்ள வைணவப் பிராமணர்களுடைய வழிபாடுகள், சடங்குகளிலிருந்து மிகவும் வேறுபட்டவை. வேதகாலத்தில் பிரபலமாக இருந்த வழிபாடுகள், மக்களிடையே புழங்கும் இந்தியில் உள்ள ஹனுமான் சாலிஸா போன்ற வெகுமக்களிடையே பிரபலமடைந்த வழிபாடுகளுக்கு வழிவிட்டு ஒதுங்கிக்கொண்டன.

சில வழிபாடுகள் கோயில்களுக்கானவை, வேறு சில வீடுகளில் (பூஜை அறை) உள்ள சன்னிதிகளுக்கானவை, சில வழிபாடுகள் எங்கும் எந்த நேரத்திலும் மேற்கொள்ளக்கூடியவை. சில வழிபாடுகள் நீண்ட விரிவான சரியான உச்சரிப்புடனும் இசைலயத்துடனும் உச்சரிக்கப்பட வேண்டிய பாடல்களாக இருக்கும். சில வழிபாடுகள் ஒரே ஒரு பாடலை அல்லது கடவுளின் பெயரை மீண்டும்மீண்டும் உச்சரிப்பதாக இருக்கும். சில வழிபாடுகள் சடங்குகளின் அங்கம்; சில வழிபாடுகள் சடங்குகளுடன் தொடர்பற்றவை. சில வழிபாடுகள் ஒருவரின் மனதை அதாவது நமது உடல் என்னும் கோயிலுக்குள் உறையும் தெய்வத்தை அமைதிப்படுத்துவதற்கானவை. வீட்டில் நடைபெறும் வழிபாடுகளைப் பெற்றோர் தமது குழந்தைகளுக்குப் பண்பாட்டின் வழிகளைக் கற்பிப்பதற்குப் பயன்படுத்திவருகிறார்கள். பஜனைகளும் கீர்த்தனைகளும் சுதந்திரப் போராட்டக் காலத்தில் மதங்களின் உட்பிரிவுகள், சாதிகள் இணைந்த சமூகக் குழுக்களை உருவாக்கப் பரவலாக்கப்பட்டன. இவ்வாறு வழிபாடுகள் குடும்பம், சமூகத்தின் பிற சக்திகள் ஆகியவற்றின் வலுவான செல்வாக்குக்கு உட்பட்டவை என்றாலும் தனிநபர்களின் தேவைகளுக்கு ஏற்பப் பெரிதும் தகவமைக்கப்படுபவை.

இந்து மத வழிபாடு பன்மைத்துவம் கொண்டது. வைதீக வழிபாடுகள், ஆகம வழிபாடுகள், சமஸ்கிருத வழிபாடுகள், பிராந்திய மொழி வழிபாடுகள் எனப் பல வகைகள் உள்ளன. சொற்களே இல்லாமல் சடங்குகளை மட்டுமே உள்ளடக்கிய வழிபாடுகள் உள்ளன. பஜனைகள், கீர்த்தனைகள் போன்ற சமூக வழிபாடுகளும் உள்ளன. கோயில்களில் அர்ச்சகர்கள் மட்டும் உச்சரிக்கிற, பிறர் உச்சரிக்க அனுமதியற்ற மந்திரங்களால் ஆன தனித்த வழிபாடுகளும் உள்ளன. விஷ்ணு, ராமர், கிருஷ்ணர், துர்க்கை, சரஸ்வதி எனப் பல கடவுளருக்கு வழிபாடுகள் உள்ளன. இந்து மத வழிபாடு பன்முகத்தன்மை வாய்ந்தது. பல்வேறுபட்ட, மாற்றத்துக்கு உட்படக்கூடிய அணுகுமுறை கொண்டது. இதில் ஒன்றை இன்னொன்றைக் கொண்டு பதிலீடு செய்ய முடியும். இந்தத் தன்மைகள் கொண்ட வழிபாடு இந்து மதத்துக்கு மட்டுமே உரியது.

21

பூணூல் அணிவிக்கும் சடங்கு ஞானஸ்நானத்தைப் போன்றதா?

ஞானஸ்நானம் என்பது ஒருவர் இயேசு கிறிஸ்துவை இறைவனின் மகனாகவும் மனித குலத்தின் மீட்பராகவும் ஏற்றுக்கொள்ளும் கிறிஸ்தவச் சடங்கு. கிறிஸ்தவ தேவாலயத்துக்குள் ஒருவர் சேர்த்துக் கொள்ளப்படும் சடங்கு என்றும் சொல்லலாம். ஞானஸ்நானம் பெற்ற பிறகே ஒருவர் கிறிஸ்தவர் ஆகிறார். விருத்த சேதனம் (ஆண்குறியின் முன் தோலை நீக்கும் சடங்கு) செய்யப்படாத ஒருவர் யூதராகவோ இஸ்லாமியராகவோ இருக்க முடியாது என்பதைப் போல. இவை எல்லாம் கடவுளுடன் ஒருவர் மேற்கொள்ளும் ஒப்பந்தத்தைச் சடங்கு வழியாக அறிவிப்பதாகும். இப்படிக் கடவுளுடன் ஒப்பந்தம் செய்துகொண்டு மத நம்பிக்கைக்குள் நுழைதல் என்னும் கருத்தாக்கம் இந்து மதத்துக்கு அந்நியமானது. ஒருவர் பிறப்பினாலேயே இந்து ஆகிறார்.

பூணூல் அணியும் சடங்கு இந்தியாவின் வெவ்வேறு பகுதிகளில் வெவ்வேறு பெயர்களில் அறியப்படுகிறது. தென்னிந்தியாவில் அதற்குப் பெயர் உபநயனம். ஒடிஷாவில் பிரத காரா *(Brata Ghara)*, குஜராத்தில் ஜனயு *(Janayu)*,

மகாராஷ்டிரத்திலும் கர்நாடகத்திலும் முஞ்சா (*Munja*), வங்காளத்தில் பொய்டா (*Poita*). பூணூல் சடங்கு என்றால் என்ன என்பதற்கான விடை நீங்கள் அதை யாரிடம் கேட்கிறீர்கள் என்பதைப் பொறுத்து அமையும்.

வரலாற்றுரீதியாகப் பூணூல் அணியும் சடங்கு வேதகால ஆரியர்களுடன் தொடர்புடையது. இதேபோன்ற சடங்கு நிகழ்ச்சியை நாம் பார்சிகளிடமும் காண்கிறோம். பார்சிக்கள் வேதகால ஆரியர்களுடைய இந்தோ–ஈரானியக் கிளையின் வழித்தோன்றல்கள். மிக விரிவான நவ்ஜோத் சடங்கில் (புனித நூலின் எழுபத்து இரண்டு அத்தியாயங்களைக் குறிக்கும் விதமாக) எழுபத்து இரண்டு இழைகள் கொண்ட நூலை ஒரு பையன் அல்லது பெண்ணின் இடையில் மூன்று முறை சுற்றி முன்புறத்திலும் பின்புறத்திலும் முடிச்சிடுவார்கள். நம்பிக்கையாளர்கள் ஒரு நாளைக்குப் பலமுறை வழிபாடு நடத்தும்போது இந்த முடிச்சை அவிழ்த்து, மீண்டும் முடிந்து கொள்வார்கள். ஞானஸ்நானத்தைப் போல் இந்தச் சடங்கு ஒருவர் ஜோராஷ்ட்ரிய (சரதுசம்) மதத்துக்குள் நுழைவதைக் குறிக்கிறது. இஸ்லாத்தின் எழுச்சிக்கு முன்பு ஈரானில் (பண்டைய பெர்ஷியா) தழைத்த மதம் இது. வைதீக வேர்களுடன் தொடர்பு கொண்டிருந்தாலும் ஜோராஷ்ட்ரிய மதம் நேர்க்கோட்டுக் கட்டமைப்பைக் கொண்டது (ஒற்றை வாழ்க்கை/பிறவி). மாறாக வைதீக மதங்களோ சுழற்சி அமைப்பைக் கொண்டவை (பல வாழ்க்கைகள்/பிறவிகள்).

வேதகாலத்தில் நூல் எதுவும் அணியப்படவில்லை என்று கருதப்படுகிறது. அதற்குப் பதிலாக வீட்டுச் சடங்குகளுக்கு இடது தோளிலும் ஈமச் சடங்குகளுக்கு வலது தோளிலும் துணி அணியப்பட்டது. சில பிராமணர்கள் மான் தோலினை மேலாடையாக உடுத்தினர். மானின் தலை அமைந்திருந்த பகுதி இன்று (பூணூலில்) பிரம்ம–கிரந்தி முடிச்சு மூலமாகக் குறிக்கப்படுகிறது. இது ஒரு ஊகம் மட்டுமே. ஆனால் சாதி அமைப்பு இறுக்கமானதாகவும் மிகக் கடுமையானதாகவும் ஆகத் தொடங்கிய மத்திய காலத்திலும் நவீன காலத்திலும் தான் 'பூணூல்' முக்கிய அங்கமாக மாறியது என்பதில் அறிஞர்கள் தெளிவாக இருக்கிறார்கள்.

தர்ம சாஸ்திரங்களில் ஆண்களுக்கும் பெண்களுக்கும் பிராமணர்களுக்கு மட்டுமல்லாமல் அனைத்து வருணங்களைச் சேர்ந்தவர்களுக்குமான புனித நூல் அணிவிக்கும் சடங்கு குறித்த குறிப்புகள் உள்ளன. சிற்பங்களில் ஆண் கடவுளர் மட்டுமல்லாமல் பெண் கடவுளரும் தமது இடது தோளில்

பூணூல் அணிந்திருப்பதைக் காண்கிறோம். பூணூலில் சில சமயம் நகைகள் சேர்க்கப்படும். அதை அணிபவர்கள் வேத ஞானத்தைப் பெறத் தகுதியுடைய இரு–பிறப்பாளர்கள் எனபதைக் குறிப்பதற்காக. ஆனால் மத்திய காலத்தில் பூணூல் என்பது ஒரு பிராமண ஆணை அடையாளம் கண்டு அவனை இந்து சாதிப் படிநிலைக் கட்டமைப்பின் உச்சியில் அமர்த்துவதற்கான சடங்காக ஆகிவிட்டது. ஒன்பது பருத்தி இழைகளை மூன்று நூல்களாக நெய்து, ஒன்றாக முடிச்சிட்டு, இடது தோளில் அணிவதே இந்தச் சடங்கு.

இந்த ஒன்பது தனி இழைகள் ஓம் என்னும் ஒலி, நெருப்பு (அக்னி), பாம்பு (நாகம்), நிலவு (சோமன்), முன்னோர் (பித்ருக்கள்), பிறப்பின் கடவுளர் (பிரஜாபதி), மூச்சு (வாயு). மரணம் (எமன்), உலகம் (விஸ்வதேவர்). மூன்றாக இணைக்கப்படும்போது அவை மும்மூர்த்திகளையும் (பிரம்மா, விஷ்ணு, சிவன்) முப்பெரும் தேவியரையும் (லட்சுமி, துர்க்கை. சரஸ்வதி), கல்விக் கடவுளின் மூன்று வடிவங்களையும் (காயத்ரி, சாவித்ரி, சாரதா அல்லது சரஸ்வதி). மூன்று முதன்மை வேதங்களையும் (ரிக், சாம யஜுர்), மூன்று முதன்மை சாஸ்திரங்களையும் (தர்ம சாஸ்திரம். அர்த்த சாஸ்திரம், காம சாஸ்திரம்), மூன்று யோகங்களையும் (ஞான, பக்தி, கர்ம), மூன்று வைதீக நெருப்புகளையும் (இல்லறத்துக்கானது அல்லது கிருஹபத்ரம், மரணத்துக்கானது அல்லது தக்ஷாக்னி, இறைவனுக்கானது அல்லது ஆவஹனீயம்) குறிக்கின்றன. பிரம்ம கிரந்தி என்னும் ஒற்றை முடிச்சு முதலும் முடிவும் அற்றதன் (அனந்த) உருவகமாகும். ஆக பூணூல் வேத ஞானத்தின் குறியீட்டு ரீதியான உருவகமாகிறது.

இன்று பழமைவாதிகள் சாதிக் கட்டமைப்பைப் பூணூல் அணிவிக்கும் சடங்கை நிலைநிறுத்தும் பிராமண ஆண்களுக்கு மட்டுமான சடங்காகப் பார்க்கிறார்கள். அவ்வளவு பழைமை வாதிகள் அல்லாதோர் இதை சாதி, பாலின வேறுபாடின்றி அனைத்துக் குழந்தைகளையும் வைதீக அமைப்புக்குள் இணைப்பதற்கான சடங்காகப் பார்க்கிறார்கள். மரபுவாதத் தரப்பின்படி பூணூல் சடங்கு என்பது பிராமண ஆண்களுக்கு மட்டுமானது. அவர்களுக்கு வேதத்தின் ரகசியங்களைத் தெரிவிக்கும் ஆசிரியரை (குரு) வழங்குவது. தாராளவாதிகள் இதனை ஒரு குழந்தை முறைப்படுத்தப்பட்ட கல்வி அமைப்புக்குள் நுழைவதைக் குறிக்கும் சடங்காகவே காண்கின்றனர். இங்கு அவர்கள் வாழ்க்கையை வாழப் பயிற்றுவிக்கப்படுவதாகக் கருதுகிறார்கள். வேதங்களுக்கான குறுகலான வரையறையை – முறைப்படுத்தப்பட்ட முறைப் படுத்தப்படாத, பொருள் சார்ந்த, ஆன்மிகம் சார்ந்த –

அனைத்து விதமான அறிவுகளையும் உள்ளடக்கியதாக விரிவு படுத்துகின்றனர். ஆணோ பெண்ணோ எந்தச் சாதியைச் சேர்ந்தராயினும் அவரைக் கற்றலின், கல்வியின் பாதையில் பயணிப்பதற்கான சடங்காக இது ஆகிறது. பூணூல் அணிவிக்கும் சடங்கு உங்களை த்விஜர் அல்லது இரு பிறப்பாளர் ஆக்குகிறது.

மனிதனின் முதல் பிறப்பு உடலியல்ரீதியாக அன்னை யின் கருப்பை வழியாக நிகழ்கிறது. இரண்டாவது பிறப்பு உளவியல்ரீதியானது. ஆசிரியர் வேதங்களைக் கற்பிப்பதன் வழியாக இது நிகழ்கிறது. பூணூல் அணிவிக்கும் சடங்குக்குப் பிறகு ஒரு குழந்தை பள்ளிக்குச் சென்று கல்வி கற்கத் தயாராகிறது. குழந்தையாகிய அவனோ அவளோ தனது மனதை விஸ்தரிப்பதன் (மனஸ்–மனம்; பிராஹ்–விஸ்தரித்தல்) மூலம் பிரம்மத்தைக் கண்டறிவதற்கான பல்வேறு பழக்கவழக்கங்கள் பயிற்றுவிக்கப்பட்டுகின்றன, கல்வி கற்பிக்கப்படுகிறது. மனதை விரிவுபடுத்தி பிரம்மத்தை நாடுபவர் என்பதே பிராமணர் என்பதற்கான உண்மையான பொருள்.

இந்தப் பார்வைகளைக் கணக்கில் கொண்டு பார்க்கும் போது பூணூல் அணிவிக்கும் சடங்கு ஞானஸ்நானத்தைப் போன்றது அல்ல.

22

இந்துக்கள் நினைவுநாளைவிடப் பிறந்தநாளைக் கொண்டாட விரும்புவது ஏன்?

இந்துக்கள் துக்கம் நிறைந்த நினைவு நாளைவிட (புண்ய திதி) மகிழ்ச்சி நிறைந்த பிறந்த நாளைக் கொண்டாட விரும்புகிறார்கள். பிறப்பினை மங்களமாகவும் இறப்பினை அமங்களமாகவும் இந்துக்கள் கருதுவதே இதற்குக் காரணம். அசுரர்கள் அல்லது ராட்சசர்களின் மரணம் அமைதியையும் வளத்தையும் கொண்டுவரும் கடவுளின் வெற்றியாகக் கருதப்படுகிறது என்பதால் அவை கொண்டாடப்படுகின்றன.

மகாபாரதத்தைவிட ராமாயணம் மிகவும் புனிதமானது. ஏனென்றால் அது ராமனின் பிறப்பை வர்ணிக்கிறது. ஆனால் மகாபாரதம் கிருஷ்ணனின் பிறப்பை வர்ணிப்பதில்லை. எனவே கிருஷ்ணனின் பிறப்பை வர்ணிக்கும் பாகவத புராணத்துக்கு அதிக மதிப்பு அளிக்கப்படுகிறது. பெரும்பாலான இந்துப் பண்டிகைகள் கடவுளரின் பிறப்பு (ராமனின் பிறப்பு, கிருஷ்ணனின் பிறப்பு, அனுமானின் பிறப்பு, கருடனின் பிறப்பு) தொடர்பானவை அல்லது அசுரன் அல்லது ராட்சசனின் இறப்பு

(மகிஷனை துர்க்கை கொன்றது, ராவணனை ராமன் கொன்றது, நரகனைக் கிருஷ்ணன் கொன்றது) தொடர்பானவை.

இந்துக்களின் இந்தக் கொண்டாட்டங்கள் இயேசு கிறிஸ்துவின் மரணத்துக்கு (புனித வெள்ளி) துக்கம் அனுசரித்தல், துறவிகளின் (உயிர்) தியாகத்தை நினைவுகூர்தல் ஆகிய கிறிஸ்தவ வழக்கத்துக்கும் இறைத்தூதரின் மருமகனின் மரணத்துக்குத் துயருறும் மொகரம் ஷியா இஸ்லாமியர்களின் வழக்கத்துக்கும் மாறானவை. 1,400 ஆண்டுகள் கடந்துவிட்ட போதிலும் இமாம் ஹுசைனின் மரணத்துக்குத் துக்கம் அனுசரிப்பது ஷியா இஸ்லாத்தில் இன்றுவரை தொடர்கிறது. இயேசு சிலுவையில் அறையப்பட்டு 2,000 ஆண்டுகள் கடந்து விட்ட நிலையிலும் இன்றும் பல சமூகங்களில் இயேசுவைச் சிலுவையில் அறையும் நிகழ்வு மீண்டும்மீண்டும் நிகழ்த்தப் படுகிறது. இந்து மதத்திலோ 'ஸ்மரந்தகர்' (ஸ்மரணம் என்றால் நினைவு; அந்தம் என்றால் முடிவு) என்றும் 'எமந்தகர்' என்றும் அறியப்படும் சிவன் நினைவையும், மரணத்தையும் அழித்து நம்மை விடுவித்து வரலாற்றிலிருந்து வெளியேறச் செய்து காலமற்ற ஆன்மாவைக் கண்டுகொள்ள வைக்கிறார்.

கிறிஸ்தவத்தின் கல்லறைத் திருநாள்போல் அனைத்து மதங்களிலும் வாழ்பவர்கள் இறந்தவர்களை நினைவுகூரும் தினங்கள் உள்ளன. இந்து மதத்தில் இதற்கென்று பித்ரு பட்சம் என்னும் 15 நாள்கள் உள்ளன. அப்போது இறந்தவர்களுக் கான சடங்குகள் நிகழ்த்தப்படுகின்றன. ஆனால் ஒரு வேறுபாடு உள்ளது. கிறிஸ்தவத்திலும் இஸ்லாத்திலும் இறந்தவர்கள் தாம் செய்த பாவங்களிலிருந்து விடுபட்டுச் சொர்க்கத்தை அடைவதற்காகத் துயரங்களை அனுபவிக்கும் சுத்திகரிப்பில் (purgatory) இருக்கிறார்கள். வாழ்க்கையை முழுமையாக வாழ்ந்து முடித்துவிட்டுத் தீர்ப்பு நாளுக்காகக் காத்திருக்கி றார்கள். இந்து மதத்தில் இறந்தவர்கள் மறுபிறவிக்காகக் காத்திருக்கிறார்கள். ஆனால் பெரும்பாலும் இறப்புடனான தொடர்பு இந்து மத மரபுகளில் தடைசெய்யப்படுகிறது. குறிப்பாகப் பிற மதங்கள் இறப்புக்குக் கொடுக்கும் மதிப்புடன் ஒப்பிட்டால் இந்த வேறுபாட்டை உணர முடியும்.

இஸ்லாமிய, கிறிஸ்தவ மரபுகளில் இறப்புக்கு மதிப்பளிக்கப் படுகிறது; எனவே சமாதிகளும் கல்லறைகளும் நினைவுச் சின்னங்கள் ஆகின்றன. பெரும்பாலான இந்து சமூகங்களில் இறந்தவர்களின் பொருள்களையோ எச்சங்களையோ வீட்டிலோ வீட்டைச் சுற்றியோ வைத்துக்கொள்ளும் மரபு இல்லை. இறந்தவரைத் தொடும் அனைத்தும் தீட்டுக்குரிய தாகவும் அமங்களமானதாகவும் பார்க்கப்படுகின்றன. பிற்கால

இந்துத் துறவு மரபுகளில் இறந்துவிட்ட ஆசிரியர்களின் சடலங்கள் புதைக்கப்பட்டுக் கல்லறையின் மேல் துளசிச் செடி நடப்படுகிறது. அது வழிபடப்படுவதில்லை என்றாலும் புதைக்கப்பட்ட இடம் இவ்வாறு குறிக்கப்படுகிறது. அவர்கள் சமாதி அடைந்துவிட்டார்கள் அவர்களுக்கு மறுபிறப்பு இல்லை என்பதால் அவர்களின் சடலம் மங்களத்தன்மை அடைந்துவிடுகிறது. எனவே எரியூட்டப்படுவதில்லை; புதைக்கப்படுகிறார்கள். இந்து மதத்தில் இந்த வழக்கம் பௌத்தத்தின் தாக்கத்தால் வந்திருக்கலாம், பௌத்தர்கள் இறந்து புதைக்கப்பட்டுவிட்ட ஆசிரியர்களின் எச்சங்களைப் (பல், தலைமுடி, எலும்பு போன்றவை) பத்திரப்படுத்தி வைப்பார்கள்.

இஸ்லாமிய அரசர்கள் தமது முன்னோர்களுக்குக் கல்லறை எழுப்பியபொது இந்து அரசர்களும் தமது வம்சத்தின் முந்தைய அரசர்கள் இறந்த பின் எரியூட்டப்பட்ட இடத்தைக் குறிக்கும் வகையில் மண்டபம் அல்லது சத்திரங்களை அமைக்கக் கோரினார்கள். ராஜஸ்தானில் நாம் இந்த வழக்கத்தைக் காண முடியும். இன்றைய நவீன யுகத்திலும் இந்த வழக்கம் தொடர்கிறது. இந்துக்களான மகாத்மா காந்தி, இந்திரா காந்தி போன்ற அரசியல் தலைவர்கள் எரியூட்டப் பட்ட இடத்தில் கல்லறை எழுப்பப்படுகிறது. பிராமணியத்தை யும் சாதியையும் மறுக்கும் பல இந்து சமூகங்கள் இறந்தவர் களைப் புதைக்கும் வழக்கத்தைக் கடைப்பிடிக்கிறார்கள். திராவிட இயக்கங்களில் ஒன்றுக்குத் தலைமை வகித்த ஜெயலலிதா இறந்த பிறகு எரியூட்டப்படுவதற்குப் பதிலாகப் புதைக்கப்பட்டார்.

மரணம் குறித்த நினைவு முன்னேற்றத்தையும் ஞானத்தையும் விடுதலையையும் தடுப்பதாக இந்து மதம் கருதுகிறது. மரணம் குறித்த அச்சம் பல உளவியல் மாற்றங்களை உருவாக்குகிறது. அவற்றை யோகத்தால் மட்டுமே சரிசெய்ய முடியும். மரணமும் மரணம் குறித்த அச்சமும் சிக்கவைக்கும் பொறிகளாகப் பார்க்கப்படுகின்றன. எனவேதான் எரியூட்டலுக்குப் பிறகு யாரும் சுடுகாட்டைத் திரும்பிப் பார்க்காமல் செல்ல வேண்டும் என்று அறிவுறுத்தப்படுகிறது. கடந்தகாலம் மறக்கப்பட வேண்டும். எனவேதான் இந்து மதம் வரலாற்றுக் கதையாடல்களைவிடப் புராணக் கதையாடல்களுக்குப் பிற மதங்களைக் காட்டிலும் அதிக மதிப்பு அளிக்கிறது

இன்று நீதியின் பெயரால் பழிவாங்கத் துடிக்கும் மனப்போக்கு உலகில் அதிகரித்துள்ளது. கடந்தகாலத்

தீங்குகளை நினைவில் வைத்திருப்பது வலுவான அரசியல் ஆயுதமாகப் பயன்படுத்தப்படுகிறது. அது கும்பல்களையும் கண்மூடித்தனமான மனிதர்களையும் அணிதிரட்ட உதவுகிறது. எடுத்துக்காட்டாக காலனி ஆட்சிக் காலத்தைக் குறிப்பிட்டுப் பல தேசிய அரசுகள் தார்மிக மேல்நிலையும் அரசியல் பெருமிதமும் தமக்கு இருப்பதாகக் கூறிக்கொள் கின்றன. உயிர்நீத்த தியாகிகளை மட்டுமல்ல தேசத்தின் எதிரிகளை மக்களுக்கு நினைவூட்டுவதற்காகவும் போர் நினைவுச் சின்னங்கள் கட்டப்படுகின்றன. தலித் இயக்கங்கள் பல ஆண்டுகாலப் பாகுபாட்டுக்கு வித்திட்ட பிராமண மேலாதிக்கத்தைக் குறித்துத் தொடர்ந்து பேசுகிறது. அதன் மூலம் 'தாழ்த்தப்பட்ட' சாதிகளைச் சேர்ந்தோரும் பழங்குடி களும் அணிதிரட்டப்படுகிறார்கள். இந்துத்துவம் '1,000 ஆண்டுகால அடிமைப்படுத்தப்பட்ட நிலை'யைக் குறித்துப் பேசுவதன் மூலம் இஸ்லாமியர்களுக்கு எதிராக இந்துக்களை அணிதிரட்டுகிறது. இவ்வாறு கடந்தகாலம், மரணம், ஒடுக்குமுறை ஆகியவை குறித்த நினைவு நிகழ்காலத்தை வடிவமைக்கப் பயன்படுத்தப்படுகிறது.

மரணம் வாழ்ந்துகொண்டிருப்பவர்களைப் பொறியில் சிக்கவைத்துவிடும். முன்னோக்கி நகர்வதைத் தடுத்துவிடும். பிறப்பு, மறு பிறப்பு ஏன் இரட்டைப் பிறப்பு (பூணூல் அணியும் சடங்கின் வழியாக குருவை ஏற்றுக்கொள்ளுதல்) கூட நல்லதாகவும் பெருமைக்குரியதாகவும் பார்க்கப்படுகின்றன. கிழக்கு (பூர்வ) திசை மங்களகரமானது, அங்குதான் சூரியன் உதிக்கிறது என்பதால். வடக்கு (உத்தர) மங்களகரமானது, அங்குதான் நிரந்தரமான அசையாத துருவ நட்சத்திரம் நிலைகொண்டுள்ளது என்பதால். சூரிய அஸ்தமனத்துக்குரிய மேற்கு (பஸ்சிம) மரணத்துடன் தொடர்புடைய தெற்கு (தட்சிண) இரண்டும் அமங்களமானவை. மரபார்ந்த இந்து நடைமுறையின்படி கடந்த காலத்தை மறப்பதும் (மேற்குலகம் இதை இந்து மறுப்புவாதம் என்று எள்ளல் செய்கிறது) வருங்காலத்தில் கவனம் செலுத்துவதும்தான் நன்மை பயப்பது. கடந்தகாலம் என்பது மரணம்; மரணம் நமது விடுதலையை (மோட்சம்) மறுக்கும் தளை.

23

இந்து மதத்தில் மணவிலக்குக்கு அனுமதி உள்ளதா?

பல பண்பாடுகளில் திருமணம் என்பது ஒரு ஒப்பந்தம். மணவிலக்கு (விவாகரத்து) என்பது அந்த ஒப்பந்தத்தை முறித்துக்கொள்வது. கத்தோலிக்கத் திருச்சபையினர் போன்ற சிலர் திருமணம் புனிதமானது என்றும் முறிக்கப்படவே கூடாதது என்றும் நம்புகிறார்கள். பிறர் இதை மறுக்கிறார்கள். இந்து மதத்தில் திருமணம் ஒரு ஒப்பந்தம் அல்ல. நாரதஸ்மிருதி தர்ம சாஸ்திரம் *(XII 97)*, என்னும் இந்து சட்ட நூலின்படி 'கணவன் தொலைந்து போய்விட்டான், இறந்துவிட்டான், துறவறம் பூண்டுவிட்டான், ஆண்மையற்றவனாக இருக்கிறான், சாதி விலக்கம் செய்யப்பட்டிருக்கிறான் என இந்த ஐந்து சூழ்நிலைகளில் ஒரு பெண் மறுமணம் செய்துகொள்ளலாம்'. மேலும் 'கணவன் வேறு சாதியைச் சேர்ந்தவனாகவோ மனைவியின் கோத்திரத்தைச் சேர்ந்தவனாகவோ மோசமான செயல்களைச் செய்தவனாகவோ ஆகிவிட்டால் மனைவி மறுமணம் செய்துகொள்ளலாம்' என்று காத்யாயனர் கூறுகிறார். இவற்றின் மூலம் இந்து மதத்தில் ஏதேனும் ஒரு காலகட்டத்தில் மணவிலக்கு அனுமதிக்கப்பட்டிருந்தது என்று எடுத்துக்கொள்ளலாமா?

இந்து மதத்தில் திருமணம் ஒரு சம்ஸ்காரம் அல்லது ஒரு கட்டத்திலிருந்து அடுத்த கட்டத்துக்கு நகரும் சடங்கு. சம்ஸ்காரம் என்பது ஒருவரின் உலகத்துக்கு (சம்சாரம்) வடிவம் (அகாரம்) கொடுத்து அவர் முழுமையான வாழ்க்கையை வாழ உதவுவது. இதற்கான சடங்குகள் சகலத்தையும் உள்ளடக்கியவை. குழந்தைக்கு மொட்டை அடிப்பது, முதல் முறையாகத் திட உணவை எடுத்துக்கொள்ளச் செய்வது. கல்வி கற்கவைப்பது, நீத்தார் கடன்களைக் கழிக்கச் செய்வது, திருமணம் செய்துகொண்டு குழந்தை பெற்றுக்கொள்வதன் மூலம் இறந்தவர்களின் உலகில் இருப்பவர்கள் வாழ்ந்து கொண்டிருப்பவர்களின் உலகத்தில் மீண்டும் வந்து பிறப்பதற்கு உதவிசெய்து சமூகத்துக்கான கடனைக் கழிக்கச் செய்வது, இறந்துவிட்டவர்கள் வாழ்ந்துகொண்டிருப்பவர்களின் உலகத்திலிருந்து முன்னோர்களின் உலகத்துக்குச் செல்ல வழிவகுக்கும் ஈமச் சடங்குகளைச் செய்ய வைப்பது என இந்தப் பட்டியல் நீள்கிறது.

பிராமணர்கள் பலர் இந்தச் சடங்குகளையும் விதிகளையும் ஆயிரம் ஆண்டுகளுக்கு அதாவது பொ.ஆ.மு. (கி.மு) 200இலிருந்து பொ.யு (கி.பி) 1200க்குள் தர்ம சாஸ்திரங்களில் சட்டமாக்கினார்கள். இந்த விதிகள் ‘உயர்’ சாதியினருக்கு மட்டுமானவை; அனைவருக்குமானவை அல்ல. மணவிலக்கைத் தடை செய்வதும் மனைவியை இழந்த ஆண் மட்டும் மறுமணம் செய்துகொள்ள அனுமதிப்பதும் கணவனை இழந்துவிட்ட பிறகும் பெண் மறுமணம் செய்துகொள்ள அனுமதிக்கப்படாமல் இருப்பதும்தான் பொதுவான போக்கு.

இந்து மதம் என்பது ‘உயர்’ சாதியினருக்கு மட்டுமானது அல்ல; அது பல்வேறு பிரிவுகளை ஒன்றாக இணைக்கும் சொல் என்பதை நாம் மறந்துவிடக் கூடாது. நள–தமயந்தி காவியக் கதையில் நாடுகடத்தப்பட்ட நிஷாத அரசன் நளன் தொலைந்து போனவுடன் தமயந்தியின் தந்தை அவள் இன்னொரு கணவனைத் தேடிக்கொள்வதற்கான சுயம்வரத்தை ஒருங்கிணைக்கிறார். ராமாயணத்தில் ராவணன் இறந்த பிறகு அவனது மனைவி மண்டோதரி தனது கொழுந்தனான விபீஷணனை மணக்கிறாள். அதேபோல் வாலி இறந்த பிறகு அவனது மனைவி தாரை, சுக்ரீவனை மணக்கிறாள்.

இந்து மத விதிகள் பல நூற்றாண்டுகளாக மாறிவந்துள்ளன என்பதை நாம் மறந்துவிடக் கூடாது. எடுத்துக்காட்டாக மகாபாரதத்தில் குந்தி பாண்டுவிடம் திருமணத்துக்கு முன்பு ஆண்களும் பெண்களும் சுதந்திரமாகத் தனது இணையைத் தேடிக்கொண்ட காலத்தைப் பற்றிப் பேசுகிறாள். குழந்தைகள்

தமது தந்தை யார் என்பதைக் கண்டடைய உதவும் என்பதால் ரிஷி ஸ்வேதகேது திருமண விதிகளைக் கட்டாயமாக்குகிறார். ஆண்மையற்றவனின் மனைவி வேறு ஆடவனிடம் குழந்தை பெற்றுக்கொள்வதையும் அவர் அனுமதித்தார். அதற்கான வழிமுறைதான் நியோகம். இதனால்தான் பாண்டுவின் உயிரியல் தந்தை வியாசர் என்றாலும் அவர் விசித்ரவீரியனின் மகனாகவே கருதப்படுகிறார். மகாபாரதக் காவியத்தில் ஓகவதியின் கதையில் தனது மனைவி வேறொரு ஆடவனின் அரவணைப்பில் இருப்பதைக் காணும் கணவன் அதனால் துயரம் அடைவதில்லை. ஆனால் ராமாயணத்தில் அகல்யை கதையில் கௌதம முனிவர் தனது மனைவியான அகல்யை வேறொரு ஆணுடன் இருப்பதைப் பார்த்து அவளைக் கல்லாக மாறும்படி சபித்துவிடுகிறார். இவ்வாறாக இந்தக் கதைகள் காலப்போக்கில் மதிப்பீடுகள் மாறுவதை உணர்த்துகின்றன.

பாகவத புராணத்தில் ஒரு கதை வருகிறது. தேவாஹூதியை மணந்துகொள்ளும் கர்த்தமன் அவள் கபிலன் என்னும் மகனை ஈன்ற பிறகு அவளை விட்டுச் சென்றுவிடுகிறான். அவன் தனது முன்னோர்களுக்கான கடனைக் கழிப்பதற்காக ஒரு குழந்தைக்குத் தந்தையாக வேண்டும் என்று விதிக்கப்பட்டிருக் கிறார். ஆனால் அவன் ஒரு கணவனாக இருக்க விரும்ப வில்லை. துறவியாக இருக்கவே விரும்புகிறான். இதேபோல் ஜரத்கரு தன் மனைவி மகனை ஈன்ற பின் அவளை விட்டுச் சென்றுவிடுகிறார். அதேபோல் திருமணத்துக்கு ஒப்புக்கொண்ட பின்னர் தமது கணவன் தம்மைக் கட்டுப்படுத்த முயலும்போது அவனை விட்டு செல்லும் அப்சரஸ்களின் கதைகளையும் காண்கிறோம். இவ்வாறு ஊர்வசி புரூருவனை விட்டுச் செல்கிறாள். கங்கை சந்தனுவை விட்டுச் செல்கிறாள். இதை யெல்லாம் நாம் மணவிலக்கு என்று அழைக்க முடியுமா?

மனு ஸ்ம்ருதியில் கணவனுக்குத் தன்னை அர்ப்பணித்துக் கொள்ளும் பணிவுமிக்க இல்லத்தரசிகள் பற்றி மீண்டும்மீண்டும் சொல்லப்படுகிறது. இதுவே மத ஆதரவாளர்களாலும் மத எதிர்ப்பாளர்களாலும் மீண்டும்மீண்டும் சொல்லப்படுகிறது. சிலர் தேவியர் (பெண் கடவுளர்) கணவன்மீது கோபம்கொண்டு தமது வீட்டுக்குச் செல்வதும் கணவன் வந்து அவர்களைச் சமாதானப்படுத்தித் தன்னுடன் வருமாறு கெஞ்சுவதுமான புராணக் கதைகளைச் சுட்டிக்காட்டுகிறார்கள். வைகுண்டத்தை லட்சுமி விட்டுச் சென்ற பின் திருமால் (விஷ்ணு) அவரை மீண்டும் அழைத்துவரப் படாதபாடு பட வேண்டியுள்ளது. கௌரி கைலாயத்தை விட்டு நீங்கிய பின் அவரை மீட்டுவர சிவன் படாதபாடுபட வேண்டியிருக்கிறது. இந்தக் கதைகள்

பெண் கதாபாத்திரங்களின் அதிகாரத்தையும் முடிவெடுக்கும் சுதந்திரத்தையும் பேசுகின்றன. நவீன இந்துப் பெண்களுக்கு இவை பெரும்பாலும் மறுக்கப்படுகின்றன. ஒவ்வொருவதும் தனது சுயநலத்துக்கான ஆண்மையக் கட்டமைப்புக்குப் பொருந்தும் வகையிலான கதைகளை மட்டும் தேடிக் கண்டு பிடிக்கிறார்கள்.

திருமால் கோயில்களில் லட்சுமி எப்போது திருமாலிட மிருந்து சற்றுத் தள்ளித் தனிச் சன்னிதியிலேயே இருக்கிறார். துவாரகையில் ருக்மிணி கிருஷ்ணனை விட்டுச் சற்றுத் தள்ளியே இருக்கிறார். பண்டரிபுரத்தில் சத்யபாமா கிருஷ்ணன் சன்னதியிலிருந்து சற்றுத் தள்ளி இருக்கும் தனிச் சன்னிதியில் இருக்கிறார். இவ்வாறு இப்பெண்கள் தமது சுயசார்பை நிலைநாட்டுகிறார்கள். அதே நேரம் கடவுளுக்கும் அவரது மனைவிக்கும் இடையில் மணவிலக்கு நடந்ததில்லை. இதனால் தானோ என்னவோ பல இந்து இணையர்கள் சட்டரீதியாக மணவிலக்குப் பெறுவதைக் காட்டிலும் பிரிந்து வாழ்வதை நாடுகிறார்கள்.

இந்துத் திருமணத்தில் கணவனும் மனைவியும் ஏழு உலகியல் பரிசுகளைப் பகிர்ந்துகொள்வதற்காக ஏழு அடிகள் இணைந்து நடந்து செல்லும் சப்தபதி என்னும் சடங்கு அறுக்க முடியாத பிணைப்பாகக் கருதப்படுகிறது. கணவனுக்கும் மனைவிக்கும் ஒத்துவரவில்லை என்றால் அவர்கள் உடல்ரீதி யாகப் பிரிந்து வாழலாம். ஆனால் உயிர் ரீதியாகப் பிணைக்கப் பட்டவர்களாகவே தொடர்வார்கள். இந்துத் திருமணத்தில் 'ஒப்புதல்' என்பதற்கு இடமில்லை என்பதை நினைவில் வைத்துக்கொள்ள வேண்டும். ஆணும் சரி பெண்ணும் சரி திருமணம் செய்துகொள்ள விருப்பம் உள்ளதா என்று கேட்கப் படுவதில்லை. புராணங்களில் நாம் காதல் மணங்களையும் (காந்தர்வ விவாகம்) சுயம்வரங்களையும் (இணையைத் தேர்ந்தெடுக்கும் சடங்கு) காண்கிறோம். ஆனால் இவை ஆதிகாலக் குடிகளின் 'கீழ்மையான' வழக்கங்களாகவும் 'உயர்'சாதியினருக்கு உரியவை அல்ல என்றும் கருதப்படுகின்றன. திருமணம் ஒப்புதலின் அடிப்படையிலானது அல்ல என்பதால் மணவிலக்கு என்பதற்குப் பொருள் இல்லை.

ஆனால் ஜென்ம ஜென்மங்களுக்குத் தொடரும் பந்தம் என்பவையெல்லாம் கவித்துவமான, அரூபமான கருத்துக்கள். இந்து மதம் வரலாறு, நிலவியல் ஆகியவற்றுக்கு ஏற்பப் பல்வேறு சமூகங்களிடையே வெவ்வேறு தேவைகளுக்கு உகந்த வகையில் தன்னைத் தகவமைத்துக்கொண்டுள்ளது. பரகீய பக்தி மரபில் ராதை வேறு ஒரு ஆடவனின் மனைவி என்று

குறிப்பிடப்படுகிறது. அதர்வண வேதம் இரட்டை ஆண் கடவுளரான அஸ்வினி குமாரர்களை சூர்யா என்னும் பெண் மணந்துகொண்டதாகச் சொல்கிறது. பிரசேத சகோதரர்கள் பத்துப் பேரை மணந்துகொண்ட மரிஷாவைப் பற்றி அதர்வண வேதத்தில் வருகிறது. வைணவக் கோயில்களில் வடிவம் மாறும் திருமாலிடமிருந்து விலகிய தனிச் சன்னிதியிலேயே லட்சுமி வீற்றிருக்கிறார். அதே நேரம் சிவன், பார்வதி திருமண வாழ்வில் பல கொந்தளிப்புகள் இருந்தாலும் சிவன் கோயில்களில் சக்தி சிவனை இறுக்கமாக அணைத்தபடி இருக்கிறார். சிதம்பரத்தில் சிவன் தனது மனைவிமீது ஆதிக்கம் செலுத்துகிறார். மதுரையில் தேவி சிவனின் மீது ஆதிக்கம் செலுத்துகிறார். இவை எல்லாம் திருமண விவகாரங்களின் முக்கியத்துவத்தை யும் பன்மைத்துவத்தையும் வெளிப்படுத்துகின்றன.

எனவே, இந்த இருபத்து ஒன்றாம் நூற்றாண்டில் இந்து மதம் பிரிந்து வாழ்தல், மணவிலக்கு இரண்டையும் அனுமதிப்பதற்கான அழுத்தமான கூறுகளை உள்ளடக்கியது என்று சொல்லலாம்.

24

இந்துக்கள் ஏன் பசுவை வழிபடுகிறார்கள்?

இந்துக்கள் பசு மாடுகளை மட்டும் அல்ல கருநாகங் களையும் குரங்குகளையும் யானை களையும்கூட வழிபடுகிறார்கள். இந்து மதத்தில் தெய்வத்தன்மை பல்வேறு வடிவங்களில் காட்சிப் படுத்தப்படுகிறது: இயற்கையின் கூறுகள், தாவரங்கள், விலங்குகள், விண்ணில் உள்ள பொருள்கள், கலைப்பொருள்கள், வடிவியல் உருவங்கள் எனப் பட்டியல் நீள்கிறது. ஒரு இந்து நெருப்பையோ நீரையோ, துளசிச் செடியையோ ஆலமரத்தையோ சூரியனையோ நிலவையோ ஒரு பானையையோ வாளினையோ ஒன்றை ஒன்று ஊடறுத்துச் செல்லும் முக்கோணங்கள், வட்டங்கள், சதுரங்களால் உருவான யந்திரங் களையோ வழிபடுவது வழக்கமானதுதான்.

ஆனால் ஒரு இந்து பசுவை வழிபடுவது உலகம் முழுவதிலும் உள்ள மக்களால் விசித்திரமான தாகப் பார்க்கப்படுகிறது. ஏனென்றால் உலகின் பெரும்பாலான பகுதிகளில் மனிதர்கள் மாட்டு இறைச்சி உண்கிறார்கள். அவர்கள் சாலைகளில் கால்நடைகள் சுற்றித் திரிவதைப் பார்ப்பதில்லை. பாம்புகள், குரங்குகள், யானைகள்கூட ஐரோப்பா தவிர்த்த உலகின் பல பகுதிகளில் உண்ணப்படு கின்றன. அதனால்தானோ என்னவோ இந்துக்கள்

இந்த விலங்குகளை வழிபடுவது பெரிய அளவில் கவனம் ஈர்க்கவில்லை.

பசுமாடு புனிதமான விலங்காகக் கருதப்படும் அதே நேரத்தில் ஆண் பசு அதாவது காளை மாடு நூற்றாண்டுகளாக இந்தியாவில் காயடிக்கப்பட்டு வண்டி மாடாக மாற்றப்பட்டு ஏர் உழுவதற்கும் வண்டி இழுப்பதற்கும் பயன்படுத்தப்படுகிறது. வேளாண் சமூகங்களில் பசு பயன்மிக்கது. ஏனென்றால் அது தரும் பால் ஊட்டச்சத்தை அளிக்கிறது. அதன் சாணம் எரிபொருளாகவும் வீடுகளிலும் தரைகளிலும் பூசுவதற்கும் பயன்படுகிறது. எனவே பசுக்கள் விலை உயர்ந்த பண்டங் களாக உள்ளன. பசுக்களைப் பராமரிப்பதும் அவற்றை துன்புறுத்தாமல் இருப்பதும் பல்வேறு பிராமண நூல்களில் வலியுறுத்தப்பட்டுள்ளது. இது அனைத்துச் சமூகங்களுக்கு மானதா அல்லது பிராமணர்களுக்கு மட்டுமானதா? இதற்கு ஊகத்தின் அடிப்படையிலான பதிலைத்தான் தர முடியும். 'பசு' என்பதன் மூலம் அவர்கள் குறிப்பது பால் கொடுக்கும் பெண் மாட்டை மட்டுமா அல்லது அனைத்துக் கால்நடை இனங்களையும் அவற்றின் அனைத்துப் பாலினங்களையுமா? இதுவும் ஊகத்துக்குரியதுதான்.

வேதகாலத்தில் ரிஷியின் திருமணம் என்பது ஒரு மனிதன் தனது மகளை ஒரு பசு, ஒரு வண்டி மாடு ஆகியவற்றுடன் ரிஷிக்குக் கொடுப்பதாகும். இதன் மூலம் அந்தத் தம்பதியினர் வாழ்க்கை நடத்துவதற்கு ஒரு வாழ்வாதாரம் கிடைக்கிறது. ஒரு எருமை மாடும் இந்தத் தேவையை நிறைவேற்றிவிட முடியும். ஆனால் தெளிவாக பசுவுக்குத்தான் முக்கியத்துவம் அளிக்கப்பட்டது.

புராணங்களில் பசு மாடு திருமாலுடன் தொடர்புடைய தாகவும் காயடிக்கப்படாத முரட்டுக் காளை சிவனுடன் தொடர்புடையதாவும் உள்ளன. துர்க்கை எருமை அரக்கனை அழித்தார். ஐயப்பன் எருமை அரக்கியை அழித்தார்.

வைணவப் புராணங்களில் பசுமாடு செல்வத்தின் கடவுளான லட்சுமியின் வடிவமாகக் காணப்பட்டது. பாகவத புராணத்தில் பூமித் தாய் பசுமாட்டின் வடிவம் எடுத்துத் திருமாலிடம் சென்று தன்னைப் பாதுகாக்க வேண்டுகிறாள். அதனால்தான் அவளது பாதுகாவலனான திருமால் கோபாலன் என்று அழைக்கப்படுகிறான். அனைத்து உயிரினங்களாலும் பால் கறக்கப்படும் பசுவாக பூமி காட்சிப்படுத்தப்படுகிறது. பூமியின் வளங்களைக் கொள்ளையடிக்கும் அரசர்கள் பசுவைக் கொன்றவர்கள் அல்லது பசுவைக் கொடுமைப்படுத்தியவர்கள்

என்று அழைக்கப்பட்டனர். திருமால் பரசுராமனாகவும் ராமனாகவும் கிருஷ்ணனாகவும் அவதரித்து, பேராசை பிடித்த அரசர்களை அழித்து பூமி அவர்களின் ரத்தத்தைக் குடிக்கச் செய்தார்.

இந்திரனிடம் பாற்கடலிலிருந்து ஜனித்த காமதேனு என்னும் பசு இருந்ததாகக் கூறப்படுகிறது. இது கேட்டதை யெல்லாம் தரக்கூடியது. வசிஷ்டரிடமும் அத்தகைய பசு இருந்தது. கௌசிகர் அதை அபகரிக்க முயன்றபோது அந்தப் பசு தன்னைப் பாதுகாத்துக்கொள்ள ஒரு ராணுவத்தை உருவாக்கியது. ஜமதக்னி ரிஷியிடமும் அத்தகைய பசு இருந்தது. கார்த்தவீரியார்ஜுனன் அதை அபகரிக்க முயன்றபோது ரிஷியின் மகனான பரசுராமர் அந்த அரசனை துண்டம் துண்டமாக வெட்டிச் சாய்த்தார்.

ரகுவம்சத்தில் ராமனின் மூதாதையான் திலீபன் ஒரு பசுவைச் சிங்கத்தால் வேட்டையாடப்படுவதிலிருந்து காப்பாற்றித் தன்னை அந்தச் சிங்கத்துக்கு இரையாக அர்ப்பணித்ததாகக் கூறப்படுகிறது. உன் உயிரை மாய்த்துக் கொண்டாவது பசுவைக் காப்பாற்று என்று நேரடிப் பொருளில் இதை எடுத்துக்கொள்ளலாம். அல்லது பண்பாடு (அரசன்) தனது பசியைக் கட்டுப்படுத்திக்கொள்வதன் மூலம் நன்கு உழுது பக்குவப்படுத்தப்பட்ட நிலம் (பசு) வன விலங்குகள் புழங்கு வெளிக்குள் (சிங்கம்) புகுந்துவிடாமல் தடுத்தல் என்பதற்கான உருவகமாகவும் புரிந்துகொள்ளலாம். பண்பாட்டு வளர்ச்சிக்காக இயற்கையை அழிப்பது தொடர்பான பதற்றம் இந்திய அரசாட்சி வரலாற்றில் மீண்டும்மீண்டும் தோன்றும் கருப்பொருள் ஆகும். இதுவே ‘தர்ம–சங்கடம்’ என்று குறிப்பிடப்படுகிறது. ஏனென்றால் தர்மம் என்பது காட்டு விதியைத் தலைகீழாக மாற்றுவதுதான். இங்கு வலியன எளிய உயிர்களை உண்டு உயிர்வாழ்வதற்குப் பதிலாக அவற்றைப் பாதுகாக்கும்.

கிருஷ்ணனின் உருவம் காதலுக்குரிய பசுமேய்ப்பனாகத் தமிழின் சங்க இலக்கியத்தில் தோன்றி சமஸ்கிருத இலக்கிய மும் கிருஷ்ணனின் குழந்தைப் பருவத்தை வர்ணிக்கும் மகாபாரதத்தின் பின்னிணைப்புமான ஹரிவம்சத்தில் இணைக்கப்பட்டிருக்கலாம். பாகவத புராணத்தில் கிருஷ்ணன் காளை அரக்கனான அரிஷ்தனையும் கன்று அரக்கனான வத்சனையும் கொல்கிறான்.

பௌத்தம், சமணம் போன்ற துறவு மரபுகள் கருணை, அகிம்சை, புலால் மறுப்பு போன்ற சிந்தனைகளைப் பரப்பின.

அவை ஒரு காலத்தில் விலங்குகள் பலியிடப்படுவதை அங்கமாகக் கொண்டிருந்த வைதீகச் சடங்குகளை எதிர்த்தன. உண்மையில் சடங்குகளின் பகுதியாகக் கொல்லப்படும் விலங்குகள்மீதான கருணையின் காரணமாகத் திருமால்தான் புத்தராக அவதாரம் எடுத்தார் என்கிறார் ஜெயதேவர்.

ஆனால் பௌத்தம், சமணத்தைப் போல இந்து மதம் எப்போதும் எதையும் பரிந்துரைப்பதாக இருந்ததில்லை. சாதிகளும் சமூகங்களும் தமக்கான விதிகளை உருவாக்கிக் கொண்டன. அவை அனைவருக்குமானவை அல்ல. தனிப் பட்டவை. அவை ஒருபோதும் பொதுவானவையாக இருந்த தில்லை. நாம் சாதியக் கட்டமைப்பிலிருந்து சமத்துவக் குடிமைக் கட்டமைப்புகளுக்கு நகர்ந்துவிட்டபிறகும் சில சாதிக் குழுக்கள் தங்களது தனிப்பட்ட உணவுப் பழக்கங்களைப் பொதுவானதாகத் திணிக்க முயல்கின்றனர். முற்கால இந்தியாவில் இப்படி இருந்ததில்லை. நவீனத்துவத்துக்கு நாம் அளிக்கும் விலை என்றும் இதைச் சொல்லலாம்.

வன்முறை என்பது விவசாயம், கால்நடை வளர்ப்பு, தோல் தொழில் உள்ளிட்ட தொழில்களின் தவிர்க்க முடியாத அங்கம் என்பதை இந்துமதம் அங்கீகரித்தது. பண்பாடு என்பதை அடிப்படையிலேயே வன்முறை சார்ந்ததாகப் பார்த்தது, விளைநிலங்களை உருவாக்கக் காடுகளை அழித்தாக வேண்டும், காளைகளுக்கும் எருதுகளுக்கும் காயடித்தால்தான் பாரம் இழுக்கும் விலங்குகள் கிடைக்கும். இறைச்சி நல்ல உணவு ஆதாரம், குறிப்பாக, சாப்பிட முடியாத செடிகளை விலங்குகள் உணவாக மாற்றும் பகுதிகளில். இந்தச் சமநிலைப் பார்வை மகபாரதத்தின் வியாத கீதையில் வெளிப்படுகிறது. அதில் மிதிலையைச் சேர்ந்த ஒரு கசாப்புகாரர் ஒரு துறவிக்கு ஞானத்தை அளிக்கிறார்! உளவியல் வன்முறை உடல்ரீதியான வன்முறையைப் போலவே கொடுமையானதாக இருக்க முடியும், உணவுக்கான வன்முறையும் அதிகாரத்துக்கான வன்முறையும் ஒன்றல்ல என்பது போன்ற வியாத கீதையின் சிந்தனைகள் கவனம் பெற்றன.

கடந்த 1,000 ஆண்டுகளில் முதலில் இஸ்லாமியர்கள் பின்னர் பிரிட்டிஷாரின் வருகைக்குப் பின் இந்து மதம் மாசுபடுதல் குறித்து மிகவும் அஞ்சுவதாக மாறியது. எனவே தூய்மைப்படுத்துதல் மீது அதீத பற்றுதல் ஏற்பட்டது. இதனால் பசுவை உண்பவர்கள் மாசுபடுத்துபவர்களாகப் பார்க்கப்பட்டனர். பசு மூத்திரமும், பசுஞ்சாணமும் தூய்மைப்படுத்துபவையாகப் பார்க்கப்பட்டன. இந்தக் குறியீட்டுரீதியான மதிப்பு பசுவை இந்து மதத்தின் வலுவான

குறியீடாக ஆக்கியது. பசுவை வாழ்வாதரத்துக்கும் பூமிக்கும் இணையானதாகக் கருதிய புராணிக உருவகங்களைவிட இந்தக் குறியீட்டின் வலிமை அதிகம்.

அனைத்துக் கடவுளரும் பசுமாட்டுக்குள் இருப்பது போன்ற படங்களைக் காண்பது அதிகரித்துவருகிறது. இவ்வாறாகப் பசுவை வழிபடுவது இந்துக் கடவுளை வழிபடுவதற்குச் சமமானதாக ஆக்கப்படுகிறது. இது பசுவைப் புனிதமானதாக ஆக்குகிறது. ஆனால் அனைத்துக் கடவுளரின் பிம்பங்களும் ஒரு மரத்துக்குள்ளும் மனிதனுக்குள்ளும்கூட இருக்கின்றன. இந்த உருவகங்கள், கடவுள் அனைத்து உயிரினங்களிலும் வசிப்பதையும் தெய்வத்தன்மை அனைத்திலும் இருப்பதாகவும் காண்பிப்பதற்காக உருவானவை. ஆனால் அனைத்துக் கடவுளரும் பசுவில் மட்டுமே வசிக்கின்றனர் என்னும் கருத்து பெரிதுபடுத்தப்பட்டது. எனவே பசுவை உண்பது இந்துக் கடவுளரைத் தாக்குவதற்கு இணையாகப் பார்க்கப்படலானது. இந்த வலிமை மிக்க வெகுமக்கள் குறியீடு இப்போது இந்து வாக்காளர்களின் வாக்குகளைப் பெறுவதற்கான அரசியல் கருவியாகப் பயன்படுத்தப்படுகிறது.

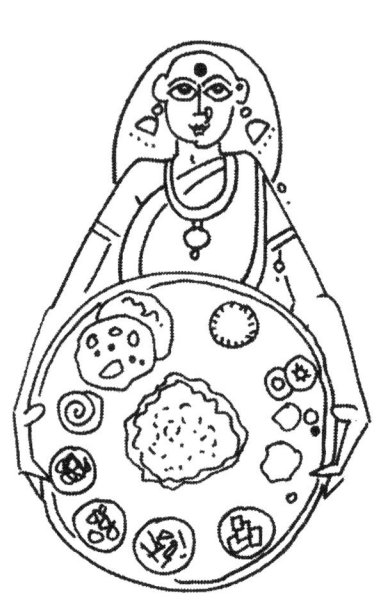

25

இந்துக்கள் சைவர்களா?

அனைத்து இந்துக்களும் சைவர்கள் அல்லர். உண்மையில், பெரும்பாலான இந்துக்கள் சைவர்கள் அல்லர். அமெரிக்காவுக்கும் பிரிட்டனுக்கும் புலம்பெயர்ந்த இந்துக்கள், சமணர்கள் பலர் உலக நாடுகள் முழுவதும் 'சைவ' உணவு என்னும் கருத்தாக்கத்தைப் பரப்புகிறார்கள். இதனால் இந்தியர்கள் அனைவரும் சைவர்கள் என்று உலக மக்கள் அனுமானித்துக்கொண்டனர். இதற்கான 'பெருமை' யோகாவையும் சேரும். அதில் சைவ உணவு சத்வமானது (அமைதியை விளைவிப்பது) என்றும் இறைச்சி உணவு ராஜசமானது (மனக்கிளர்ச்சியைத் தூண்டுவது) என்றும் கருதப் படுகிறது. சைவ உணவு உண்பவர்களாக இருப்பது இந்துக்களைப் பிற சமூகத்தினரிடமிருந்து வேறு படுத்திக் காண்பித்தது. சைவ உணவுப் பழக்கம் மேற்கத்தியச் சமூகங்களில் விசித்திரமானதாகப் பார்க்கப்பட்டது. எந்தப் புள்ளிவிவர ஆதாரமும் இல்லாவிட்டாலும் காலப்போக்கில் இதுவே இந்துக்களை வரையறுக்கும் பண்பாக ஆகிவிட்டது.

இந்துக்கள் சைவ உணவாளர்களாகவோ இறைச்சி உணவாளர்களாகவோ இருக்கலாம். இந்து மதம் ஒரு பன்மைத்துவ மதம். இது பல்வேறு சாதிகள், சம்பிரதாயங்கள், பரம்பரைகள் ஆகிய வற்றை ஒற்றைக் குடைக்குள் அடைக்கும்

சொல்லாகும். இவர்களில் சிலர் குறிப்பிட்ட சில காலத்துக்கு மட்டும் சைவ உணவு உண்பவர்களாகவும் இருக்கலாம். இந்துக்கள் எதைச் சாப்பிட வேண்டும் எதைச் சாப்பிடக் கூடாது என்று சொல்லும் இந்து மதக் கட்டளை என்று எதுவும் இல்லை. இந்துக்களை இப்படி ஒற்றை உணவுப் பழக்கத்துக்குள் அடைக்கும் ஆவேசம் குறிப்பாக இரண்டு தரப்பினரிடம் காணப்படுகிறது: தீவிர இந்துத்துவர்கள், அவர்களது எதிரிணையான இந்து வெறுப்பாளர்கள்.

இந்தியாவில் வெவ்வேறு சமூகங்களிடையே வெவ்வேறு உணவுப் பழக்கங்கள் உள்ளன. ஒற்றை விதி எதுவும் இல்லை. எடுத்துக்காட்டாக, பிராமணர்கள் என்றாலே சைவ உணவாளர்கள் என்று பலர் நினைக்கின்றனர். இது கற்பனை மட்டுமே. தென்னிந்தியாவில் பிராமணர்கள் அனைவரும் சைவர்கள். பெரும் கல்வி கற்றவர்களும் கணிதத்தில் சிறந்து விளங்கியவர்களுமான அவர்கள் இந்தியாவின் நகர்ப்புற மையங்களுக்குப் புலம்பெயர்ந்து கணக்காளர்கள், இதழாளர்கள், அரசு அதிகாரிகள் ஆயினர். அவர்களைப் பற்றித் தெரிந்துகொண்டது பாலிவுட் திரைப்படங்களில் சைவ உணவுகளை மட்டுமே உண்ணும் 'மதராஸி' என்னும் ஒற்றைப்படியான சித்திரிப்புக்கு வழிவகுத்தது. இது தென்னிந்தியாவின் பல்வேறு இறைச்சி உணவு மரபுகளை மறைப்பதாகும். வங்காளத்தில் பிராமணர்கள் மீனை உண்பார்கள். சாக்த மரபின்படி காளி அம்மனுக்கு ஆடுகளையும் எருதுகளையும் பலியிடுவார்கள். காஷ்மீரத்தில் சில பிராமணர்கள் சிவனின் வடிவமாகிய பைரவருக்கு இறைச்சி உணவு படைப்பார்கள்.

தமிழ்த் துறவி ஒருவரின் கதை உணவு குறித்த இந்துக்களின் மனப்பான்மையை வெளிப்படுத்துகிறது. இரண்டு விதமான பக்தர்கள் சிவன் கோயிலுக்குச் சென்றனர். ஒருவர் அனைத்துச் சடங்குகளையும் பின்பற்றிய சைவ அர்ச்சகர். இன்னொருவர் சடங்குகள் எதையும் அறியாத பழங்குடி வேடர். அனுதினமும் அதிகாலையில் அந்த அர்ச்சகர் புனிதநூல்களில் குறிப்பிட்டுள்ளபடி அனைத்துச் சடங்குகளையும் செவ்வனே செய்வார். அந்த வேடரோ, அந்திப் பொழுதில் தனக்குக் காட்டில் கிடைத்த அனைத்தையும் கொண்டுவந்து கோயிலில் உள்ள தெய்வத்தின் முன் வைப்பார். மலர்கள், ஓடையிலிருந்து கிடைத்த நீர், அன்று தான் வேட்டையாடிய விலங்கின் ஆகச் சிறந்த பகுதி என அனைத்தும் அதில் இருக்கும். மலர்களைத் தன் தலையில் சூடிக்கொண்டு வருவார். நீரைத் தனது வாயில் வைத்திருப்பார் (அதை அங்கு வந்து துப்புவார்). இறைச்சியைத்

தனது வாயில் மென்று அதை மிருதுவாக்கி இறைவனுக்குப் படைப்பார். அடுத்த நாள் அதிகாலையில் அந்த அர்ச்சகர் கோயிலுக்குள் இறைச்சியையும் எலும்புகளையும் வாடிய மலர்களையும் பார்த்து அருவருப்படைவார். இந்தச் சுழற்சி சில வாரங்களுக்குத் தொடர்ந்தது. கைலாய மலையில் சக்தி சிவனிடம் 'இவர்கள் இருவரில் தங்களுக்குப் பிடித்தமான பக்தர் யார்?' என்று கேட்டார்.

இந்த அர்ச்சகரையும் வேடரையும் சிவன் பரிசோதிக்க விரும்பினார். அந்தக் கோயிலில் இருந்த சிவலிங்கத்துக்குக் கண்கள் முளைத்தன. அதைக் கண்ட அர்ச்சகர் அது தெய்வ கடாட்சம் என்று கருதினார். ஆனால் அந்தக் கண்களிலிருந்து ரத்தம் வழிவதைக் கண்டவுடன் அதை அபசகுனம் அல்லது தெய்வத்தின் கோபத்துடைய வெளிப்பாடு என்று அஞ்சி அந்த அர்ச்சகர் ஓடிவிட்டார். ஆனால் அந்த வேடர் கண்களில் ரத்தம் வழிவதைக் கண்டவுடன் தனது ஒரு கண்ணை வெட்டி எடுத்து தெய்வத்துக்குக் கொடுக்க ஆயத்தமானார். அதனால் ஒரு கண்ணில் ரத்தம் வழிவது நின்றது. ஆனால் இன்னொரு கண்ணில் ரத்தம் வழியத் தொடங்கிவிட்டது. அதனால் தனது இன்னொரு கண்ணையும் வெட்டி எடுத்துக் கொடுக்கத் துணிந்தார் வேடர். ஆனால் அது அவரைக் குருடர் ஆக்கிவிடும், எங்கு கண்ணை வைக்க வேண்டும் என்று தெரியாமல் போய்விடும் என்பதால் அந்த இடத்தைக் குறிப்பதற்கான அடையாளத்துக்காக அந்த வேடர் ரத்தம் வழிந்துகொண்டிருந்த கண்ணின் மீது தனது பாதம் ஒன்றை வைத்தார். உடனடியாக சிவன் தோன்றி அந்த வேடர் தனது இன்னொரு கண்ணை எடுப்பதைத் தடுத்து நிறுத்தினார்.

இந்த அற்புதமான கதை, தெய்வத்தன்மைக்கு எது முக்கியம் – பக்தரின் உள்ளார்ந்த உணர்வா, சடங்குகளை முறையாகப் பின்பற்றுவதா? – என்று ஆராயத் தூண்டுகிறது. சமூகப் படிநிலைகள், தூய்மை, தீட்டு ஆகியவை குறித்த நமது சடங்கு சார்ந்த கருத்துகள் ஆகியவற்றைக் கடவுள் பொருட்படுத்துவதில்லை. அன்பு செலுத்தும் மனித ஆற்றல் மட்டுமே கடவுளுக்கு முக்கியம். நமது அச்சங்களிலிருந்து மீண்டுவந்து பிறரின் வலியை நீக்க முனையும் ஆற்றல். நமது அகம் (தன்முனைப்பு) நாம் பிறரைவிடத் தூய்மையானவர் என்றும் மேலானவர் என்றும் கருதச் செய்கிறது. ஆத்மாவை நோக்கிய பயணம் யாருமே தூய்மையற்றவரோ தாழ்வானவரோ இல்லை என்றும் அனைவரும் மரியாதைக்குரியவர்களே என்றும் உணரச் செய்கிறது. அர்ச்சகரின் சடங்குரீதியான வழிபாடு அல்ல, வேடரின் அன்பே முக்கியமானது. சடங்குகள் அன்பின்

வெளிப்பாடாகத்தான் இருக்க வேண்டுமே அன்றி இயந்திர கதியான செயல்பாடாகவோ பிறர்மீது ஆதிக்கம் செலுத்தித் தன் சுய உணர்வைத் திருப்திப்படுத்திக்கொள்வதற்கான கருவியாகவோ இருக்கக் கூடாது.

இந்தியாவில் பெரிதும் வெற்றி பெற்ற வணிகர்களில் சிலர் குஜராத்திலும் ராஜஸ்தானத்திலும் உள்ள சமண, வைணவச் சமூகங்களைச் சேர்ந்தவர்கள். அவர்கள் கறாரான சைவ உணவாளர்கள். பல வெளிநாட்டு வணிகர்கள் இவர்களுடன் வணிகத் தொடர்பு வைத்துக்கொள்வதால் இந்துக்கள் அனைவரும் சைவர்கள் என்று அனுமானித்துக்கொள்கிறார்கள். சமணர்கள் மறுபிறப்பு மரபுகளின் விரிவான சட்டகத்துக்குள் (சனாதன தர்மம்) வந்தாலும் அவர்கள் இந்துக்கள் அல்ல (அவர்கள் சிவனையோ விஷ்ணுவையோ பிரம்மனையோ வழிபடுவதில்லை). இந்த மார்வாரி, பனியா பண்பாடு, வட இந்தியாவின் பரந்து விரிந்த இறைச்சி உணவு மரபுகளை மறைத்துவிடுகிறது.

புராணங்களில், விஷ்ணு தீவிர சைவ உணவுக் கடவுள், சிவனோ எந்த உணவைக் கொடுத்தாலும் உண்பவர். தேவியோ (அம்மன்) ரத்தத்தை விரும்பிப் புசிப்பவர். ஆனால் இவையும் கறாரான விதிகள் அல்ல என்பதை நாம் நினைவில் கொள்ள வேண்டும். ராமனாக அவதரித்த விஷ்ணு, உணவுக்காக மானை வேட்டையாடுகிறார் (இந்தக் கருத்தைச் சில சைவ உணவாளர்களான இந்துக்கள் மிகத் தீவிரமாக மறுக்கிறார்கள்). சமண நூல்களில் கிருஷ்ணர் நேமிநாதரின் திருமண விருந்தில் பங்கேற்கிறார். அங்கு விலங்குகள் உணவுக்காக வெட்டிக் கொல்லப்படுகின்றன. மனிதனும் சிங்கமும் ஆகிய நரசிம்ம அவதாரமாக விஷ்ணு ரத்தத்தை அருந்துகிறார். துறவியான சிவன் எந்த உணவைக் கொடுத்தாலும் ஏற்கிறார். சிவனின் சாந்த வடிவமான கோர பைரவருக்குப் பழங்களும் பாலும் படைக்கப்படுகின்றன. ஆக்ரோஷமான கால பைரவருக்கு ரத்தமும் மதுவும் படைக்கப்படுகின்றன.

தேவி, இயற்கையின் மிகவும் ஆதாரமான செயல்பாடுகளான பாலுறவுடனும் வன்முறையுடனும் தொடர்புபடுத்தப்படுபவர். அவருக்கு ரத்தம் படைக்கப்படுகிறது. ஒடிஷாவின் வாராஹி கோயில்களில் அவர் மீனை உண்கிறார். ஆனால் மகாராஷ்டிரத்தின் கோலாப்பூரில் உள்ள அம்பா–பாய் கோயில், பஞ்சாப், ஜம்முவின் மலைப் பகுதிகளில் உள்ள தேவி கோயில்கள் என விஷ்ணுவுடன் நெருக்கமாக தொடர்புபடுத்தப்படும் பல கோயில்களில் தேவி சைவ

உணவாளராகவே இருக்கிறார். எனவே கடவுளருக்குக்கூட மாறாத ஒரே விதி என்று எதுவும் இல்லை.

சிலர் சைவ உணவுப் பழக்கத்தை அகிம்சை அல்லது வன்முறை மறுப்புக்கு இணையாகக் கருதுகிறார்கள். அகிம்சை என்பது சமணம், யோகம் ஆகியவற்றின் அடிப்படைக் கொள்கை. அகிம்சை என்பது ஒரு சிக்கலான கருத்தாக்கம். அது உடலை (தன்) அல்லது மனதைக் (மன்) கொண்ட உயிருள்ள எந்த ஒரு உயிரினத்தையும் துன்புறுத்தாமல் இருப்பது. ஆனால் இது உணவு உண்ணும் செயலுக்குப் பொருந்தாது. ஏனென்றால் உணவுத் தேடலுக்கான அனைத்துச் செயல்பாடுகளுமே வன்முறையை உள்ளடக்கியவைதாம். விவசாயம் என்பதே பூச்சிகள் உட்படப் பல உயிரினங்களைக் கொல்லும் வன்முறை மிக்க செயல்பாடுதான்.

போர் வீரர்கள் பலர் சைவ உணவாளர்கள். ஊழல் செய்யும் அரசியல்வாதிகள், தமது தொழிலகங்களால் சுற்றுச் சூழலை மாசுபடுத்தும், தமது தொழிற்சாலைகளில் தொழிலாளர்களின் உழைப்பைச் சுரண்டும் முதலாளிகள் பலரும் சைவ உணவாளர்களே. இவை எல்லாம் நிச்சயம் அகிம்சை அல்ல! துறவிகள் பலர் ஆன்மீகரீதியாகத் தூய்மை அடைவதற்காக இறைச்சி உணவைக் கைவிடுகிறார்கள். அவர்கள் இறைச்சியையும் ரத்தத்தையும் தீட்டுடன் தொடர்புடையதாக ஆக்கிவிட்டார்கள். தோலையும் ரத்தத்தையும் கையாள வேண்டிய மரபார்ந்த தொழில் செய்யும் மனிதர்களை ‘அசுத்தமானவர்’கள் என்று வரையறுப்பதன் மூலம் ‘தீண்டாமை’க்கான அடிப்படையை ஏற்படுத்திக் கொடுக்கும் ஆபத்தான கருத்தாக்கம் இது. ரத்தத்தைத் தீட்டு என்று வரையறுத்ததுதான் பெண்களை மாதவிலக்கின்போதும் மகப்பேறின் போதும் அசுத்தமானவர்களாகக் கருதவைக்கிறது. சடங்குரீதியான தூய்மையின் பகுதியாகிய ரத்தம் மீதான இந்த அசூயை இருப்பதிலேயே மோசமான காழ்ப்புணர்ச்சிக்கு வித்திடுகிறது. சைவ உணவாளர்களான துறவிகள் பலர் இறைச்சி உண்ணும் குடும்பஸ்தர்களைவிடத் தாங்கள் உயர்ந்தவர்கள் என்று கருதிக்கொள்கிறார்கள். இந்தப் போட்டி மனப்பான்மை தன்முனைப்பினால் உருவான மாயையின் வெளிப்பாடு. இது குறித்து நாம் எச்சரிக்கையாக இருக்க வேண்டும். காளி தேவி, ரத்தப் படையலைக் கேட்பவர் என்பதை நாம் மீண்டும் மீண்டும் நினைவுபடுத்திக்கொள்ள வேண்டும். அது தேவியைத் தூய்மையற்றவர் ஆக்குகிறதா? இயற்கை தூய்மையற்றதாக முடியாது. இயற்கையின் அனைத்துமே தேவிதான்.

இந்து மதத்தின் பன்மைத்துவத்தை மறுப்பவர் இந்து மதத்தை ஆபிரகாமிய மதங்களின் சட்டகத்துக்குள் அடைக்க முயல்கிறார் என்பதை நினைவில் கொள்ள வேண்டும். இந்துக்களுக்கான பழக்கவழக்கங்கள் என்னும் பட்டியலை உருவாக்குவதன் மூலம் இந்து மேலாதிக்கவாதிகள் பலர் அதைச் செய்கிறார்கள். சில ஆதிக்கம் மிக்க பிராமண, வணிக (பனியா) சமூகங்களின் பழக்கவழக்கங்கள் அனைவருக்குமானவை என்று அவர்கள் கருதுகிறார்கள். அந்தப் பழக்கவழக்கங்களில் ஒன்று உணவு உட்கொள்வதுடன் தொடர்புடையதாகி, 'அசைவ' உணவு தாழ்வானது என்றும் 'சைவ' உணவு பரிணாமத்தில் மேம்பட்டது என்றும் கருத வைக்கிறது. இந்த நம்பிக்கைக்கு அறிவியல் ஆதாரம் இல்லை. தன்முனைப்பைத் தடவிக்கொடுத்துச் சுகம் காண்பதற்காகவே உருவாக்கப்பட்டது. இப்படிச் செய்வதன் மூலம் ஆதிக்கச் சக்தி இல்லாத எண்ணற்ற சமூகங்களின் இறைச்சி உணவுப் பழக்கத்தை மறுக்கிறார்கள் என்பதை நாம் மறந்துவிடக் கூடாது. உணவுக் கணக்கெடுப்பின்படி இந்தியாவில் உள்ள 70% மக்கள் ஏதேனும் ஒரு வகையில் இறைச்சி உண்கிறார்கள் என்பதையும் நாம் மறந்துவிடக் கூடாது. இந்து மதம் என்பது சில பிராமணர்களும் பனியாக்களும் அது எப்படிப்பட்டது அல்லது எப்படிப்பட்டதாக இருக்க வேண்டும் என்று முடிவுசெய்வது அல்ல என்பதையும் நாம் மறந்துவிடக் கூடாது. பிராமணியம் என்பது இந்து மதத்தின் ஒரு சிறிய உட்பிரிவு மட்டுமே. பிராமணர்கள் அனைவரும் சைவ உணவாளர்களும் அல்ல.

26

ஹோலி இந்தியா முழுவதும் கொண்டாடப்படுகிறதா?

ஹோலி வட இந்தியாவில் கொண்டாடப்படும் பண்டிகை. தென் இந்தியாவில் கொண்டாடப்படுவதில்லை. இதற்கான காரணம் என்ன என்று யாருக்கும் தெரியாது. அதே நேரம் வட இந்தியர்கள் பணி நிமித்தமாகத் தென்னிந்தியாவுக்குப் புலம்பெயர் வதாலும் பாலிவுட்டின் பிராபல்யத்தாலும் பல பிராந்தியப் பண்டிகைகள் தேசியப் பண்டிகைகள் ஆகிவருகின்றன. கரீபியத் தீவுகளில்கூட ஹோலி கொண்டாடப்படுகிறது. அங்கு உள்ள ஒப்பந்தத் தொழிலாளர்களின் இந்து வழித்தோன்றல்கள் அதைக் கொண்டாடுகிறார்கள். வெளிநாடுகளில் புலம்பெயர்ந்து வாழும் இந்தியர்கள் ஹோலி கொண்டாடுகிறார்கள், இதன் மூலமாக அமெரிக்கப் பல்கலைக்கழகங்களில் மிகவும் பிரபலமான மதச்சார்பற்ற 'வண்ணப் பண்டிகை' கொண்டாடப்படுகிறது.

வசந்த காலத்தில் பங்குனி (பிப்ரவரி—மார்ச்) மாதத்தின் பௌர்ணமி நாளன்று கொண்டாடப் படும் ஹோலிப் பண்டிகை பெரும்பாலான இந்துப் பண்டிகைகளைப் போலவே பல அடுக்குகளைக் கொண்டது. சைவம், வைணவம் ஆகியவற்றுடன் கிருஷ்ணர் என்னும் அடுக்கும் உள்ளது. இந்தப் பண்டிகையில் இரண்டு அங்கங்கள் உள்ளன. ஒன்று முந்தைய நாள் இரவு வெட்டவெளியில் நெருப்பு

மூட்டிக் கொண்டாடுவது. இன்னொன்று அடுத்த நாள் காலை ஆவேசமான வண்ணக் கொண்டாட்டம்.

சிவராத்திரிக்குப் பிந்தைய பதினைந்து நாள்களில் வருவது என்பதாலும் போதையூட்டக்கூடிய பாங்கு (போதைப் பொருள் கலந்த பானம்) அருந்தப்படுவதாலும் ஹோலிப் பண்டிகையின் சைவ அம்சம் கவனம்பெறுகிறது. நெருப்பு மூட்டுதல் காமதேவன் எரிக்கப்பட்டதுடன் தொடர்புபடுத்தப் படுகிறது. காமதேவன் சிவனின் காமத்தைத் தூண்டித் தவத்தைக் கலைக்க முயன்றான். இதனால் சிவன் தன் நெற்றிக் கண்ணைத் திறக்க, அதிலிருந்து வெளியான நெருப்பு காமதேவனை எரித்துக் கொன்றது. அடுத்த நாள் காமனின் மனைவி ரதியின் வேண்டுதலை ஏற்று அவனுக்கு உடல் இல்லாத மறுபிறவி அளிக்கப்பட்டது. எனவே அவன் அனங்கன் என்று அழைக்கப்பட்டான். அவனுடைய மறுபிறவி வண்ணங்களுடன் கொண்டாடப்படுகிறது. அவன் தூண்டிய காமத்தை அணைப்பதற்குத் தண்ணீர் ஊற்றப்படுகிறது.

தனது பக்தனான பிரகலாதனைத் துன்புறுத்தியவர்களை விஷ்ணு கொன்றது தொடர்பானதுதான் ஹோலியின் வைணவ அம்சம். நெருப்பைத் தாங்கக்கூடிய சக்தி படைத்த ஹோலிகை பிரகலாதனை அணைத்தபடி நெருப்புக்குள் குதித்தாள். ஆனால் அவள் எரிந்து சாம்பலானாள். விஷ்ணுவின் அருளால் பிரகலாதன் காயமின்றித் தப்பித்தான். தீயவளான ஹோலிகையின் மரணத்தைக் கொண்டாடுவதற்கே நெருப்பு மூட்டப்படுகிறது.

ஹோலிக்கும் கிருஷ்ணனுக்கும் இடையிலான தொடர்பு கங்கைச் சமவெளியிலிருந்து வருவது. இது கிருஷ்ணர் பிருந்தாவனத்தில் ராதையுடனும் பிற கோபியருடனும் ஹோலிப் பண்டிகையை எவ்வாறு கொண்டாடினார் என்று சொல்கிறது. அவர்கள் காட்டில் இருந்த மலர்களையும் இலைகளையும் கலந்து வண்ணம் மிக்க தண்ணீரை உருவாக்கி அதை ஒருவர்மீது மற்றவர் ஊற்றி விளையாடினர். மண்சார்ந்த பாடல்களுடன் கொண்டாடப்படும் இந்தப் பண்டிகைக்கு வலுவான கிராமப்புறத் தன்மை உண்டு. நகர்ப்புற வெளிகளில் காணப்படும் நாசூக்கும் உணர்வுபூர்வமாக ஒன்றாத தன்மையும் இந்தப் பண்டிகையில் இல்லை. இது ஒவ்வொருவருக்குள்ளும் இருக்கும் குழந்தையை வெளியே கொண்டுவருகிறது. ராதை மீதான கிருஷ்ணரின் காதலின் ஆன்மாவைப் பிரதிபலிக்கிறது. முகலாய அரசர்களை இந்தப் பண்டிகை ஈர்த்தது. பதினாறாம் நூற்றாண்டிலிருந்து அவர்கள் இதற்கு ஆதரவளித்தனர். முகலாய அரசர்களை மணந்த ராஜபுதன அரசிகள் அவர்களுக்கு ஹோலியை அறிமுகப்படுத்தியிருக்கக்கூடும்.

விரைவிலேயே ஹோலி, வட இந்தியாவில் ராஜஸ்தானிலும் பிற மலைகள் நிறைந்த மாநிலங்களிலும் அரச குடும்பங்களின் அங்கமானது. கங்கைச் சமவெளியில் பிஹார், அசாம், வங்காளம், ஒடிஷா மாநிலங்களில் கிருஷ்ணர் கோயில்களில் இது கொண்டாடப்பட்டது. ஜகந்நாதர் கோயிலில் இது கிருஷ்ணரும் ராதையும் ஊஞ்சலில் அமர்ந்து ஆடியபடி வசந்தகாலத்தை ரசிக்கும் டோலா பூர்ணிமா ஆனது. காமன் உயிரிழந்தபோது அவன் கிருஷ்ணராக மறுபிறவி எடுத்ததாகக் கூறப்படுகிறது. எனவே ஹோலி காமம் காதலாக மாற்றமடைவதைக் குறிக்கிறது.

இத்தகைய வழக்கங்கள் தென்னிந்தியக் கோயில் நகரங்களுக்குப் பரவவில்லை. தென்னிந்தியர்கள் தெய்வத் தன்மையை வணக்கத்துக்குரியதாகவும் போற்றதலுக்கு உரியதாகவும் பார்த்தார்கள். நெருக்கமான ஒன்றாக அல்ல. இங்கு சிவன் வேதங்களையும் தந்திரங்களையும் கற்பிக்கும் தட்சிணாமூர்த்தி. கபடமற்ற போலேநாத் ஆக சிவன் செய்யும் குறும்புகள் தென்னிந்தியாவைவிட வட இந்தியாவில்தான் பிரசித்திபெற்றவை. இங்கு விஷ்ணு மாண்புக்குரிய அரசன் ராமனாகவும் பள்ளிகொண்டு ஓய்வெடுக்கும் நாரயணனாகவும் (ரங்கநாதர்) இருக்கிறார். கிருஷ்ணரின் குழந்தை வடிவமே அதிகப் பிரசித்திபெற்றது. வளர்ந்த மனிதனான கிருஷ்ணர் மென்மையான காதலைக் (மாதுர்ய பக்தி) காட்டிலும் பெற்றோரிடமிருந்து கிடைக்கக்கூடிய அன்பு (வாத்சல்யம்) மூலமாகவும் பிரிவின் ஏக்கம் (விரக பக்தி) மூலமாகவுமே அணுகப்படுகிறார். தென்னிந்தியாவில் கிருஷ்ணர் பிரபலமான கடவுளாக இருந்தாலும் ஹோலி ஏன் பிரபலமாகவில்லை என்பதை இதிலிருந்து புரிந்துகொள்ளலாம்.

இந்த வேறுபாடுகள் இந்து மதத்தின் பன்மைத்துவத்தையும் அதன் சடங்கு சம்பிரதாயங்களும் நம்பிக்கைகளும் இந்தியாவின், உலகின், வெவ்வேறு பகுதிகளில் வெவ்வேறு விதமாகப் பரவியிருப்பதையும் நினைவுபடுத்துகின்றன. ஆக ஹோலி மிகவும் பிரபலமான பண்டிகை என்றாலும் அது இந்தியா முழுவதும் கொண்டாடப்படும் பண்டிகை அல்ல. பாலிவுட் பாடல்கள் அளிக்கும் சித்திரம் எத்தகையதாக இருந்தாலும், ஹோலி முதன்மையாக வட இந்தியப் பண்டிகைதான்.

27

இந்து மதத்தில் ஹாலோவீன் உள்ளதா?

ஹாலோவீன்' *(Halloween)* என்பது மேற்கத்திய நாடுகளில், முதன்மையாக அமெரிக்காவில் பிரபலமான ஒரு கொண்டாட்டம். இது 'ஆல் ஹாலோவீன்' *(All Halloween)*, 'ஆல் ஹாலோஸ்' ஈவ்' *(All Hallows' Eve)* என்றெல்லாம் அழைக்கப்படுகிறது. அக்டோபர் மாதம் 31ஆம் நாள் அன்று மக்கள் இயற்கைக்கு அப்பாற்பட்ட உயிரினங்களைப் போல் ஆடை அணிந்துகொள்வார்கள். புவிக்கு வரும் பேய்கள் அதன் மூலம் விரட்டி அடிக்கப்படும் என்று நம்புகிறார்கள். இது சம்ஹைன் என்னும் பழைய கெல்ட்டியப் *(Celtic)* பண்டிகை ஒன்றிலிருந்து உருவெடுத்தது. அந்த நாள் இலையுதிர் காலம் நிறைவடைந்து குளிர்காலம் தொடங்கும் நாள் என்றும் இறந்துவிட்டவர்களின் நிலத்துக்கும் உயிரோடு வாழ்பவர்களின் நிலத்துக்கும் இடையிலான கோடு மிக மெல்லியதாக ஆகும் நாள் என்றும் நம்பப்பட்டது. இது நவம்பர் 1 அன்று கொண்டாடப்படும் புனிதர்கள் பெருவிழாவுக்கு *(All Saint's Day)* முந்தைய நாள் வருகிறது. புனிதர்கள் பெருவிழாவுக்கு அடுத்த நாள் (நவம்பர் 2) ஆன்மாக்கள் நாளாகக் *(All Souls' Day)* கொண்டாடப்படுகிறது. இந்த நாளில் கிறிஸ்தவர்கள் சொர்க்கத்தில் இருப்பவர்களையும்,

கிறிஸ்துவின் மீள்வருகைக்காகவும் தீர்ப்பு நாளுக்காகவும் காத்திருக்கும் இறந்துவிட்டவர்களின் ஆன்மாக்களையும் வழிபடுகிறார்கள்.

இந்தக் கருத்தாக்கம் ஆபிரகாமிய மதங்களுக்கு மட்டும் உரியதல்ல. அனைத்துப் பண்பாடுகளிலும் இறந்தவர்களை வழிபடுவதற்கான நாள்கள் உள்ளன. இறந்தவர்களின் நிலத்துக்குச் செல்ல மறுத்து உயிரோடிருப்பவர்களின் நிலத்தில் இருந்துகொண்டு பிரபஞ்ச சமநிலைக்கு இடர் அளிக்கும் அமைதியடையாத ஆன்மாக்கள் என்று நம்பப்படும் பேய்களுடன் நெருங்கிய தொடர்புடையது. இந்து மதத்தில் ஹாலோவீனுக்கு நேர் இணையான பண்டிகை எதுவும் இல்லை. ஆனால் சுற்றுவட்டாரத்தில் பேய்கள் இருப்பதை அங்கீகரித்து அவற்றை இறந்தவர்களின் நிலத்துக்குச் செல்வதற்கான பயணத்தை மேற்கொள்ள நிர்ப்பந்திக்கும் அல்லது அதற்கு உதவும் பல சடங்குகள் உள்ளன.

ஒவ்வொரு ஆண்டும் விநாயகர் வழிபாட்டுக்கும் (விநாயக சதுர்த்தி) துர்க்கை வழிபாட்டுக்கும் (நவராத்திரி) இடைப்பட்ட பதினைந்து நாள் காலம் இந்துக்களின் நீத்தாருக்கு (பித்ரு) ஒதுக்கப்படுகிறது. இந்தக் காலத்தில்தான் சர்வ – பித்ரு – சிராத்தம் நிகழ்த்தப்படுகிறது. இது எம லோகத்தில் வௌவால்களைப் போல் தலைகீழாகத் தொங்கியபடி மறுபிறப்புக்காகக் காத்திருக்கும் நீத்தாரை அமைதிப்படுத்து வதற்காக நிகழ்த்தப்படுகிறது. இந்தச் சடங்குகளின்போது அவர்களின் மறுபிறவியை உறுதிசெய்வதற்காகத் தாங்கள் குழந்தைகளைப் பெற்றுக்கொள்வோம் என்று உயிரோடிருப் பவர்கள் வாக்களிக்கிறார்கள். ஆனால் இந்த வாக்குறுதி சில பித்ருக்களைத் திருப்தியடையச் செய்வதில்லை. எனவே அவர்கள் பிரேதங்கள் அல்லது பேய்களாக மாறுகிறார்கள்.

பூதம், பிரேதம், பிசாசு, வேதாளம் என வெவ்வேறு வகையான பேய்கள் இருக்கின்றன. நிறைவற்ற வாழ்க்கையை வாழ்ந்தவர்கள் நீத்தார் நிலத்துக்குச் செல்ல விரும்புவதில்லை எனவே உயிரோடிருப்பவர்களின் நிலத்திலேயே தங்கி விடுகிறார்கள். நிறைவான வாழ்க்கையை வாழ்ந்திருந்தாலும் இறுதிச் சடங்குகள் ஒழுங்காக நிறைவேற்றப்படாதவர்கள் உயிரோடிருப்போரின் நிலத்தில் சிக்கிக்கொள்கிறார்கள். சிலர் அவர்களின் பாவங்களினால் மரணத்துக்குப் பின் அமைதி காண முடியாமல் ஆகும்படி சபிக்கப்பட்டவர்கள். அவர்கள் உயிரோடிருப்பவர்களைத் துன்புறுத்துகிறார்கள். பேய்களைப் பற்றி எண்ணற்ற நாட்டார் கதைகளிலும் இறப்புச் சடங்குகள்

குறித்த விரிவான நூலான கருட புராணத்திலும் நமக்குக் கிடைக்கும் தகவல்கள் இவை.

வேதங்களில் குறிப்பாக அதர்வண வேதத்தில் இருளிலிருந்து தோன்றி அச்சுறுத்தும் அரக்கர்களை அழிப்பதற்காக இந்திரன், அக்னி, சோமன் போன்ற கடவுளரை எழுந்தருள வேண்டிக்கொள்ளும் பல துதிப் பாடல்கள் உள்ளன. இது தீங்கிழைக்கும் ஆன்மாக்களும் பேய்களும் இருப்பது குறித்த அறிதலைக் குறிக்கிறது.

பிரம்மா சோம்பலுடன் இருந்தபோது பூத-பிசாசுகள் அல்லது பேய்களைப் படைத்துவிட்டதாகப் பாகவதப் புராணம் சொல்கிறது. நிர்வாணமாகவும் தலைவிரி கோலமாகவும் இருக்கும் அவற்றைப் பார்த்தவுடன் பிரம்மா கண்களை மூடிக் கொண்டாராம் (அச்சத்தினாலா ?).

> ஸ்ரஸ்த்வ பூத-பிஷாசம்ஷ் ச
> பகவான் ஆத்ம-தந்த்ரினா
> திக்-வாசசோ முக்த-கேஷான்
> விக்ஸ்ய சாமிலயாத் த்ரசௌ
>
> ஸ்ரீமத் பாகவதம், 3.20.40

பல ஆண், பெண் கடவுள்கள் பேய்களுடன் தொடர் புடையவர்கள். அவர்கள் பேய்களை விரட்டி அடிப்பதற் காகவே எழுந்தருளுமாறு வேண்டிக்கொள்ளப்படுகிறார்கள். இவர்களில் பிரசித்திபெற்றவர் மெலிந்த தேகம் கொண்ட சாமுண்டி. சுடுகாடுகளில் வசிக்கும் இவர் மனிதத் தலைகளை யும் உறுப்புகளையும் மாலைகளாக அணிந்துகொண்டு பேய்களின் (பிரேதங்கள்) மீது ஏறி அமர்ந்துகொண்டு பயணிக்கிறார். இவர் பண்டைய தமிழ்க் கதைகளில் காணப்படும் உக்கிரம் மிக்க கொற்றவைக்கு நெருக்கமானவர்.

மந்திரவாதிகளும் பேய்களை வரவழைக்கிறார்கள். அவர்கள் பிரேதங்களைத் தமது கட்டுப்பாட்டுக்குள் கொண்டுவந்து ஆற்றல்மிக்க அடிமைகளாக ஆக்கிக்கொள்ள முயல்பவர்கள். இத்தகைய கதைகளில் மிகவும் பிரபலமானது விக்ரமாதித்யன் – வேதாளம் கதை. மத்திய காலங்களில் தந்திர முறை பரவலாகப் பின்பற்றப்பட்ட ஒடிஷாவில் தலைநகர மான புவனேஸ்வரத்தில் வேதாளங்களுக்கிடையிலான யுத்தம் நடத்தப்படும். இது பேய்களுடனும் பேய் ஓட்டுதலுடனும் தொடர்புடையது.

கேரளத்தில் இளம் ஆண்களை மயக்கும் யட்சிகள், இளம் பெண்களை மயக்கி அவர்களைக் கொன்றுவிடும் அல்லது

பைத்தியம் ஆக்கிவிடும் கந்தர்வர்களின் கதைகள் உள்ளன. இவர்களால் பாதிக்கப்பட்டவர்கள் பேய்களிடமிருந்து விடுபட சோட்டாணிக்கரை பகவதி அம்மன் கோயிலுக்குச் சென்று வழிபடுகிறார்கள். இந்தக் கோயிலில் பேய்களை இறந்து விட்டவர்களின் நிலத்துக்கு விரட்டி அடிப்பதற்கான பேயோட்டும் சடங்கு நடத்தப்படுகிறது. ராஜஸ்தானின் மெந்திப்பூரில் உள்ள பாலாஜி அனுமார் கோயிலிலும் இதே போன்ற சடங்குகள் நடத்தப்படுகின்றன. இந்தக் கோயிலில் பேய்களின் அரசனும் எமனின் ஒரு வடிவமுமான பிரேத ராஜனுக்கு எனத் தனிச் சன்னிதி உள்ளது. பேய்களை விரட்டுவதற்காக எழுந்தருளச் செய்யப்படும் இன்னொரு கடவுள் வாராணசியின் கொத்தவால் (தலைமைப் பாதுகாவலர்) ஆன காலபைரவர்.

அடிப்படையில் இந்துக்கள் பேய்களைப் பிறர் (வாழ்பவர் அல்லது இறந்தவர்) மீதான பொறாமை அல்லது வெறுப்பு போன்ற தீய சக்திகளின் உருவங்களாகப் பார்க்கிறார்கள். இந்தச் சக்திகள் தங்களுக்கு நோய்களையும் தீவினைகளையும் கொண்டுவந்து விடும் என்று நம்புகிறார்கள். வீட்டின் வாயிலில் செருப்பைத் தொங்கவிடும் வழக்கம் பேய்களை விரட்டி அடிப்பதற்கானது. பல நாட்டார் சடங்குகளின்படி எலுமிச்சை, மிளகாய், கல் உப்பு ஆகியவற்றைப் பேய்களுக்கு அளித்து அவற்றை விலக்கிவைக்க முயல்கிறார்கள். நிலக்கரியையும் இரும்பையும் பேய்களை அச்சுறுத்தி விரட்டி அடிக்கப் பயன்படுத்துகிறார்கள்.

பேய் நம்பிக்கை என்பது நாம் நேர்மறையும் எதிர்மறையு மான கண்ணுக்குப் புலப்படாத சக்திகளால் சூழப்பட்டுள்ளதை அங்கீகரிப்பதாகும். மறைந்திருக்கும் இந்தச் சக்திகளே ஆன்மாக்களும் பேய்களும். இந்தக் கண்ணுக்குப் புலப்படாத சக்திகள் மீதான நம்பிக்கையே தொடக்கத்தில் ஆன்மிகம் எனப்பட்டது. காலப்போக்கில் கடவுள் அல்லது ஆன்மா அல்லது ஆற்றல்மீதான நம்பிக்கையே ஆன்மிகம் என்றானது. இன்றுவரை அறிவியலாளர்களால் இந்தச் சக்தியைப் புரிந்து கொள்ள முடியவில்லை.

28

வெளிநாடுகளுக்குச் செல்லும் இந்துக்கள் சாதியை இழக்கிறார்களா?

நீங்கள் சாதியை மதிப்பவராக இருந்தால் இந்த எண்ணம் உங்களுக்கு மன உளைச்சலைத் தரக்கூடும். சாதி குறித்து உங்களுக்குக் கவலை இல்லை என்றால் இது ஒரு விஷயமே அல்ல. நவீனத்துக்கு முந்தைய காலங்களில் சாதி முக்கியமானதாக இருந்தது. ஏனென்றால் அது ஒரு சமூகத்தின் பகுதியாக உங்களை அடையாளப்படுத்துவதாக இருந்தது. இந்தச் சமூகமே ஒருவருக்குத் தொழிலையும் வாழ்க்கைத் துணையையும் கொடுத்தது. அந்தச் சமூகம் அதன் சட்டங்களைப் பின்பற்றியாக வேண்டும் என்று உங்களை நிர்ப்பந்தித்தது. ஒருவர் தனது மகளைச் சரியான சாதியைச் சேர்ந்த ஒருவருக்கு மட்டுமே திருமணம் செய்து கொடுப்பது அந்தச் சட்டங்களில் ஒன்று. ஒருவரின் சாதி அவரது நீட்டிக்கப்பட்ட குடும்பமாகச் செயல்பட்டது. ஆகவே சாதியை இழக்கச் செய்யும் எதுவும் மிகப் பெரிய விளைவை எதிர்கொண்டது.

2000 ஆண்டுகளுக்கு முன்பு எழுதப்பட்ட அல்லது அதையும்விடப் பழையதாக இருக்கக் கூடிய பௌதாயன தர்ம-சூத்திரம் 'சமுத்ரோலங்கனம்' அல்லது 'சாகரோல்லங்கனம்'

என்பதை சாதிகளை இழப்பதற்கான காரணங்களில் ஒன்றாகப் பட்டியலிடுகிறது (II.1.2.2). இது முக்கியமாக பிராமணர்களுக்கு உரியதாகப் பார்க்கப்பட்டது. வெளிநாட்டுக்குப் பயணிப்பது ஒரு பிராமணர் உரிய வகையில் உரிய காலத்தில் செய்ய வேண்டிய பல்வேறு சடங்கு, சம்பிரதாயங்களைச் செய்ய விடாமல் தடுத்துவிடும் என்ற அச்சம்தான் இதற்குக் காரணம். புனிதமான வைதீக அக்னியிலிருந்து தொலைதூரத்துக்கு நகர்ந்து செல்வது ஒருவரைத் தீட்டுக்கு உட்படுத்தக்கூடும் என்னும் நம்பிக்கை நிலவியது. ஒருவர் வீட்டை விட்டுச் செல்லும்போது 'ஆரத்தி' எடுத்தல் என்னும் சமகாலச் சடங்கு தீட்டிலிருந்து பாதுகாக்கும் கவசத்தை உருவாக்குவதற்கானது; அதேபோல் ஒருவர் வீடு திரும்பும்போது ஆரத்தி எடுப்பதும் அனைத்துத் தீட்டுகளையும் துடைத்தெறிந்து தூய்மையடைவதை உறுதி செய்வதற்கானது.

இந்தியாவுக்கு நெடிய கடல் பயண வரலாறு உண்டு என்பதுதான் நகைமுரண். பெரும் காப்பியங்களான ராமாயணமும் மகாபாரதமும் கடல் பயணம் குறித்து எதுவும் குறிப்பிடவில்லை என்றாலும் (ராமன் இலங்கை செல்வதற்குப் பாலம் கட்டுகிறான். ராவணன் புஷ்பக விமானத்தில் பறந்துவருகிறான்), இந்தியாவில் சத்யநாராயண பூஜை போன்ற விரதக் கதைகள், ஒடிஷாவின் தபோயி கதை, ஹர்ஷரின் *ரத்னாவளி* உள்ளிட்ட சம்ஸ்கிருத நாடகங்கள் போன்றவற்றில் கடல் பயணங்களும் கப்பல் விபத்துகளும் இடம்பெறுகின்றன. 5,000 ஆண்டுகளுக்கு முன்பு ஹரப்பா காலத்திலேயே மேற்கே அரேபியத்திலிருந்து வணிகர்கள் கடல் வழியாக இந்தியாவுக்கு வந்ததை நாம் அறிவோம்.

3,000 ஆண்டுகளுக்கு முன்பே கடல் குறித்தும் கடல் பயணம் குறித்தும் மக்கள் அறிந்திருந்ததை (தீர்மானமான கூற்றாக அல்லாமல்) உணர்த்தும் வேத வரிகள் உள்ளன. 1,500 ஆண்டுகளுக்கு முன்பு குப்தர்களின் காலத்தில் தெற்காசியாவுடனான கடல் வணிகம் செழித்திருந்தது என்பதில் சந்தேகத்துக்கு இடம் இல்லை. அகத்தியர், கௌண்டின்யர் போன்ற முனிவர்கள் கம்போடியா, மலேசியா உள்ளிட்ட தொலைதூர நிலப்பகுதிகளுக்குப் பயணித்துள்ளனர். சோழ அரசர்கள் கடல் வழியாக இலங்கைக்கும் மலேசியாவுக்கும் பயணித்துத் தமது பேரரசை விரிவுபடுத்தினர். வணிகப் பாதைகளின் மூலம் தமது தாய்நிலத்தின் செல்வத்தைப் பெருக்கினர். இன்றும்கூட ஒடிஷாவிலும் பாலித் தீவிலும் கப்பல்கள் வருகையையும் புறப்பாட்டையும் கொண்டாடும் பண்டிகைகள் பண்டைக் காலக் கடல் வழிப் பயணத்தை

நமக்கு நினைவூட்டுகின்றன. இந்தக் கடல் பயணங்களில்தான் ராமாயணம், மகாபாரதம் போன்ற காப்பியங்களும் தோல்பாவை நிழல்கூத்து, நெசவு போன்ற கலைகளும் இந்தோனேசியா, தாய்லாந்து போன்ற தொலைதூரப் பகுதிகளைச் சென்றடைந்தன.

ஆனால் மத்தியக் காலத்தில், தோராயமாக ஆயிரம் ஆண்டுகளுக்கு முன்பு, ஆதி சங்கரரின் காலகட்டம், இஸ்லாமியர்களின் வருகை, பௌத்த மதத்தின் சரிவு ஆகியவற்றுக்குப் பிறகுதான் கடல் பயணங்களுக்குத் தடை விதிக்கும் இந்து மதத்தின் ஆச்சாரவாத வடிவம் எழுச்சிபெறத் தொடங்கியது. அராபியர்களிடம் அந்தப் பொறுப்பை ஒப்படைத்ததன் மூலமாகத்தான் கடல் வணிகம் தொடர்ந்தது. சாதி அமைப்பு மிகவும் இறுக்கமானதாக ஆகிக்கொண்டே போனது. தீட்டு குறித்த அச்சம் நிரந்தரமாகத் தங்கிவிட்டது. இந்த மாற்றம் எதனால் நிகழ்ந்தது என்று யாருக்குமே தெரியாது.

கடல் பயணங்களுக்கான தடை குறித்துப் பல கருத்துகள் நிலவினாலும் அவை அனைத்தும் ஊகங்களே, எதையும் நிரூபிக்க முடியாது. மத்திய ஆசியாவிலிருந்து வந்து கோயில்களை இடித்த போர்வீரர்களின் வன்முறைக்கான உடனடி எதிர்வினையாக இது இருக்கலாம்; பௌத்தத்தையும் சமணத்தையும் மதித்து பிராமணர்களை மதிக்காத வணிக வர்க்கத்தை அழிப்பதற்கானதாக இருக்கலாம்; இந்து மதம் நீர்த்துப்போகாமல் பாதுகாப்பதற்காக இருக்கலாம். ஒருகாலத்தில் இந்த விதி ஓரளவு பரவலாகவே இருந்தது. சில சமூகங்கள் தமது உறுப்பினர்கள் ஆறுகளைக் கடப்பதற்குக்கூடத் தடை செய்திருந்த அளவுக்கு மிகக் கடுமையானதாகவும் இருந்தது (வேத சமஸ்கிருதத்தில் 'சமுத்ரம்' என்பது ஒரு பெரிய நீர்நிலையைக் குறிப்பதாகவும் அது கடலாகத்தான் இருக்க வேண்டும் என்று அவசியமில்லை என்றும் சில அறிஞர்கள் கூறுகிறார்கள்).

மத்தியக் காலத்தில் 'உயர்' சாதிகளைச் சேர்ந்தோர் கடல் பயணத்தை அராபியர்களுக்குக் கொடுத்துவிட்ட நிலையில் 'கீழ்' சாதிகளைச் சேர்ந்தோர் கடல் பயணங்களைத் தொடர்ந்ததாகவும் அவர்களே இந்து, பௌத்த மதங்களைத் தென்கிழக்கு ஆசியாவுக்கு எடுத்துச்சென்றதாகவும் சிலர் வாதிடுகிறார்கள். வட இந்தியாவில் சில பனியாக்கள் சிந்து ஆற்றையே கடக்க மறுத்த நிலையில் தமிழ்நாட்டின் செட்டியார்கள் போன்ற பிறர் கப்பலில் பயணித்து மலேசியாவுக்கும் பர்மாவுக்கும் சென்றனர். ஆனால் அங்கும் அவர்கள் பிரம்மச்சரியம், உணவுக் கட்டுப்பாடுகள் உள்ளிட்ட சாதி

விதிமுறைகளைக் கறாராகப் பின்பற்றினார்கள். கப்பல் மூலம் சென்று இவ்விரு நாடுகளிலும் பிரம்மச்சாரியாக இருந்த முருகனையும் சிவனையும் வழிபட்டனர்.

போர்த்துக்கீசியர்களை எதிர்த்துப் போர்புரியக் கடற்படையை நிறுவியவர்கள் இஸ்லாமிய அரசர்களோ தக்காணத்தை ஆண்ட சுல்தான்களோ அல்ல. இந்து மராத்தா அரசர்கள்தான். ஆயினும் இது புதிதாக அமைக்கப்பட்ட அரசாட்சியின் எல்லைகளைப் பாதுகாப்பதற்குத்தானே அன்றிப் பயணம் செய்து இன்னொரு நாட்டுடன் வணிகம் செய்வதற்கல்ல.

500 ஆண்டுகளுக்கு முன்பு ஐரோப்பியர்கள் அராபியர்களிடமிருந்த கடல் வணிகக் கட்டுப்பாட்டைக் கைப்பற்றிய போது முற்றிலும் புதியதொரு சிந்தனை முறை இந்தியாவுக்குள் வந்தது. திடீரென்று, குதிரைகளில் ஏறி அமர்ந்து வந்த முகலாயர்களுக்குப் பதிலாகப் பெரும் கப்பல்களில் வந்து சேர்ந்த போர்த்துக்கீசியர்களும் பிரெஞ்சுக்காரர்களும் ஆங்கிலேயர்களுமே இந்தியாவின் வலிமைமிகு ஆட்சியாளர்கள் ஆனார்கள். அவர்கள் இந்தியர்கள் தமது கப்பல்களில் வேலைபார்க்க வேண்டும் என்று நினைத்தார்கள். அவர்கள் இந்தியர்களைத் தமது ராணுவத்தில் பணியமர்த்தினார்கள். அந்த ராணுவம் கடலில் சண்டை போட்டது. அடிமை முறை சட்டப்படி ஒழிக்கப்பட்ட பிறகு அவர்களுக்குத் தமது விளைநிலங்களிலும் கரீபியன் போன்ற தமது தொலைதூரக் காலனிகளிலும் காலமுறை ஒப்பந்தத் தொழிலாளர்களாகப் பணியாற்ற இந்தியர்கள் தேவைப்பட்டனர்.

கடலின் 'காலாபானி' அல்லது கறுப்பு நீர் சாதியைத் துடைத்தெறிந்துவிடும் என்னும் அச்சம் 19ஆம் நூற்றாண்டில் உச்சத்தில் இருந்தது. ராணுவத்தில் சேர்க்கப்பட்ட பிராமணர்கள் கடலைக் கடக்க மறுத்ததால் கிழக்கிந்தியக் கம்பெனி பல பிரச்சினைகளை எதிர்கொண்டது. எனவே 1857 சிப்பாய் எழுச்சிக்குப் பிறகு கம்பெனி மிக மோசமான தண்டனையைக் கொண்டுவந்தது. அரசியல் கைதிகளை வங்காள விரிகுடாவுக்கு அப்பால் உள்ள அந்தமான் சிறையில் தனிக்கொட்டடியில் அடைப்பதுதான் அது. இது காலா-பானி சிறை என்று அச்சத்துடன் குறிப்பிடப்பட்டது. அங்கு செல்வது பிராமணப் போராளிகளைச் சாதி இழப்புக்கும் சமூகப் புறக்கணிப்புக்கும் ஆளாக்கும் என்பதுதான் இந்தத் தண்டனை அளிக்கப்பட்டதற்கான காரணம்.

பத்தொன்பதாம் நூற்றாண்டில் வெளிநாட்டுக்குப் பயணித்த இந்துக்கள் பல பிரச்சினைகளை எதிர்கொண்டனர். ராஜா ராம் மோகன் ராய் ஒரு உதாரணம். சுவாமி விவேகானந்தரும் விமர்சனத்துக்கு உள்ளானார். ஆனால் அவர் தனது இயல்புக்கேற்ப அதைச் சாதாரணமாகக் கடந்துசென்று இந்து மதக் கருத்துக்களை அமெரிக்காவில் பரப்பினார். கணிதமேதை ராமானுஜனின் வாழ்க்கையை அடிப்படையாகக் கொண்ட 'Man Who Knew Infinity' என்னும் திரைப்படத்தில் கடல் கடந்து செல்வதைத் தடை செய்யும் விதி பற்றிய குறிப்பு உள்ளது. ஆனால் இங்கிலாந்தில் கிடைக்கும் கல்வி மதிப்புக்குரியதானது, மிகவும் லாபகரமான அபின் தொழிலுக்கான நிலமாக சீனா உருவெடுத்தது, அமெரிக்காவில் வேலைவாய்ப்புகள் கிடைத்தது ஆகியவற்றுக்குப் பின் உருவான பொருளாதார சமூக யதார்த்தத்திற்கேற்பப் பழைய பிராமணச் சட்டங்கள் மாற வேண்டியதாயிற்று.

கடந்த 100 ஆண்டுகளில் பெருவாரியான மக்கள் வெளிநாடு செல்வதை மிகவும் இயல்பானதாக எடுத்துக்கொள்ளத் தொடங்கிவிட்டார்கள். ஆனாலும் திருப்பதி கோயிலின் தலைமை அர்ச்சகர்கள், உடுப்பி கிருஷ்ணர் கோயில் மடாதிபதிகள், சில கேரளக் கோயில்கள் போன்ற சில வட்டங்களில் இது இன்னும் பிரச்சினைக்குரியதாகவே நீடிக்கிறது. நீதிமன்ற வழக்குகளுக்கும் வழிவகுக்கிறது. தாய்நாடு திரும்புவோருக்குக் குறிப்பிட்ட மந்திரங்களை ஓதச் செய்வது, உண்ணாவிரதம் இருப்பது என சுத்தப்படுத்தும் (சுத்தி) சடங்குகள் சில உள்ளன. பாரம்பரியத்தில் ஆழமாக வேரூன்றிய பிராமணக் குடும்பங்களுக்கு இது திருப்தியளித்துவிடுகிறது. பெரும்பாலானவர்களுக்குத்தான்; அனைவருக்கும் அல்ல.

29

இந்து மதத்தில் ஏன் பிறரை மதமாற்றம் செய்யும் வழக்கம் இல்லை?

இந்து மதம் 'பொய்க் கடவுளர்', 'உண்மைக் கடவுளர்' என்னும் கோட்பாட்டின் அடிப்படையில் உருவானதல்ல. எந்த ஒரு கடவுளும் 'நீதிபதி'யாகச் செயல்படும் தத்துவம் அதில் இல்லை. இங்கு உண்மை என்னும் கருத்து பார்க்கப்படும் விதமே வேறு. இங்கு மித்யம் என்பது எல்லைக்குட்பட்ட உண்மை, சத்யம் என்பது எல்லையற்ற உண்மை. வரம்புக்குட்பட்ட மனித மனத்தால் உலகின் வரம்புகளற்ற தன்மையை முழுதாகப் புரிந்து கொள்ளவே முடியாது. ஆனால் துறவிகள் முன்மொழிந்த யோகம், தபஸ், தந்திரம் போன்ற பயிற்சிகளின் மூலம் மனத்தை விரிவுபடுத்த முடியும்.

முனிவர்களால்தான் அனைத்தையும் காண முடியும். எனவேதான் அவர் புத்தர். அவருடைய அறிவு (புத்தி) முழுமையான வடிவத்தைப் பெற்றது. எனவே அவர் பகவான். அவரால் அனைத்துப் பகுதிகளையும் பார்க்க முடியும். சமணத்திலும் பௌத்தத்திலும் முனிவர்தான் கடவுள். அவர் அழியக்கூடிய உடலைத் தாண்டிச் செல்கிறார். இந்து மதத்தின் கடவுள் எல்லையற்றவர் (அனந்த). எல்லையற்ற கடவுளால் தன்னைத்தானே 'சுருக்கிக்'

கொள்ளவும் 'அழியக்கூடிய மனிதர்களின் நிலைக்குக் கீழிறங்கி வரவும்' முடியும்.

இதிலிருந்துதான் 'அவதாரம்' (கீழே இறங்கி வருபவர்) என்னும் கோட்பாடு உருவாகிறது. மலை உச்சியிலிருந்து சிவன் அனைத்தையும் பார்த்துக்கொண்டிருக்கிறார். ஆனால் அவர் தனிமையில் வாழ்கிறார். எனவே தேவி அவரைச் சமவெளிகளுக்கு, காசிக்கு அழைத்துவருகிறார். அங்கு பார்வை தொடுவானத்தால் வரம்புக்குட்படுத்தப்படுகிறது.

'எல்லையற்ற' கடவுள் 'பொய்'யை நிராகரிக்கும் கடவுளிடமிருந்து மிகவும் வேறுபட்டவர். ஒருவர் மானுடர்களின் குறைகள் அனைத்தையும் ஏற்றுக்கொள்பவர். இன்னொருவர் மனித பலவீனத்தை ஏற்றுக்கொள்ள மாட்டார். முன்னவருக்கு எந்த அவசரமும் இல்லை. ஏனென்றால் அவர் மரணம் குறித்த அச்சத்தை மாயையாகத்தான் பார்க்கிறார். பின்னவரோ பொய்மை இந்த உலகை ஆட்கொள்வதற்கு முன் அதனைக் காப்பாற்ற விழைகிறார். முன்னவர் அமைதியாக இருக்கிறார். பின்னவர் எப்போதும் போர்புரிந்து கொண்டிருக்கிறார்.

நவீன உலகத்தில் எந்தக் கடவுள் ஆதிக்கம் செலுத்துகிறார் தெரியுமா?

நகைமுரணாக, இந்து வலதுசாரிகள் கடவுளுக்கான ஆபிரகாமிய மதங்களின் விளக்கத்தைப் பின்பற்றத் தொடங்கி விட்டார்கள். இடதுசாரிகளும் கடவுள் குறித்த இந்த வரையறையை ஏற்றுக்கொண்டுவிட்டதாகத் தெரிகிறது. இதுவே கடவுளுக்கான ஒற்றை வரையறையாகவும் ஆகி விட்டது. கடவுள் மறுப்பாளர்களும் பாலிவுட்டும்கூட இதை ஏற்றுக்கொண்டுவிட்டனர்.

எல்லையற்ற கடவுள் தனிநபரை வழிபடும் குழுக்களைச் சட்டைசெய்வதில்லை. இந்தக் குழுக்களின் தலைவர்கள் தாம் நாயகர்களாகப் போற்றப்பட வேண்டும் என்று விரும்புகிறார்கள். அதனால் அவர்களுக்கு எதிர்–நாயகர்கள் தேவைப்படுகிறார்கள். அவர்கள் போலிக் கடவுள்களைக் கட்டமைக்கிறார்கள். புராணங்களின் பின்நவீனத்துவ வரையறைகளை நிராகரிக்கிறார்கள். அவர்களைப் பொறுத்தவரை தொன்மம் என்பது 'பொய்மை'தான், 'அகவயமான உண்மை' அல்ல. பிந்தைய வரையறை அவர்களின் குறிக்கோள்களுக்குத் தோதானது அல்ல. தம் மீதான தனிநபர் வழிபாட்டை விரும்பும் தலைவர்கள் வலதுசாரிகளிடையே பெருந்தொற்றைப் போல் பரவிவருகிறார்கள். ஒவ்வொருவரும் அதிகாரத்தின் மீது தீராத வேட்கை கொண்ட பொறாமைபிடித்த கடவுளாக மாறப்

பார்க்கிறார்கள். அவர்களுக்குத் தம்முடைய உண்மையைத் தவிர வேறெந்த உண்மையைப் பற்றியும் அக்கறை இல்லை. இந்து மதம் எப்படி அச்சுறுத்தலுக்குள்ளாகி இருக்கிறது என்றும் எப்படி அனைவரும் விழிப்புடன் இருந்து இதை எதிர்த்துப் போரிட வேண்டும் என்றும் கதைகளைச் சொல்கிறார்கள். ஆனால் தனிநபரை வழிபடும் குழுக்களின் தலைவர்களின் கதையில் ஒரு முக்கியக் கூறு பெரிதும் கவனிக்கப்படுவதில்லை. கிறிஸ்தவ மிஷனரிகளை எதிர்த்துப் போரிட நீங்கள் அவர்கள் வகுத்துள்ள இந்து மதத்தின் வரையறையை ஏற்றுக்கொண்டாக வேண்டும். அவர்களே அதனை உண்மை யாக விளக்கிச் சொன்னவர்கள் என்று ஏற்க வேண்டும். இதன் மூலம் அவர்கள் தம்மைத் தாமே 'தேர்ந்தெடுக்கப்பட்ட ஒருவ'ராக ஆக்கிக்கொள்கிறார்கள்! தனிநபர் வழிபாட்டைப் பின்தொடர்வோரைத் தவிர பிற அனைவருக்கும் இந்த முரண் புரியும்.

'மதமாற்ற'த்தின் ஆதிகால வடிவம் பௌத்த மதத்தில் காணப்படுகிறது என்பதை நாம் மறந்துவிடுகிறோம். அது வற்புறுத்தல் இல்லாமல், வன்முறை இல்லாமல், ஒரு தலைவர் (புத்தர்), ஒரு தெளிவான கொள்கை, விதிகளின் தொகுப்பு (தம்மம்), நிறுவனங்கள் அகியவற்றின் மூலமாக மதமாற்றம் செய்தது. பௌத்தத் துறவிகள் 'உண்மை' அல்லது 'பொய்'க் கடவுள் குறித்துப் பேசவில்லை. ஆனால் அவர்கள் தமது தலைவர் கூறிய 'உலகியல் துன்பங்களுக்கான தீர்வை' வழங்கினர். எளிய மனிதர்களுக்கு இதுவே புத்தரை ஒரு தீர்வுக்கான ஆதாரமாக, மனித வாழ்க்கைக்கு அப்பாற்பட்ட சக்தியாக , மனிதனைவிடச் சிறந்தவராக – கடவுளாக ஆக்கியது. விளைவாக, அவர்கள் பழைய பழக்கவழக்கங்களைக் கைவிட்டனர். மத்திய ஆசிய, சீன, தெற்காசியப் பகுதிகளில் பிரம்மாண்ட புத்தர் சிலைகள் தோன்றவும் வழிபடப்படவும் தொடங்கின. கடவுளைப் பற்றிக் கவலைப்படாத அவரே (புத்தர்) கடவுள் ஆனார். அவர் கடவுளான பிறகு புராணங்களின் கடவுளரான சிவனும் காளியும் கிருஷ்ணனும் அவரைவிடக் கூடுதல் முக்கியத்துவத்தைப் பெற்றனர்.

இயேசு கிறிஸ்து 'காணாமல்போன' ஆண்டுகளில் பௌத்தத்தால் தாக்கம் பெற்றார் என்றும் அந்தத் தாக்கத்தினால்தான் யூத மத நம்பிக்கைக்கு அந்நியமான 'தேவாலய'த்தை உருவாக்கினார் என்றும் பலர் நம்புகின்றனர். தேவாலயம் சக்திவாய்ந்ததாக ஆனபோது ரோமப் பேரரசு அதைச் சுவீகரித்துக்கொண்டது. ரோமானியப் படைத் தலைவர்கள் ரோமுக்கான நிலங்களை வெல்வதற்குப் பதிலாக ஒற்றை உண்மைக் கடவுளை ஏற்கக்கூடிய ஆன்மாக்களை

வெல்லத் தொடங்கினர். அறிவியலின் எழுச்சிக்குப் பிறகு கடவுள் மதச்சார்பற்ற 'பணம்' ஆனார். அறிவொளி யுகம் காலனிய யுகம் ஆனது. மதச்சார்பின்மைச் சிந்தனை தேவாலயத்தின் கோட்பாடுகளின் அடிப்படையில் தன்னைப் பரப்புரை செய்துகொண்டது. மதமாற்றப் பாடங்கள் சந்தைப்படுத்தல் துறை தேவைப்பட்ட பலருக்கு பயன்பட்டன. வணிக பிராண்டுகளும் ராக்ஸ்டார்களும் இப்போது புதிய கடவுளராகி விட்டார்கள்.

இறுதியில் ஒரே ஒரு தரப்புதான் நிலைக்கும் என்னும் நம்பிக்கையால் நிகழ்த்தப்படுவது மதமாற்றம். மீள்மதமாற்றம் சில தரப்புகள் அச்சுறுத்தலுக்கு உள்ளாகியிருக்கின்றன என்னும் நம்பிக்கையால் விளைவது. தரப்புகளின் பிரத்யட்ச வடிவங்களான வழக்கங்கள், சடங்குகள், சின்னங்கள் போன்றவை அழியக்கூடும். மொழி (வேதங்களில் வாக் எனப்படுவது) அழியக்கூடும்; ஆனால் சிந்தனை (வேதங்களில் மனஸ் எனப்படுவது) அழியாது. அனைத்துத் தரப்புகளின் புலப்படாத வடிவம் நிலையானதும் (வேதங்களில் சனாதனம் எனப்படுவது), எப்போதும் மாறிக்கொண்டே இருப்பதும் (வேதங்களில் அ–நித்யம் எனப்படுவது) ஆகும்.

சில தரப்புகளின் தாக்கத்தால் பிற தரப்புகள் உருவாக முடியும் என்பதை நாம் மறந்துவிடுகிறோம். பௌத்தத்தின் தாக்கத்தால் கிறிஸ்தவம் உருவானதையும் கிறிஸ்தவத்தின் தாக்கத்தால் முதலளித்துவமும் கம்யூனிஸமும் உருவானதையும், 'ஒற்றை உண்மைக் கடவுள்'என்பதன் தாக்கத்திலிருந்து உண்மையைத் தேடும் அறிவியலாளர்கள் உருவானதையும் போல, இந்து மதத்தின்' எல்லையற்ற 'கடவுள்' என்னும் கருத்தின் தாக்கத்தினால் தீவிரவாதிகள், செயற்பாட்டாளர்களின் எல்லைக்குட்பட்ட உண்மைகள் உருவாக முடியும்.

மனிதர்களின் மனங்களை மாற்றுவதிலோ பழைய சிந்தனைகளை நீக்கி வேறொன்றைப் புகுத்துவதிலோ இந்து மதத்துக்கு நம்பிக்கை இல்லை. மனிதர்களின் மனங்களை விரிவுபடுத்துவதையும் புதிய சிந்தனைகளைச் சேர்ப்பதையும் தான் அது நம்புகிறது. எனவே மதமாற்றம் செய்யத் தேவை இல்லை. அறிவொளி ஊட்டுவதும், பரிவுடன் புரிந்து கொள்வதும் ஏற்றுக்கொண்டு இடமளிப்பதும்தான் தேவை.

புனித நூல்கள்

30

வேதங்கள் என்பவை யாவை?

இந்து மதத்தின் வேர்கள் வேதங்களில்தான் இருக்கின்றன. இது பிரதிகளின் தொகுப்பைக் குறிக்கிறதா அல்லது ஆத்மா என்னும் கருத்துருவையா என்பதில் வேறுபட்ட கருத்துகள் உள்ளன. பின்னது 'வேதாந்தம்' என்று அழைக்கப்படுவதன் மூலம் முன்னதிலிருந்து வேறுபடுத்திக் காட்டப்படுகிறது.

3,000 ஆண்டுகளுக்கு முன்பு மந்திரங்கள் எனப்படும் பாடல்கள் சமூகத்தில் முக்கியப் பங்காற்றிய சடங்கான யாகங்களில் பயன்படுத்தப்பட்டன. மந்திரங்கள் இந்தச் சடங்குகள் எப்படிச் செய்விக்கப்பட வேண்டும் என்பதை விளக்கின. அவை பிராம்மணங்கள் என்றழைக்கப்பட்டன. பிரம்மம் அல்லது பேரண்டத்தை (பிரபஞ்சம்) இயக்கும் அந்த மாபெரும் மர்ம சக்தியை எழுந்தருளச் செய்ய உதவியதால் பிராம்மணம் என்னும் பெயரைப் பெற்றது. தொகுக்கப்பட்ட இந்த மந்திரங்கள் சம்ஹிதைகள் அல்லது தொகுப்புகள் என்றழைக்கப்பட்டன. இந்தத் தொகுப்புகளில் தொன்மையானது ரிக் சம்ஹிதை. சம்ஹிதைகளில் இருந்த ஞானம்தான் வேதம் அல்லது அறிவு எனப்பட்டது. பிற்காலத்தில் யஜுர், சாமம், அதர்வணம் ஆகிய வேறு சில தொகுப்புகளும் வரலாயின. இவை ரிக் சம்ஹிதையின் பாடல்களை வெவ்வேறு எண்ணிக்கையில்

உள்ளடக்கியிருந்தன. இந்தப் பிரதிகளைப் பாதுகாத்து வைத்திருந்தவர்களும் சடங்குகளைச் செய்வித்தவர்களும் பிராமணர்கள் என்று அழைக்கப்படலாயினர். சடங்கு சார்ந்த பகுதி கர்ம காண்டம் என்றழைக்கப்பட்டது. பிற்காலத்தில் இந்தப் பாதைக்குப் பூர்வ மீமாம்சம் என்று பெயர் வந்தது. அதன் பொருள் தொடக்ககால ஆய்வுகள்.

பலர் மந்திரங்களை வெவ்வேறு விதமாகப் பார்த்தனர். அவர்கள் பாடல்கள் கேட்கப்படவும் அது குறித்துச் சிந்திக்கப்படவும் வேண்டும் என்று கருதினர். சிந்திப்பது பேரண்டத்தின் மீ-இயற்பியல் உண்மைகளை உணர்த்தும் என்று நம்பப்பட்டது. இந்த அறிவார்ந்த அணுகுமுறை ஞான மார்க்கம் என்றழைக்கப்பட்டது. இது உத்தர மீமாம்சம் அல்லது பிற்கால ஆய்வுகள் என்று அழைக்கப்பட்டது. இந்த அணுகுமுறை ஆரண்யகம் அல்லது காட்டில் உருவான பிரதிகள் என்றழைக்கப்பட்ட பிரதிகள் தொகுக்கப்படுவதற்கு வழிவகுத்தது. இந்த அணுகுமுறையைப் போற்றிப் பாதுகாத்தவர்கள் துறவிகள்; சமூகத்துக்குள் வாழ்ந்து செழித்துவந்த பிராமணர்களிலிருந்து இவர்கள் குணரீதியாகப் பெரிதும் வேறுபட்டவர்கள் என்பதை இது உணர்த்துகிறது. வனத்தில் உருவான பிரதிகள் பெரும்பாலும் சடங்குரீதியான பிராமணர்களை நிராகரித்த அரசர்களாலும் போர்வீரர் களாலும் எழுதப்பட்டவை என்று பொதுவாக நம்பப்படு கிறது. இந்த ஆரண்யகங்கள் தொகுக்கப்பட்டு இப்போது உபநிஷதங்கள் என்று அழைக்கப்படுகின்றன. யதார்த்தத்தின் (உண்மையின்)இயல்பு குறித்த சிந்தனைகளும் விவாதங்களும் இவற்றில் உள்ளன. அரசர் ஜனகர் ஒரு பெரும் மாநாட்டைக் கூட்டியதாகவும் அதில் இத்தகைய கருத்துகள் விவாதிக்கப் பட்டதாகவும் நம்பப்படுகிறது. இந்த விவாதங்கள் மிகவும் ஆழமாக இருந்தன. எந்த அளவுக்கு என்றால் இதுவே வேத ஞானம் அல்லது வேதாந்தத்தின் உச்சம் என்று முடிவு செய்யப்பட்டது.இதில்தான் இந்து சிந்தனையின் மூலாதாரமாக அமையும் ஆன்மா அல்லது உண்மையான தன்னிலை போன்ற கருத்துருக்களை நாம் காண்கிறோம்.

ரிஷிகள் என்போர் யார்? ரிஷிகள் வேத ஞானத்துடன் நெருங்கிய தொடர்புடையோராக இருந்த கவி-முனிவர்கள். அவர்கள் வசித்தது நகரங்களிலா அல்லது காடுகளிலா? இதில் தெளிவு இல்லை. புராணங்களில் அவர்கள் யாகமும் செய்கிறார்கள், தவமும் செய்கிறார்கள். யாகம் என்பது புறச் சடங்கு. தபஸ் (தவம்) என்பது பருப்பொருள் உலகிலிருந்து விடுவித்துக்கொண்டு சிந்தனை, கவனக்குவிப்பு, தியானம் ஆகியவற்றில் ஈடுபடும் ஆன்மிகச் செயல்முறை.

சிலர் காட்டில் வசித்தோரை மேலும் வகைபிரிக்கிறார்கள். அவர்கள் ரசவாதிகள் அல்லது தாந்திரீகர்கள், பகுப்பாய்வாளர்கள் அல்லது யோகிகள். தாந்திரீகர்கள் பருப்பொருள் உலகை வலிமை அல்லது சக்தி என்று மதிப்பிட்டனர். அதனைப் பல்வேறு பயிற்சிகளின் மூலம் தாம் விரும்பியபடி செயல்பட வைக்க முடியும் என்றனர். யோகிகள் பருப்பொருளைப் பொய்த்தோற்றம் அல்லது மாயையாகக் கண்டனர். பாடல்களையும் அனுபவங்களையும் பகுப்பாய்வதன் (சாங்க்யம்) மூலமாகவும் தொகுப்பதன் (யோகம்) மூலமாகவும் பருப்பொருள் உலகைத் தாண்டிப் பார்க்கவும் ஆன்மிக யதார்த்தத்தை அனுபவிக்கவும் அவர்களால் முடிந்தது.

காலப்போக்கில் சடங்குவாத பிராமணர்களுடனும் காட்டில் வசிக்கும் துறவிகளுடனும் தொடர்புகொள்வது சமூகத்துக்கு மிகவும் கடினமானதாக ஆகியது. அவர்களின் விசித்திரமான பழக்கங்களும் மேதமை வாய்ந்த தத்துவமும் இதற்குக் காரணமாயின. இதனால் சமூகத்தினர் துறவிகளாக இருந்த ஆசிரியர்கள் (குரு) அல்லது சிரமணர்களால் பரப்பப் பட்ட எளிய வழிகளை நாடினர். இந்த ஆசிரியர்கள் காட்டில் வாழ்ந்த துறவிகளின் ஞானத்தை வெகுமக்களிடம் கொண்டு வந்தனர். அனைத்துப் பிரச்சினைகளையும் சடங்குகளின் மூலம் தீர்க்க முடியும் என்று பிராமணர்கள் சொல்ல, சிரமணர்களோ அனைத்துப் பிரச்சினைகளும் மனதால் உருவாக்கப்பட்ட வையே என்றனர். அந்தப் பிரச்சினைகளைத் தீர்ப்பதற்கான வழி எளிமையும் துறவும்தான் என்றனர். சமண மதத்தின் துறவிகள் எளிமையின் வழியைப் பரப்பினார்கள். பௌத்த மதத்தின் துறவிகள் தியானத்தின் வழியைப் பரப்பினார்கள். இது பொ.ஆ.மு. (கி.மு.) 500ஐ ஒட்டிய காலகட்டத்தில் நிகழ்ந்தது.

சமணத்தாலும் பௌத்தத்தாலும் தாங்கள் முக்கியத் துவத்தை இழந்துவருவதை பிராமணர்கள் விரைவில் உணர்ந்து கொண்டார்கள். எளிய மக்களைச் சென்றடைய தம்மைத் தாமே மறுவரையறை செய்துகொள்ள வேண்டியதானது. வேதத்தின் உண்மைகளைப் பூசகர்களுக்கும் தத்துவவாதிகளுக்கும் மட்டுமே சொந்தமான மேலடுக்குக் கட்டமைப்புக்குள் பூட்டி வைக்க முடியாது. அவை வெகுமக்களைச் சென்றடைய வேண்டும். அதற்கான வழிமுறையாக அமைந்தவைதான் கதைகள்.

கதைகள் எப்போதுமே சடங்கு மரபின் அங்கமாக இருந்து வந்துள்ளன. யாகங்களை நிகழ்த்திய பூசகர்களையும் அரசர்களையும் மகிழ்விப்பதற்காகக் கதைகள் சொல்லப் பட்டன. மெல்லமெல்லக் கதைகள் வேத உண்மைகளைக் கடத்தும் வாகனங்களாகின. கதைகளைக் கேட்பது யாகம்

செய்வதற்கு இணையானதாகச் சொல்லப்படும் அளவுக்குக் கதைகள் முக்கியத்துவம் பெற்றன. கதைகளில் மிகவும் ஆழமான வேதச் சிந்தனை குறியீடாகவும் சுவையாகவும் சொல்லப் பட்டது. கதைகளின் வழியாகப் பரவிய மதமானது சிரமணர் களின் வருகைக்கு முன்பு இருந்த மதத்திலிருந்து வேறானதாகப் பார்க்கப்படுகிறது. பௌத்தத்துக்கு முன்பு இருந்த மதம் வேத மதம் என்றும் பௌத்தத்துக்குப் பிந்தைய மதம் இப்போதைய இந்து மதம் என்றும் அழைக்கப்படுகின்றன. இதன் மூலம் இரண்டும் வேறுபடுத்தப்படுகின்றன.

இந்து மதம் கதைகளின் வழியாகப் பரவியது. கதைகள் கர்ம யோகம், பக்தி யோகம், ஞான யோகம் ஆகிய மூன்று கருத்துருக்களைப் பரப்பின. கர்ம யோகம் அல்லது செயலின் வழி என்பது முந்தைய கர்ம காண்டத்திலிருந்து வேறுபட்டது. முன்பு செயல் என்பது சடங்குகளை நிகழ்த்துவதுதான். பிற்காலத்தில் செயல் என்பது நமது சமூகக் கடமைகளை ஆற்றுவதைக் குறிப்பதானது. கதைகள் துறவியின் வாழ்க்கையை விடவும் குடும்பஸ்தரின் வாழ்க்கையைக் கொண்டாடின. பக்தி யோகம் அல்லது இறைப் பற்று, யாகங்களில் எழுந்தருள வேண்டப்படும் பிரம்மம் என்னும் பண்டைய வைதீகக் கருத்திற்கு வடிவம் கொடுத்தது. இதுவே கடவுள் என்னும் கருத்துரு உருவெடுக்கச் செய்தது. கதைகள் கடவுளுடன் உணர்வுபூர்வமான உறவைப் பேண மக்களைத் தூண்டின. ஞான யோகம் அல்லது சுயபரிசோதனை கர்ம யோகத்துக்கும் பக்தி யோகத்துக்கும் ஒரு அறிவார்ந்த அடிப்படையைத் தந்தது. அது சங்கரர், அபினவகுப்தர், ராமாநுஜர், மத்வர், வல்லபர் போன்ற ஆசிரியர்கள் அல்லது ஆச்சாரியர்களால் பரப்பப்பட்டது. இது அடிப்படையில் இன்று வேதாந்தம் என்று அழைக்கப்படும் வேத ஞானமே.

சடங்குகள் சமூகங்களை ஒன்றிணைத்தன என்பதைப் பிராமணர்கள் உணர்ந்திருந்தனர். எனவே அவர்கள் சடங்கு களை முழுமையாகக் கைவிடவில்லை. அவர்கள் சடங்குகளைக் கதைகளுடன் கலக்கச் செய்தனர். புதிய சடங்குகள் உருவெடுத்தன. முற்கால யாகத்தின் இடத்தை இந்த எளிய சடங்குள் எடுத்துக்கொண்டன. சில கதைகள் குறிப்பிட்ட ஒரு தெய்வ விக்கிரகத்தையோ புனிதத் தலத்தையோ சுற்றி அமைக்கப்பட்டன. இதன் மூலமாகப் புனிதத் தலங்களுக்குச் சென்று, மிக முக்கியமாக புனித ஆறு அல்லது குளத்தில் குளித்துவிட்டுக் கோயில்களுக்குச் சென்று அங்குள்ள புனித விக்கிரகங்களைக் காணும் பழக்கம் உருவானது. இதுவே தரிசனம் என்னும் செயல். அதாவது புனித விக்கிரகத்தைக்

காண்பது. இது ஒரு கதையைக் கேட்பதைப் போல் வேத உண்மைகளுடன் தொடர்புகொள்வதற்குச் சமமானதாகப் பார்க்கப்பட்டது. யாகத்தை பதிலீடு செய்த சடங்குகளில் ஒன்று பூஜை, இது உயிரற்ற பொருளில் தெய்வீகத்தை எழச் செய்தது. மக்கள் விக்கிரகங்களுக்குப் பொருள்களைப் படையலிடத் தொடங்கினார்கள். இவை கண்டு உணரக்கூடிய மனித உருவம் கொண்ட விக்கிரகங்கள்; வெறும் நெருப்பு அல்ல. காலப்போக்கில் தெய்வ ஆற்றலின் ஊற்றாக மாற்றப் பட்ட பாறை, கல், உலோக விக்கிரகங்களைச் சுற்றிப் பிரம்மாண்டக் கோயில் வளாகங்கள் கட்டப்பட்டன.

பூஜை என்பது மனிதனுக்கும் தெய்வத்துக்குமான தனிப்பட்ட உறவை மேம்படுத்துவதாகவும் அமைந்தது. எனவே வீட்டுக்கு வெளியில் உள்ள கோயில்களில் மட்டு மல்லாமல் வீட்டுக்குள்ளேயும் கோயில்களை அமைக்க மக்கள் ஊக்குவிக்கப்பட்டார்கள். கடவுள் என்பவர் ஒரே நேரத்தில் கிராமக் கோயிலிலும் வீட்டுக்குள் உள்ள கோயிலி லும் வீற்றிருக்கக்கூடிய உயிருள்ள நபராக ஆனார். அவரை மாண்புக்குரிய விருந்தினராக நடத்தி அவருக்கு உணவு, உடை, பரிசுப் பொருள்கள் ஆகியவற்றை அள்ளிக் கொடுத்தார்கள். தொலைவில் இருந்த, யாகங்களால் மட்டுமே சென்றடையக் கூடிய வேதக் கடவுளரைவிட பிற்கால இந்துக் கடவுள்கள் அணுகப்படக்கூடியவர்களாகவும் கண்கூடாகக் காணப்படவும் உணரப்படவும் கூடியவர்களாகவும் இருந்தார்கள்.

சடங்குகள் அறிவார்ந்த தன்மையிலிருந்து உணர்வு பூர்வமான தன்மைக்கு மாறியது வேத உண்மைகள் இந்தியா வில் *3,000* ஆண்டுகளுக்கு மேலாக நிலைத்து நிற்பதை உறுதி செய்துள்ளது. ஒரு காலத்தில் சடங்குசார் பிரதிகளுக்கும் வனங்களில் உருவான பிரதிகளுக்கும் நீண்ட இடைவெளி இருந்தது. இன்றும் அப்படி ஒரு இடைவெளி உருவெடுத்து வருகிறது. ஒருபுறம் இந்து மதத்தின் கதைகள், சடங்குகள், அற்புதமான விக்கிரகங்கள்; இன்னொரு புறம் வேதப் பிரதிகளி லிருந்து பெறப்பட்ட தத்துவங்கள். இவை இரண்டுக்கும் இடையிலான தொடர்பைப் பலரால் காண முடியவில்லை. இவை இரண்டையும் இணைக்கும் நுகத்தடியைப் புரிந்து கொள்வது இன்றைய காலத்தின் கட்டாயம்.

31

தமிழ் வேதம் என்பது என்ன?

மூன்று நூல்கள் தமிழ் வேதம் என்று அடையாளப்படுத்தப் படுகின்றன (அவை தமிழ் மண்ணில் திராவிட வேதம் அல்லது தமிழ் மறை என்றறியப்படுகின்றன):

- 1,330 நீதிநெறி முழுமொழிகள் கொண்ட மதச்சார்பற்ற நூலான திருக்குறள். 2,000 ஆண்டு களுக்கு மேல் பழமையான இது சமணத்திலிருந்து முகிழ்த்திருக்கக்கூடும் என்று கருதப்படுகிறது.

- நாயன்மார்கள் இயற்றிய 800 பக்திப் பாடல்களைக் கொண்ட சைவ நூலான தேவாரம். இதுவும் 1,000 ஆண்டுகள் பழமை வாய்ந்தது. இந்தப் பாடல்கள் தென்னிந்தியா வின் சைவக் கோயில்களில் பாடப்படுகின்றன. அந்தக் கோயில்களில் வேதப் பாடல்களைக் காட்டிலும் இவற்றுக்கே முக்கியத்துவம் அளிக்கப்படுகின்றது.

- ஆழ்வார்கள் இயற்றிய 4,000 பக்திப் பாடல்களைக் கொண்ட வைணவ நூல் திவ்ய பிரபந்தம். இந்தப் பாடல்கள் தென்னிந்தியாவின் வைணவக் கோயில்களில் பாடப்படுகின்றன. அந்தக் கோயில்களில் வேதப் பாடல்களைக் காட்டிலும் இவற்றுக்கே முக்கியத்துவம் அளிக்கப்படுகின்றது.

வேதப் பாடல்கள் சிந்து சமவெளியில் சுமார் 4,000 ஆண்டுகளுக்கு முன்பு தொகுக்கப்பட்டவை. கங்கைச் சமவெளியில் சுமார் 3,000 ஆண்டுகளுக்கு முன்பு அவை ரிக்வேதத்தில் ஒருங்கிணைக்கப்பட்டு யஜுர் வேதத்தில் சடங்குகளுடனும் சாமவேதத்தின் இன்னிசைப் பாடல்களுடனும் இணைக்கப்பட்டன. சுமார் 2,500 ஆண்டுகளுக்கு முன்பு பௌத்தம், சமணம் ஆகிய துறவு (சிரமண) மரபுகள் குடும்பங்களைச் சார்ந்த மரபுகளின் சடங்குவாதத்தை எதிர்த்தன. சமஸ்கிருதத்தை விடவும் பிராகிருதத்துக்கு முக்கியத்துவம் அளித்தன. சிரமணத் துறவிகள் வைதீகப் பிராமணர்களுடன் தென்னகத்துக்குப் பயணித்தனர்.

தெற்கே கோதாவரியை நோக்கி ராமர் நகர்ந்தபோது அவர் எதிர்கொண்ட ரிஷிகளே இந்தச் சிரமணத் துறவிகள் என்று சிலர் கூறுகிறார்கள். அவர்களே ராமரிடம் தெற்கே இன்னும் சற்றுத் தொலைவில் அமைந்துள்ள கிஷ்கிந்தையில் உள்ள வானரங்கள் (குரங்குப் பழங்குடிகள்), நவீன தக்காணப் பீடபூமி, ராட்சசர்கள் (அரக்கப் பழங்குடிகள்) ஆகியோர் குறித்துக் கூறியதாகச் சொல்லப்படுகிறது. ஆனால் இது ஊகம் மட்டுமே.

இந்தியத் துணைக்கண்டத்தில் தழைத்த நாகரிகங்களுக்கான முதல் கல்வெட்டு ஆதாரம் 2,300 ஆண்டுகளுக்கு முற்பட்ட அசோகரின் கல்வெட்டுகளிலும் 2,100 ஆண்டுகளுக்கு முற்பட்ட காரவேலன் கல்வெட்டுகளிலும் கிடைக்கின்றன. காரவேலன் கல்வெட்டுகள் சேரர், சோழர், பாண்டியர் ஆகிய தென்னகப் பேரரசுகள் குறித்துப் பேசுகின்றன. இந்தக் காலகட்டத்தில் தமிழ்நாட்டில் தமிழ் பிராமி எழுத்து வடிவம், நகரங்கள் ஆகியவை இருந்ததையும் வளமான கடல் வணிகம் தழைத்ததைக் குறிக்கும் வகையில் துறைமுகங்களில் ரோமானிய நாணயங்கள் ஆகியவை இருந்ததையும் அகழ்வாராய்ச்சியாளர்கள் கண்டறிந்துள்ளனர். இங்கு பண்டைய தமிழ் பேசப்பட்டது. அதிலிருந்தே பிற்காலத்தில் தெலுங்கு, கன்னடம், துளு, மலையாளம் ஆகிய மொழிகள் உருவாயின.

2,000 ஆண்டுகளுக்கு முன்பு ராமாயணமும் மகாபாரதமும் தர்ம சாஸ்திரங்களும் வட இந்தியாவில் இயற்றப்பட்டுக் கொண்டிருந்தபோது தமிழ் மண்ணில் காதல், பிரிவின் ஏக்கம் ஆகியவற்றைப் பற்றியும் (அகப் பாடல்கள்) போரைப் பற்றியும் (புறப் பாடல்கள்) செய்யுள்கள் இயற்றப்பட்டுக் கொண்டிருந்தன. இவை எழுதப்பட்டுப் பல ஆண்டுகளுக்குப் பின்னர் இந்த இலக்கியத் தொகுப்பு சங்கப் பாடல்கள் என்று அறியப்பட்டன. அவை வைதீகச் சடங்குகளையும் பௌத்த,

சமண மதங்களையும் பற்றி அக்கால மக்கள் அறிந்திருந்த தாகத் தெரிவிக்கின்றன. 2000 ஆண்டுகளுக்கு முன்பே வடக்கில் இருந்த சிந்தனைகள் தெற்கிலும் பரவிவிட்டதை இவை உணர்த்துகின்றன.

சுமார் 1,500 ஆண்டுகளுக்கு முன்பு தமிழ்ப் புலவர்கள் சிலப்பதிகாரம், மணிமேகலை போன்ற பெரும் காப்பியங் களை இயற்றினார்கள். அவற்றில் பெண்களும் துறவிகளும் முக்கியக் கதாபாத்திரங்களாக இருந்தனர். இன்று தமிழ்நாடு, ஆந்திரப் பிரதேசம், கேரளம், கர்நாடகம் என்று அறியப்படும் பிராந்தியத்தில் சமண, பௌத்த மதங்கள் பிரபலமாக இருந்ததை இதன் மூலம் உணர முடியும். இது உள்ளூர் வைதீக பிராமணர்களின் செல்வாக்கைப் பின்னுக்குத் தள்ளியது என்பது தெளிவு. இது கடும் போட்டிக்கு வழிவகுத்தது.

வேதத்தைத் தங்கள் வசம் வைத்திருந்த பிராமணர்கள் தெற்கு நோக்கி அலைஅலையாக வந்தனர். சாரதா எழுத்து வடிவத்தில் எழுதப்பட்ட மகாபாரதத்தின் ஆதி வடிவம் உச்சிக் குடுமி (பூர்வ சிகை) வைத்திருந்த பிராமணர்களால் கேரளத்தை வந்தடைந்தது. பிறகு பின்னந்தலையில் குடுமி (அபர–சிகை) வைத்திருந்த பிராமணர்கள் இன்னொரு சமஸ்கிருத மகாபாரதத்தைத் கொண்டுவந்தனர். இது கிரந்த எழுத்து வடிவத்தில் எழுதப்பட்ட மிகவும் நீளமான கையெழுத்துப் பிரதியாக இருந்தது. இந்த இந்துக் காப்பியங்கள் சிவன், விஷ்ணு போன்ற கடவுளர் பற்றிய குறிப்புகளைக் கொண்டிருந்தன. இந்தக் கடவுளர் மலை உச்சியில் இருக்கும் போர்க் கடவுளான முருகன், இன்னொரு போர்க் கடவுளான கொற்றவை போன்ற திராவிட தெய்வங்களுடன் இணையத் தொடங்கினர்.

இதைத் தொடர்ந்து சுமார் 1,200 ஆண்டுகளுக்கு முன்பு ஆதி சங்கரர் என்றழைக்கப்பட்ட மனிதர் கேரளத்திலிருந்து வந்தார். ஓம்காரத்திலிருந்து காசி வழியாக வடக்கே சென்று பின்னர் இந்தியா முழுவதும் பயணித்த இவர் பிரமிக்கத்தக்க விஷயம் ஒன்றைச் செய்தார். புராணிகக் கடவுளரைப் பயன்படுத்தி வைதீகச் சிந்தனைகளை மறுவடிவமைத்ததன் மூலம் அவற்றுக்குப் புத்துயிரூட்டினார். அவர் பழைய வைதீக மரபுகளை (நிகமம்) புனிதப் பயணம், கோயில்களில் உள்ள உருவ வழிபாடு போன்ற பிற்கால புராணிக மரபுகளுடன் (ஆகமம்) இணைத்தார். பௌத்தர்களின் அறிவுவாத மரபுகளுக்குச் சவால்விட்ட அவர் இந்து மதத்துக்குள்ளேயே துறவி (ஆச்சாரியர்) மரபினை நிறுவினார். அவரால்

உத்வேகம் பெற்ற பல அறிஞர்கள், உபநிஷதங்கள், பகவத் கீதை ஆகியவற்றை அடிப்படையாகக் கொண்டு கடவுளைப் பற்றி விளக்கும் சமஸ்கிருத உரைகளை எழுதினார்கள்.

அதே காலகட்டத்தில் நாதமுனி போன்ற பிராமணர்கள் ஆழ்வார் பாசுரங்களைத் தொகுத்ததோடு தாமே சில பாசுரங்களை இயற்றவும் செய்தனர். பிற்காலத்தில் அதாவது சுமார் ஆயிரம் ஆண்டுகளுக்கு முன்பு வாழ்ந்தவரும் கல்விப் புலமைக்காகவும் நிர்வாகத் திறன்களுக்காகவும் புகழ்பெற்றிருந்தவரும் ஆச்சாரியாரும் ஆகிய ராமானுஜர் வைணவத் தமிழ் வேதத்தை (திவ்யப் பிரபந்தம்) ஸ்ரீரங்கம் உள்ளிட்ட முதன்மையான வைணவக் கோயில் வளாகங்களில் நிகழ்த்தப்பட்ட சடங்குகளுடன் இணைத்தார். அதேபோல் புலவர்களாகவும் துறவிகளாகவும் விளங்கிய சம்பந்தர், அப்பர் போன்ற நாயன்மார்கள் சிவனைப் புகழும் பாடல்களை இயற்றினார்கள். இவை சமணர்களுக்கும், பௌத்தர்களுக்கும் ஏன் வைணவர்களுக்கும்கூட சவால் விடுப்பதாக அமைந்திருந்தன. சைவத் தமிழ் வேதம் (தேவாரம்) சைவ சித்தாந்தத் தத்துவத்துடனும் சிதம்பரம் உள்ளிட்ட சிவன் கோயில் வளாகங்களில் நிகழ்த்தப்படும் சடங்குகளுடனும் இணைக்கப்பட்டது. அவர்கள் பல்லவ, சோழ, பாண்டிய அரச வம்சத்தினரின் ஆதரவைப் பெற்றனர்.

தமிழர்களின் கற்பனையில் அனைத்தும் மிக முன்னதாகவே தோன்றிவிட்டன. காலத்தின் தொடக்கத்தில் சிவன் வேதங்கள் குறித்த உரை நிகழ்த்தியதை அடுத்து முனிவர்கள் வடக்கு நோக்கி நகர்ந்தனர். இதனால் பூமி ஒரு பக்கமாகச் சாய்ந்தது. எனவே சிவன் தனது சிறந்த மாணவராகிய அகஸ்தியரைத் தெற்கு நோக்கிச் செல்ல உத்தரவிட்டார். அகஸ்தியர் பழனி போன்ற வடக்கில் இருந்த மலைகளைத் தனது தோள்களிலும் காவேரி போன்ற வடக்கில் இருந்த ஆறுகளைத் தனது கமண்டலத்திலும் சுமந்தபடி வந்தார். அவரே தமிழ் இலக்கணத்தை ஒருங்கிணைத்தார். அவர் தனது அறிவைத் தனது மாணவர்களுக்குப் போதித்தார். அந்த மாணவர்களில் ஒருவர்தான் தொல்காப்பியத்தை இயற்றினார். தொல்காப்பியம்தான் நமக்குக் கிடைத்திருக்கும் மிகத் தொன்மையான தமிழ் இலக்கண நூல்.

சுமார் 1,200 ஆண்டுகளுக்கு முன்பு அதாவது ஆதி சங்கரர் வாழ்ந்த காலகட்டத்தில் தொல்காப்பியம் குறித்த உரை நூல் ஒன்றிலிருந்து புலவர்கள் – துறவிகள் கூடிய மூன்று பிரம்மாண்ட சங்கங்கள் குறித்துத் தெரியவருகிறது. இதைப்

பாண்டிய அரசர்கள் நடத்தினார்கள். இதில் கடவுளரும் கலந்துகொண்டனர். இவற்றில் முதல் இரண்டு சங்கங்கள் நடத்தப்பட்ட கடற்கரை நகரங்கள் வெள்ளத்தில் அடித்துச் செல்லப்பட்டுவிட்டன. அண்மைக்கால அகழ்வாராய்ச்சிகளின் மூலம் மூன்றாம் தமிழ்ச் சங்கம் பண்டைய மதுரையில் சுமார் 2,000 ஆண்டுகளுக்கு முன்பு நடந்திருக்கலாம் என்று தெரியவந்துள்ளது.

பிரம்மாண்டமான தமிழ் நகரங்கள், புலவர்–துறவிகளின் சங்கங்கள், தென் கிழக்கு ஆசிய, மத்திய ஆசிய நாடுகளுடனான வணிகத் தொடர்புகள் ஆகியவை குறித்த பேச்சுகள் 5,000 ஆண்டுகளுக்கு முந்தைய ஹரப்பா நாகரிகத்தில் திராவிட மொழி தழைத்திருந்தது; சமஸ்கிருதம் பேசும் ஆரியர்கள் வந்து அதை ஒழித்துவிட்டனர் என்னும் கருதுகோளுக்கு வித்திட்டன. வடக்கிலிருந்து தமிழ் ஒழிக்கப்பட்டது என்னும் இந்தக் கருத்து தென்னிந்தியர்கள் பலரிடையே மிகவும் பிரபலமானது. இதற்கு நேரெதிராக வட இந்தியர்கள், காலத்தின் தொடக்கத்திலிருந்தே, அல்லது குறைந்தது 12,000 ஆண்டு களுக்கு முன்பிலிருந்தாவது இந்தியத் துணைக்கண்டம் முழுவதும், ஹரப்பா நாகரிகத்திலும்கூட கடவுளரால் பேசப் பட்ட மொழியாகிய சமஸ்கிருதமே பேசப்பட்டது என்றும், தமிழ் சமஸ்கிருதத்தின் ஒரு கிளை மொழிதான் என்றும் நம்புகிறார்கள். இவை இரண்டுமே கற்றறிந்த பண்டிதர்களால் ஆய்வுபூர்வமாக நிரூபிக்கப்பட்ட கூற்றுகள் அல்ல. இவை அரசியல் கூற்றுகள். அரசியல்வாதிகளிடம் அவற்றை விட்டு விடுவதே சரியானது.

ஆனால் தமிழ் இலக்கியம் குறைந்தபட்சம் 2,000 ஆண்டுகள் பழமை வாய்ந்தது என்று உறுதியாகக் கூறலாம். அது நமக்கு வைதீக, பௌத்த, சமண மரபுகளுடன் சிந்தனைப் பரிமாற்றத்தில் ஈடுபட்ட, மதச்சார்பற்ற தமிழ் வேதமாகிய திருக்குறளைத் தந்துள்ளது. சுமார் 1,000 ஆண்டுகளுக்கு முன்பு தமிழ் இலக்கியம் நமக்கு முறையே நாயன்மார்களும் ஆழ்வார்களும் இயற்றிய சைவ, வைணவத் தமிழ் வேதங்களைக் (தேவாரம், திவ்ய பிரபந்தம்) கொடுத்தது. இதன் மூலம் பக்தி இயக்கச் சிந்தனை முறையாக எழுச்சிபெற்று இந்து மதத்தை நிரந்தரமாக மாற்றியமைத்தது.

கடவுளர்களுடன் தீவிரமான பிணைப்பைக் கொண்டிருந்த காலகட்டம் இந்து மதத்தில் ஒரு புரட்சிக்கு வித்திட்டது. ஒரு அடுக்கில் கோயில் சடங்குகள் யாகச் சடங்குகளைப் பின்னுக்குத் தள்ளின. இன்னொரு அடுக்கில் மக்கள் கடவுளுடனான

உணர்வுரீதியான நேரடிப் பிணைப்புக்கு முக்கியத்துவம் தந்தனர். பூசகர்களின் மூலமாக ஏற்படும் சடங்குரீதியான பிணைப்பைக் காட்டிலும் இதற்கு முக்கியத்துவம் அளிக்கப்பட்டது. கம்பர் ராமாயணத்தைத் தமிழில் மறுகூறலாகப் புதிதாக இயற்றினார். இதனால் பிற மொழிப் புலவர்கள் தமது உள்ளூர் மொழிகளில் ராமாயணத்தின் மறுகூறலை நிகழ்த்தும் உந்துதலைப் பெற்றார்கள். இப்படியாகப் பல ராமாயணங்கள் படிப்படியாகத் தெற்கிலிருந்து, பின்னர் கிழக்கிலிருந்து, இறுதியாக வடக்கிலிருந்தும் மேற்கிலிருந்தும் தோன்றின. கோயிலையும் பிராமணர்களையும் கடந்த, தெய்வத்துக்கும் பக்தருக்கும் இடையிலான அந்தரங்கமான பிணைப்பும் உணர்வுபூர்வமான பக்தியும் தெற்கிலிருந்துதான் தோன்றின என்றும் அங்கிருந்து வடக்கே பரவின என்றும் அறிஞர்கள் ஏற்றுக்கொள்கின்றனர். தமிழ் வேதம் *1,000* ஆண்டுகளுக்கு முன் இந்தியாவில் பக்தி இயக்கத்தைத் தொடங்கிவைத்தது என்று உறுதியாகக் கூறலாம்.

32

மனு ஸ்ம்ருதி என்பது என்ன?

மனித சமூகத்துக்கான நடத்தை விதிமுறைகளை ஒருங்கிணைத்துத் தொகுத்துள்ள ஆவணமாக மனுஸ்ம்ருதி தன்னை முன்வைத்துக்கொள்கிறது. சுமார் 1,800 ஆண்டுகளுக்கு முன்பு அது நடைமுறைக்கு வந்தது. அதே காலகட்டத்தில்தான் யாக அடிப்படையிலான வைதீக இந்து மதம் கோயிலை அடிப்படையாகக் கொண்ட புராணிக இந்து மதமாக உருமாறியது. 'மனுவின் சட்டம்' என்பதே அதன் நடைமுறைப் பொருள் என்றாலும் அதன் நேரடிப் பொருள் 'மனுவின் சிந்தனைகள்'. எனவே இஸ்லாமியர்களுக்கு ஷரியா, கத்தோலிக்கக் கிறிஸ்தவர்களுக்கான தேவாலயக் கோட்பாடு, இந்திய அரசமைப்புச் சட்டம் ஆகியவற்றைப் போல் மனு ஸ்ம்ருதி இந்து மதத்துக்கான சட்டப் புத்தகம் என்று பலர் அனுமானித்துக் கொள்கிறார்கள். ஆனால் இந்த அனுமானம் தவறானது. மனு ஸ்ம்ருதி என்பது பிராமணர்களால் பிரதானமாக பிராமணர்களுக்காகவும் குறிப்பாக அரசன் உள்ளிட்ட சில 'உயர் சாதி'யினருக்காகவும் தொகுக்கப்பட்ட நடத்தை விதிமுறைதான். அது தர்ம சாஸ்திரங்கள் என்று அறியப்படும் ஆவணங்களில் ஒன்று மட்டுமே.

மனு ஸ்ம்ருதி தோராயமாக பொ.ஆ. 2ஆம் நூற்றாண்டில் தொகுக்கப்பட்டது. இதே காலகட்டத்தில் இந்தியாவுடன் தொடர்பை ஏற்படுத்திக்கொண்ட சாகர்கள் (வடமேற்குப் பழங்குடிகள்), சின்கள் (சீனா) ஆகியோரைப் பற்றி இந்நூலில் குறிப்பிடப்பட்டிருப்பதிலிருந்து நமக்கு இது தெரியவருகிறது. அகழ்வாராய்ச்சிச் சான்றுகளின்படி இரண்டாம் நூற்றாண்டில் புழக்கத்துக்கு வந்த தங்க நாணயங்களைப் பற்றியும் மனு ஸ்ம்ருதியில் குறிப்புகள் உள்ளன. இதே காலகட்டத்தில் உருவான காம சூத்திரம் உள்ளிட்ட நூல்களில் மனு ஸ்ம்ருதி குறிப்பிடப்படுகிறது.

தர்ம சாஸ்திரங்களிடையே மனு ஸ்ம்ருதி தனித்துவம் வாய்ந்தது. அது தன்னை ஒரு புனித நூலாக, புராணமாக முன்வைத்துக்கொள்கிறது. இந்த உலகம் உருவானதன் தொடக்கம், நான்கு சமூகங்கள் (வருணங்கள்) உருவான விதம், நான்கு சமூகங்களுக்கான சட்டங்கள், ஆபத்தான நேரங்களில் சூழலைக் கையாளும் விதம், விதி மீறலுக்குப் பிறகு உருவாகும் சூழலைச் சரிசெய்வது ஆகியவற்றைப் பேசுகிறது. இறுதியாக மனித வாழ்க்கையின் இரு பெரும் முடிவுகள் – வாழ்க்கையின் செயல்பாடுகளின் பலன்களை அடுத்த பிறவியில் அனுபவிப்பது அல்லது பிறப்பு – பற்றியும் இறப்புச் சுழலிலிருந்து விடுதலையடைதல் குறித்தும் இந்நூல் பேசுபொருள்களாகக் கொண்டுள்ளது.

வேதங்கள் ஸ்ருதி என்றழைக்கப்படுபவை; செவிவழி வந்தவை; நிரந்தரமான தெய்வீக வெளிப்பாடுகளாகக் கருதப்படுபவை; மனு ஸ்ம்ருதி அல்லது மானவ தர்ம சாஸ்திரம் ஸ்ம்ருதி (இது நினைவுகூரப்படுவது). இது ஒரு மனிதனின் படைப்பு. இது நேரம் (காலம்), இடம் (ஸ்தானம்), பங்கேற்பாளர்கள் (பாத்திரம்) ஆகியவற்றின் அடிப்படையில் மாறக்கூடியது.

வாழ்வை அர்த்தம் நிறைந்ததாக ஆக்குவதற்காக (புருஷார்த்தம்) நாம் ஒரே நேரத்தில் நான்கு இலக்குகளை நோக்கிப் பயணிக்க வேண்டும்: சமூகப் பொறுப்புமிக்கவராக இருத்தல் (தர்மம்), செல்வத்தை விளைவித்து அதை விநியோகித்தல் (அர்த்தம்), இன்பம் துய்த்தல் (காமம்), எதிலும் அதிகப் பற்று இல்லாமல் இருத்தல் (மோட்சம்). இவை ஒவ்வொன்றையும் குறித்த அறிவு ஒருங்கிணைக்கப்படும் போது அது சாஸ்திரம் என்றழைக்கப்படுகிறது. எனவே தர்ம

சாஸ்திரம், அர்த்த சாஸ்திரம், காம சாஸ்திரம், மோட்ச சாஸ்திரம் ஆகியவை நம்மிடம் உள்ளன.

தோராயமாக மௌரியப் பேரரசின் ஆட்சிக் காலத்தில் இந்த சாஸ்திரங்களைப் பிராமணர்கள் தொகுக்கத் தொடங்கினார்கள். தொடக்கத்தில் அவை உரைநடையில் அமைந்தன. மனனம் செய்வதற்கு வசதியாக வரிகள் சுருக்கமாகவும் கச்சிதமாகவும் அமைக்கப்பட்டன. இவையே சூத்திரங்கள் ஆகும். பிற்காலத்தில் உரைநடையின் இடத்தைச் செய்யுள் (சுலோகம்) எடுத்துக்கொண்டது.

ஆபஸ்தம்பர், கௌதமர், போதாயனர் ஆகியோர் தொடக்க கால தர்ம சாஸ்திரங்களைத் தொகுத்தனர். சாணக்யர் அர்த்த சாஸ்திரத்தையும் வாத்ஸ்யாயனர் காம சாஸ்திரத்தையும் பாணினி, பாதராயணர் உள்ளிட்ட பல்வேறு தத்துவவாதிகள் யோகம், வேதாந்தம் உள்ளிட்ட வெவ்வேறு வகையான மோட்ச சாஸ்திரங்களையும் தொகுத்தனர். 'தொகுத்தனர்' என்னும் சொல்லைக் கவனிக்கவும். இந்த அறிஞர்கள் தாங்கள் தொகுத்தவை ஒரு பெரிய, தொன்மையான மரபின் பகுதியாக இருந்தவை என்பதையும் தங்கள் அறிவு வேதத்திலிருந்து தோன்றியது என்பதையும் எப்போதும் அங்கீகரிக்கத் தவறியதில்லை.

மனு ஸ்ம்ருதி முதன்முதலாக படைப்புக் கடவுளாகிய பிரம்மனிடமிருந்து தோன்றியதாகக் கூறப்படுகிறது. பிரம்மனிடமிருந்து முதல் மானுடனான மனுவுக்கும் மனுவிடமிருந்து முதல் ஆசிரியரான பிருகுவுக்கும் பிருகுவிடமிருந்து ரிஷிகளுக்கும் கடத்தப்பட்டது. மனு ஸ்ம்ருதி உருவான காலத்திலிருந்து அது தர்ம சாஸ்திரங்களில் முதன்மையான தாகக் கருதப்பட்டுவந்துள்ளது. மற்ற சட்டப் புத்தகங்கள் அனைத்தையும்விட இதுவே முக்கியமானதாக இருந்துள்ளது. தர்ம சாஸ்திரங்கள் குறித்த பெரும்பாலான உரைகள் மனு ஸ்ம்ருதியையே சட்ட நூலாகப் பயன்படுத்துகின்றன. இதன் உள்ளடக்கம் வேதங்களிலிருந்தும் வேதங்களை அறிந்தவர்களின் பழக்கவழக்கங்களிலிருந்தும் தோன்றியதாகக் கருதலாம்.

சமூகம் என்பது வேதங்களை அறிந்தோர் (பிராமணர்கள்), நிலத்தை ஆள்வோர் (சத்ரியர்கள்), வணிகம் செய்வோர் (வைசியர்கள்), சேவைபுரிவோர் (சூத்திரர்கள்) ஆகிய நான்கு குழுக்களைச் சேர்ந்தவர்களால் உருவாகியிருப்பதாகக் கருதும்

வைதீகச் சிந்தனையுடன் மனு ஸ்ம்ருதி ஒத்துப்போகிறது. பொதுவாக, தர்ம சாஸ்திரங்கள் சத்ரியர்களுக்கான சட்டத்தை விட பிராமணர்களுக்கான சட்டத்துக்கே அதிக மதிப்பை அளிக்கின்றன. ஆட்சி செய்யும் முறை அர்த்த சாஸ்திரத்தில் விவரிக்கப்பட்டுள்ளது. ஆனால் மனு ஸ்ம்ருதி பிராமணர்களின் சட்டத்துக்கும் சத்ரியர்களின் சட்டத்துக்கும் சமமான மதிப்பினைஅளிக்கிறது. இதன் மூலம் அர்த்த சாஸ்திரம் தர்ம சாஸ்திரத்தின் பகுதியாகிவிடுகிறது. எனவே முந்தைய தர்ம சாஸ்திரங்கள் முதன்மையாக பிராமணர்களின் நடத்தையை ஒழுங்குபடுத்துவதில் மட்டுமே ஆர்வம் செலுத்திய நிலையில் மனு ஸ்ம்ருதி சத்ரியர்களின் நடத்தையை ஒழுங்குபடுத்துவதிலும் ஆர்வம் செலுத்தியது.

மனு ஸ்ம்ருதியில் உள்ள கிட்டத்தட்ட 2,500 சுலோகங்களில் 1,000 பிராமணர்களுக்கானவை, 1,000 சத்ரியர்களுக்கானவை, 8 வைசியர்களுக்கானவை, 2 சூத்திரர்களுக்கானவை. ஒட்டு மொத்தச் சமூகத்தின் மீது அல்லாமல் பிராமணர்கள்மீதும் அரசர்களுடனான அவர்களது உறவின் மீதும்தான் இந்நூல் கவனம் செலுத்துகிறது என்பது தெளிவு. பௌத்த, சமண மதங்களின் எழுச்சிக்குப் பிறகும் பிராமணர்களின் வெற்றியும் முக்கியத்துவமும் தொடர்வதை இந்த உத்தி உறுதிசெய்தது. காலம்காலமாகத் தொடர்ந்த இந்தப் போக்கு முகலாயர் ஆட்சியிலும் நீடித்தது. பிரிட்டிஷ் காலனி ஆட்சியில் அரசுப் பணிகளில் பிராமணர்களின் ஆதிக்கம் நிலவியது. சுதந்திர இந்தியாவிலும்அது தொடர்கிறது.

பத்தொன்பதாம் நூற்றாண்டில் ஐரோப்பியர்கள் பலர் வாழ்க்கையின் முக்கியத்துவத்தை உறுதிசெய்ததற்காக மனு ஸ்ம்ருதியைக் கொண்டாடினர். அவர்கள் உலகை மறுத்த துறவுவாத பௌத்தத்துக்கான எதிர்ப்பாக மனுவைக்கண்டனர். அந்தக் காலகட்டத்தில் ஐரோப்பாவில் புத்தர் ஒரு உன்னதத் துறவியாகப் பிரபலமடைந்துகொண்டிருந்தார். மனு ஸ்ம்ருதியின் சில பகுதிகள் கல்வி கற்றவர்கள் படிப்பதற்குப் பரிந்துரைக்கப்பட்ட பட்டியலில் இடம்பெற்றது. இருபதாம் நூற்றாண்டில் காட்சிகள் மாறின. சாதி முக்கியமான அரசியல் பிரச்சினையாக உருவெடுத்த நிலையில் மனு சாதியை நிறுவனமயப்படுத்தியவராகவும் புத்தர் சாதியை நிராகரித்தவராகவும் பார்க்கப்பட்டனர். மனு ஸ்ம்ருதி இந்தியாவில் நிலவிய ஏற்றதாழ்வுகளுக்கான மூல காரணமாகப்

பார்க்கப்பட்டது. இதனால் அந்நூல் பல முறை பொது இடங்களில் எரிக்கப்பட்டது. .

பல தர்ம சாஸ்திரங்களில் ஒன்றுதான் மனு ஸ்ம்ருதி, தில்லி சுல்தான்கள், தக்காணம், வங்கம் என இந்தியா இஸ்லாமியர் ஆட்சிக்கு உட்படத் தொடங்கிய பிறகு மனு ஸ்ம்ருதி பெருமளவில் நடைமுறையில் இல்லை. பிரிட்டிஷ் கிழக்கிந்தியக் கம்பெனி இந்தியாவின் ஆட்சியை முகலாயர் களிடமிருந்து கைப்பற்றிய பிறகு தனது ஆட்சிக்குட்பட்ட இந்திய மக்களுக்கான சட்டங்களைத் தொகுக்கத் தொடங்கியது. இஸ்லாமியர்களுக்கென அப்போது நடைமுறையில் இருந்த ஷரியா சட்டத்தை அவர்கள் ஏற்றுக்கொண்டனர். இந்துக்களுக்கு அப்படி எதுவும் இல்லை. எனவே கிழக்கிந்தியக் கம்பெனியார், மனு ஸ்ம்ருதியை மீட்டெடுத்து அதை இந்துக்களின் சட்டப் புத்தகமாக ஆக்கினார்கள். உண்மையில் மனு ஸ்ம்ருதி இந்துக்களின் சட்டப் புத்தகமாக எப்போதும் இருந்ததில்லை. ஆனால் கிழக்கிந்தியக் கம்பெனியாரின் மீட்டெடுப்பினால், மனு ஸ்ம்ருதி உலகம் முழுவதும் பிரபல மானது. அதுவரை இந்தியச் சமூகத்தில் பெண்களின் நிலையும் சாதிகளின் நிலையும் பிராந்தியச் சூழலுக்கு ஏற்ப வேறுபட்டிருந்தன. ஆனால் பிரிட்டிஷார் அதைப் பொதுவாக்கி நிலைநிறுத்தினார்கள். இது பிரிட்டிஷாரின் 'பிரித்தாளும்' கொள்கைக்கும் சுதந்திர இந்தியாவில் 'வாக்கு வங்கி' அரசியலுக்கும் வழிவகுத்தது.

மரபியல் அறிவியலின்படி, சாதி கடந்த திருமணத்துக்கு எதிரான கடுமையான விதிகள் உருவாகி, சாதிக் குழுக்கள் தீவிரமாக அகமணமுறைக்குட்பட்டவையாக ஆகிக் கொண்டிருந்த காலத்தில் மனு ஸ்ம்ருதி எழுதப்பட்டது (இன்றும் இந்தியாவில் 10 சதவீதத் திருமணங்களே சாதியைக் கடந்து மேற்கொள்ளப்படுகின்றன). சுமார் 2,000 ஆண்டுகளுக்கு முன்பு சாதி கடந்த திருமணத்தைத் தடை செய்ததன் மூலம் சாதி என்னும் நிறுவனம் மிகவும் இறுக்கமானதாக ஆனது. ஆனால் இது மனு ஸ்ம்ருதியினால் நிகழ்ந்ததல்ல. மனு ஸ்ம்ருதி எதைச் செய்ததாகப் பழிக்கப்படுகிறதோ அந்த பழிக்கு உரியதாக அது எப்போதும் இருந்ததில்லை. அது, புழக்கத்தில் இருந்த சமூகப் பழக்கவழக்கங்களின் ஆவணப்படுத்தல் மட்டுமே. அனைத்து இந்துக்களுக்குமான கோட்பாடாகவோ சட்டமாகவோ அது எப்போதும் கருதப்பட்டதில்லை. மாறாக அது முதன்மையாக பிராமணர்களுக்கான சட்டம் மட்டுமே.

பிரிட்டிஷார் தமது காலனியை ஆட்சி செய்வதற்கான ஒரு கருவியாக மனு ஸ்ம்ருதியைக் கையில் எடுத்திருக்கவில்லை என்றால் அது எப்போதோ மறக்கப்பட்டிருக்கக்கூடும் அல்லது நிபுணர்களுக்கும் அறிஞர்களுக்கும் மட்டுமானதாக நூலகங்களில் முடங்கியிருக்கக்கூடும்.

33

மனுவின் சட்டம் சாதி அமைப்புக்கு அங்கீகாரம் அளிக்கிறதா?

யூத மதத்தில் தல்மூத் இருப்பது போன்றோ இஸ்லாத்தின் ஹதீஸ் போன்றோ 1789இல் பிரெஞ்சுப் புரட்சியின் போது உருவாக்கப்பட்ட வழிகாட்டும் தொலை நோக்கு அறிக்கையான மனிதர்கள் மற்றும் குடிமக்களின் உரிமைகள் ஆவணத்தைப் (*Declaration of Man*) போன்றோ இந்து மதத்துக்கென்று சட்ட நூல்கள் எப்போதும் இருந்ததில்லை. அந்த வகையில் மனு ஸ்ம்ருதி இந்து மதத்தின் சட்ட நூல் இல்லை என்று சொல்லலாம்.

தோராயமாக ஐந்தாம் நூற்றாண்டிலிருந்து, பிராமணர்கள் சமூகம் எப்படி இருக்க வேண்டும் என்று நினைத்தார்களோ அதை எழுதிவைக்க முடிவெடுத்தார்கள். இவைதான் தர்ம சாஸ்திரங்கள் என்று அழைக்கப்பட்டன. இவை அனைத்து இந்துக்களுக்குமானவை அல்ல. மாறாக, பிராமணர்கள் பணியாற்றிய அரசாங்கத்துக்கு ஏற்ப உள்ளூர்மயமாக்கப் பட்டது. இந்த நூலின் முக்கியமான கருப்பொருள் இடம், நேரம், மனிதர்கள் (ஸ்தானம், காலம், பாத்திரம்) ஆகியவற்றுக்கேற்பத் தகவமைத்துக் கொள்ளுதல்.

பத்தொன்பதாம் நூற்றாண்டில் பிரிட்டிஷ் அரசு இந்தியக் காலனிகளுக்கான சட்டங்களை உருவாக்கிக்கொண்டிருந்த போது அப்போது இந்துக்களுக்கான சட்டங்களை எழுதத் தமக்கு உதவக் கூடிய ஒரு நூலை அவர்கள் தேடிக்கொண்டிருந் தார்கள். கிறிஸ்தவ மதத்தில் பாதிரியார்களே சட்டங்களைப் பாதுகாக்கின்றனர். அதைப் போல் இந்து மதத்தில் பிராமணர்கள் தான் சட்டங்களின் பொறுப்பாளர்கள் என்று பிரிட்டிஷார் அனுமானித்துக்கொண்டனர். காசியைச் சேர்ந்த பிராமணர்கள் காலனியச் சட்ட வகுப்பாளர்கள் தேடிக்கொண்டிருந்ததைப் போலவே இருந்த பிரதிகளான தர்ம சாஸ்திரங்களைக் கொடுத்தனர்.

பல்வேறு தர்ம சாஸ்திரங்கள் உள்ளன. அவற்றுள் ஒன்று தான் மனு ஸ்ம்ருதி. இந்தியச் சமூகத்தில் அதன் தாக்கத்தை யாராலும் சரியாக ஊகிக்க முடியாது. ஏனென்றால் இந்து மதம் ஆபிரகாமிய மதங்களைப் போல் கறாரான சட்டதிட்டங்களைக் கொண்டதல்ல. ஆனால் மனு ஸ்ம்ருதியின் மனுவே இந்து மதத்தின் ‘ஆதாம்’ என்னும் அனுமானத்தின் அடிப்படையிலேயே பிரிட்டிஷார் மனு ஸ்ம்ருதியைத் தேர்ந்தெடுத்தனர். நிர்வாக வசதிக்காக இந்து மதத்தை ஒற்றைத்தன்மை வாய்ந்ததாக்கி ஆவணப்படுத்தும் காலனியத் திட்டத்தின் ஒரு பகுதிதான் இது. மனு ஸ்ம்ருதி என்றால் ‘மனுவின் சிந்தனைகள்’. பிரிட்டிஷார் அதை ‘மனுவின் சட்டங்கள்’ என்று மாற்றினர்.

மனு ஸ்ம்ருதியும் பிற தர்ம சாஸ்திரங்களும் ‘சாதி’, ‘வர்ணம்’ ஆகிய கோட்பாடுகளை ஒன்றாகக் கலந்தன. சாதி என்பது சமூகக் கோட்பாடு. வர்ணம் தொடக்கத்தில் உளவியல் கோட்பாடாக இருந்தது. சாதி என்பது பௌத்த காலத்திலிருந்து அதாவது தோராயமாக பொ.ஆ.மு. 500இலிருந்து இந்தியாவில் நிலவிய தொழில் பிரிவுகளைக் குறிப்பது. வர்ணம் என்பது வேத நூல்களிலிருந்து வருவது. அது இயற்கையான குணங்களின் அடிப்படையிலானது. இவை உண்மை என்பதைவிட உருவகம் சார்ந்தவை என்றுதான் சொல்ல வேண்டும்.

ஒவ்வொரு சமூகமும் மனிதனால் உருவான உயிரினம் என்று வேதங்கள் அறிவித்தன. அந்த மனிதனின் தலை அறிவை நாடுவோரால் (பிராமணர்கள்) ஆனது. அவனது கைகள் அதிகாரத்தைத் நாடுவோரால் (சத்ரியர்கள்) ஆனது. அவனது வயிற்றுப் பகுதி செல்வத்தை (வைசியர்கள்) நாடுவோரால் ஆனது. அவனுடைய பாதங்கள் சேவை வழங்குவோரால் (சூத்திரர்கள்) ஆனது. நூற்றுக்கணக்கான சாதிகளை மனு நான்கடுக்கு வர்ணக் கட்டமைப்புக்குள் இணைத்தார். நான்கு

வர்ணங்களுக்குள்ளும் பொருந்தாதவர்கள் ஐந்தாவது குழுவில் (பஞ்சமர்) சேர்க்கப்பட்டனர்.

ஆனால் இந்த நான்கு அடுக்குக் கட்டமைப்பு கோட்பாட்டு ரீதியிலானது மட்டுமே. நடைமுறையில் உயர் சாதிகள் (சவர்ண) தாழ்ந்த சாதிகள் (அவர்ண அல்லது தலித்) என்றே இருந்தன. உயர் சாதிகளுக்கு அரசியல், பொருளாதார பலம் கிடைத்தது. அவர்ணர்களுக்கு அவை எதுவும் கிடைக்கவில்லை. தாழ்ந்த சாதிகளைச் சேர்ந்த பலர் சடங்கு நிகழ்வுகளிலிருந்து ஒதுக்கிவைக்கப்பட வேண்டிய அசுத்தமானவர்களாகக் கருதப்பட்டனர். 'சடங்குசார் தீட்டு' என்னும் கருத்துரு இந்து மதச் சடங்களிலும் அதிகமாகக் காணப்பட்டாலும் அதைவிடப் பெரிய தெற்காசியப் பண்பாட்டு நம்பிக்கைச் சட்டகத்தின் ஒரு பகுதி அது.

பாகிஸ்தானும் வங்கதேசமும் இஸ்லாமிய நாடுகள். அங்கு வாழும் மக்கள் நூற்றாண்டுகளுக்கு முன்பே இஸ்லாம் மதத்துக்கு மாறிவிட்டவர்கள். ஆனால் அவர்கள் இன்னும் சாதியப் படிநிலையைப் பின்பற்றுகின்றனர். குறிப்பாகக் கழிவுநீர் தொடர்பான பணிகளைத் 'தாழ்ந்த சாதி'களுக்கே ஒதுக்குகின்றனர். இலங்கை ஒரு பௌத்த நாடு. அங்கு இந்து மதத்தின் செல்வாக்கு மிகக் குறைவு அல்லது இல்லவே இல்லை என்று சொல்லிவிடலாம். அங்கும் சாதியப் படிநிலை நிலவுகிறது. இதை 'மனுவின் சட்ட'த்தைக் கொண்டு விளங்கிக் கொள்ள முடியாது.

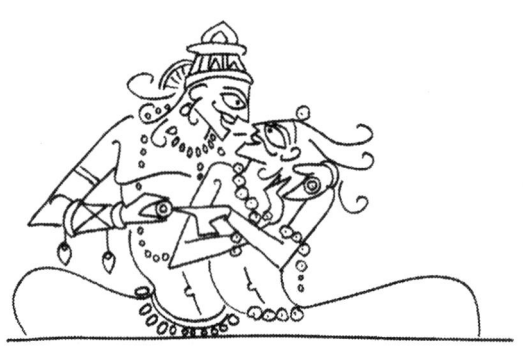

34

மனு ஸ்ம்ருதியும் தர்ம சாஸ்திரங்களும் தன்பாலின ஈர்ப்புக் குறித்து என்ன சொல்கின்றன?

இந்திய உச்ச நீதிமன்றம் 2018இல் தன்பாலின ஈர்ப்பு குற்றமல்ல என்று தீர்ப்பளித்தது. காலனி ஆட்சிக் காலத்தில் உருவாக்கப்பட்ட சட்டப் பிரிவை ரத்து செய்ததன் மூலம் தன்பாலின ஈர்ப்பைக் குற்றமற்றதாக ஆக்கியது. தன்பாலின ஈர்ப்புக்கு எதிரான இந்தக் காலனியச் சட்டம் (காலனி ஆட்சிக்குட்பட்டிருந்த ஆசிய, ஆப்ரிக்க நாடுகள் பலவற்றில் இன்றும் நடைமுறையில் இருக்கிறது) இறைக் கட்டளைக்கு எதிரான சில செயல்களில் மக்கள் ஈடுபட்டதால் சோதோம், கொமோரா ஆகிய நகரங்களைக் கடவுள் நெருப்பினாலும் கந்தகத்தாலும் எரித்த கதையை அல்லது சிலர் சொல்வதுபோல் அந்தக் கதையை வேண்டுமென்றே தவறாகப் புரிந்துகொண்டதன் அடிப்படையாகக் கொண்டது. இந்தச் செயல்கள் என்ன என்பது பலவகையான புரிதல்களுக்கு உட்பட்டவை. பண்டைய அராமிக், ஹீப்ரூ, கிரேக்க நூல்களை ஒருவர் எப்படிப் புரிந்து கொள்கிறார் என்பதைப் பொறுத்ததும்கூட.

பால்புதுமையினரை (தன்பாலின ஈர்ப்பாளர்கள், திருநர்கள் உள்ளிட்ட பல்வேறு மாற்றுப் பாலினத்தவரைக் குறிப்பதற்கான பொதுச் சொல்) எதிர்ப்பவர்கள் நகர்ப்புறங்களில்

வாழ்பவர்கள் மட்டுமே தன்பாலின ஈர்ப்புச் செயல்களில் ஈடுபடுவார்கள் என்று கூறுகிறார்கள். பால்புதுமையினரின் ஆதரவாளர்கள் இந்தக் கதைக்கு வேறு வகையான விளக்கத்தை அளிக்கிறார்கள். நகர்ப்புற மக்கள் வந்தாரை நல்ல முறையில் வரவேற்பவர்கள் அல்ல என்றும் விருந்தாளிகளைப் பாலியல் வல்லுறவுக்குள்ளாக்குபவர்கள் என்றும் கூறுகிறார்கள். உங்களுக்குச் சரி என்று தோன்றுவதைத் தேர்ந்தெடுக்கலாம். ஆனால் முரண் என்னவென்றால் அந்த எரியூட்டு நிகழ்வுக்குப் பிறகு அவ்விடத்தில் உள்ள இனக் குழுத் தலைவரான லோத் தனது மகள்களுடன் பாலுறவு வைத்துக் கொள்கிறார். இந்தத் தகாத பாலுறவு கடவுளின் தண்டனையைப் பெறவில்லை.

கடவுள் சில பாலுறவுச் செயல்களை அனுமதித்து வேறு சிலவற்றைத் தண்டிப்பது போன்ற கதைகள் இந்துப் புராணங்களில் இல்லை. பல ஆபிரகாமிய மரபுகளில் தன்பாலின ஈர்ப்பு கடவுளுக்கு எதிரான செயலாகப் பார்க்கப்படுகிறது. ஆனால் இந்து மரபுகளில் தன்பாலின ஈர்ப்பு கர்மவினையின் பகுதியாகப் பார்க்கப்படுகிறது. நாம் கர்மவினையினால் உருவானவர்கள். நமது செயல்கள் நமது எதிர்காலக் கர்மவினையைத் தீர்மானிக்கின்றன. எனவே தன்பாலின ஈர்ப்பு கர்மவினையின் வெளிப்பாடு என்றே நம்பப்படுகிறது. நாம் அதனுடன் போரிட முடியாது. அதைக் கையாள வேண்டும்.

எதிர்ப்பாலின ஈர்ப்பினைப் போலவே தன்பாலின ஈர்ப்பும் ஒழுங்குமுறைக்கு உட்படுத்தப்பட வேண்டியதுதான். ஆனால் எந்த அளவுக்கு ஒழுங்குமுறைப்படுத்துவது என்பது சூழலுக்கு ஏற்ப வேறுபடும். சிலர் பாலுறவு என்பது மகப்பேறுக்கு மட்டுமானது என்று நம்புகிறார்கள். சிலர் காதலிப்போர் மட்டுமே பாலுறவு கொள்ள வேண்டும் என்று நினைக்கிறார்கள். வேறு சிலர் பாலுறவு இன்பத் துய்ப்பின் ஒரு வடிவம்தான் என்றும் அதைத் தாண்டி அதற்கு எந்த முக்கியத்துவமும் அளிக்கப்படக் கூடாது என்றும் கருதுகின்றனர். வேதங்களில் நெருப்பின் கடவுளான அக்னிக்கு இரண்டு அன்னைகள் இருப்பதாகச் சொல்லப்படுகிறது. இதை நேரடிப் பொருளில் எடுத்துக்கொள்ள வேண்டுமா அல்லது உருவகப் பொருளிலா?

புராணங்களில் கடவுள் தனது பாலினத்தை மாற்றிக் கொண்டே இருக்கிறார். ஒவ்வொரு கடவுளுக்கும் ஒரு பெண் சக்தி உள்ளது. விநாயகருக்கு விநாயகி, வராகருக்கு வாராகி, சிவன் பார்வதியை மகிழ்ச்சியடையச் செய்வதற்காக அர்த்தநாரீஸ்வரர் ஆகிறார்(சிவன் பாதி சக்தி பாதி). அதே சிவன் ராசலீலையில் கிருஷ்ணனுடன் சேர்வதற்காகக் கோபேஸ்வரர் ஆகிறார். பால் *(Baul)* மரபில் காளி கிருஷ்ணராக

முடிவெடுக்கும்போது சிவன் ராதை ஆகிறார். அசுரர்களையும் முனிவர்களையும் மயக்குவதற்காக விஷ்ணு மோகினி என்னும் அழகான இளம்பெண்ணின் வடிவத்தை எடுக்கிறார். துளசிதாசரின் ராம்சரித மானஸ் நூலில் (ராமாயணத்தின் ஒரு வடிவம்) தீய எண்ணங்களை விட்டுவிட்டுத் தனது கருணையை நாடிச் சரணடையும் தாவரங்கள், விலங்குகள், ஆண்கள், பெண்கள், மாற்றுப் பாலினத்தவர்கள் (நபும்சகர்கள்) என அனைத்து உயிரினங்களையும் தான் நேசிப்பதாகக் கடவுள் சொல்கிறார். இதை எப்படிப் புரிந்துகொள்வது? பாலின, பாலியல் நெகிழ்வுத்தன்மையை இயல்பானதாக எடுத்துக் கொள்வது என்றா? கர்மவினையை ஏற்பது என்றா?

சுஷ்ருத சம்ஹிதை போன்ற மருத்துவ நூல்கள், தாந்த்ரீக நம்பிக்கை ஒன்றை ஏற்கின்றன. ஆணும் பெண்ணும் குழந்தை பெற்றுக்கொள்வதற்காக உறவுகொள்ளும்போது பிறக்கப் போகும் குழந்தையின் பாலினமும் பாலியல் ஈர்ப்பும் ஆணின் வெள்ளை விதையும் பெண்ணின் சிவப்பு விதையும் எந்த அளவுக்கு இருக்கின்றன என்பதைப் பொறுத்தே அமையும். வெள்ளை விதை வலுவாக இருந்தால் எதிர்ப்பாலின ஈர்ப்புக் கொண்ட ஆண் குழந்தை பிறக்கும். சிவப்பு விதை வலுவானதாக இருந்தால் எதிர்ப்பாலின ஈர்ப்புக் கொண்ட பெண் குழந்தை பிறக்கும். இரண்டு விதைகளுமே சமமான வலுவுடன் இருந்தால் பிறக்கும் குழந்தை பால் புதுமைப் பிரிவைச் சேர்ந்ததாக இருக்கும். (க்ளிபா, நபும்சக, கின்னர). ஜோசியம், கட்டிடக் கலை, இசை ஆகிய துறைகள் சார்ந்த சமஸ்கிருத நூல்கள் ஆண், பெண், மாற்றுப் பாலினத்தவர் ஆகிய மூன்று பாலினங்களைக் குறிக்கின்றன. எனவே தன்பாலின ஈர்ப்பு நிலை என்பது உடலியல் சார்ந்ததாகப் பார்க்கப்பட்டதே அன்றி நோய்க்கூறாக அல்ல.

தர்ம சாஸ்திரங்களை அவை எழுதப்பட்ட பின்னணி, சூழல் ஆகியவற்றுடன் பொருத்திப் பார்க்க வேண்டும். அவை சரியான மனித நடத்தை குறித்த ஊகங்களை முன்வைத்தன. ராமாயணம், மகாபாரதம் போன்ற நூல்கள் உருவான காலகட்டத்தில் பிராமணர்கள் எழுதிய தர்ம சாஸ்திரங்கள் பெண்ணுறுப்பு இல்லாத (அயோனி) பாலுறவைச் சாதாரண மானதாக எடுத்துக்கொள்ளும் மனநிலையைக் கொண்டிருந்தன. இது உரிய வயதை எட்டிவிட்ட இரண்டு ஆண்கள் அல்லது இரண்டு பெண்களுக்கு இடையிலான பரஸ்பர சம்மதத்துடன் கூடிய குதப் புணர்ச்சி/வாய்வழிப் புணர்ச்சியையும் குறிப்பதாக எடுத்துக்கொள்ளலாம்.

கௌடில்யரின் அர்த்தசாஸ்திரம் தன்பாலின பாலுறவுக்குச் சிறிய திருட்டுகளுக்கு விதிக்கப்படுவதைப் போன்ற

அபராதத்தை விதிக்கிறது. ஆண்களைவிடப் பெண்களுக்கு அபராதத் தொகை அதிகம். இருவரில் ஒருவருக்குச் சம்மதம் இல்லாமல் நிர்ப்பந்தத்தின் பெயரில் நிகழ்ந்த பாலுறவு என்றால் அபராதத் தொகை மேலும் அதிகரிக்கும் *(IV.XIII.236)*.

தன்பாலின பாலுறவை மாதவிடாயில் உள்ள பெண்களுடன் உறவுகொள்வதற்கும் பகல் நேரத்தில் உறவு கொள்வதற்கும் இணையானதாகக் கருதுகிறது மனு ஸ்ம்ருதி. இதற்கான தண்டனை, ஆடைகளுடன் குளித்தல், இரவில் பட்டினி, பசும்பாலையும் பசுவின் சிறுநீரையும் பருகுதல் போன்ற தூய்மைப்படுத்துதலுக்கான சடங்குகளை உள்ளடக்கியது. தூய்மைப்படுத்திக்கொள்ளத் தவறுபவர் தன்னுடைய சாதியை இழக்கும் நிலைக்குத் தள்ளப்படலாம்.

எதிர்ப் பாலினத்தவருடனான உறவில் ஒருவர் தன் வாழ்விணையைத் தவிர வேறொருவருடன் உறவு வைத்திருத்தல், பாலியல் வல்லுறவு, கன்னிப் பெண்ணின் கற்பைக் களவாடுதல் போன்றவற்றுக்கு இதைவிட மிக அதிகமான அபராதங்களும் மிகத் தீவிரமான தூய்மைப்படுத்துதல் சடங்குகளும் விதிக்கப்பட்டுள்ளன. *(XI:175)*

ஆண் குழந்தைகள் பிறப்பதற்கு வழிவகுக்கும் என்பதால் எதிர்ப்பாலினங்களுக்கு இடையிலான திருமணத்துக்கும் பாலுறவுக்குமே தர்ம சாஸ்திரங்கள் மதிப்பளித்தன என்பது தெளிவு. பிற வடிவங்களிலான பாலுறவு இருப்பதை வெறுப்புடன் அங்கீகரித்ததன. அனைத்து வகையான பாலியல் ஒழுங்கீனங்களையும்போல்அவற்றைத் தடுக்க முயன்றன. ஆனால் கடுமையான கண்டனங்களை விதிக்கவில்லை.

பிரம்மச்சரியத்தை உயர்த்திப் பிடித்த பௌத்தம், சமணம் போன்ற துறவு மரபுகளில் தன்பாலின ஈர்ப்பு, எதிர்ப்பாலின ஈர்ப்பு என எந்த வகையான பாலியல் விழைவுமே ஆன்மிகப் பாதையில் தடைக்கல்லாகவே பார்க்கப்பட்டது. சார்வாகம் அல்லது உலகாயத மரபுகளில் ஒருவரின் உள்ளார்ந்த இயல்பு பாராட்டவும் கொண்டாடவும்படவேண்டுமே அன்றி மதிப்பிடப்படக் கூடாது. இப்படியாக இந்தியாவில் தன்பாலின ஈர்ப்பு உள்ளிட்ட அனைத்து வகையான பாலுறவுகள் குறித்தும் பல்வேறு வகையான திறந்த மனதுடன் கூடிய நிலைப்பாடே பொதுவாக இருந்துள்ளது. இவை சார்ந்த நிர்ப்பந்தம், பிணைப்பு, அளவுகடந்த பற்று குறித்த எச்சரிக்கை உணர்வும் இருந்துள்ளது.

வரலாறு

35

இந்து மதம் ஆரிய மதமா?

'**ஆ**ரியன்' என்கிற சொல்லின் பொருள் என்ன? ஆரியன் என்றால் நாஸிசம் என்று ஒருவர் நினைத்தால் அது தவறு. சுமார் 4,000 ஆண்டுகளுக்கு முன்பு யுரேசியாவிலிருந்து மத்திய ஆசியா வழியாக இந்தியாவுக்குப் புலம்பெயர்ந்து வந்து, சிந்து சமவெளியிலிருந்து கங்கைச் சமவெளியை நோக்கி நகர்ந்தபடி 1,000 ஆண்டுகளுக்கு மேலாக வேதங்களை இயற்றிய, புரோட்டோ–இந்தோ – ஐரோப்பிய மொழியைப் பேசும் மக்கள்தான் ஆரியன் என்று நினைத்தால் அது சரி – ஆனால் பகுதி அளவில்தான்.

மரபியல் ஆய்வுகள் தொடங்குவதற்கு முன்புவரை ஆரியர்கள் குறித்த தகவல்கள் ஈரானின் அவெஸ்டா, இந்தியாவின் வேதங்கள் ஆகிய இரண்டு பண்டைய நூல்கள் தொடர்பான மொழியியல் ஆய்வுகளுக்குள் மட்டுமே சுருங்கியிருந்தன. அகழாய்வு சார்ந்த ஆதாரங்கள் மிகக் குறைவாகவே இருந்தன. இது பல ஊகங்களுக்கு வித்திட்டது. ஆரியர்கள் இந்தியாவுக்குள் வந்தார்களா அல்லது இந்தியாவுக்கு வெளியில் பரவினார்களா, ஆரியர்களின் அசலான தாய்நாடு யுரேசியாவா இந்தியாவா என்பது போன்ற ஆக்ரோஷமான விவாதங்கள் நடந்தன.

ஆனால் தற்போது மரபியல் ஆய்வுகள் சில விஷயங்களைத் தெளிவுபடுத்திவிட்டன. குதிரைகள் 6,000 ஆண்டுகளுக்கு முன்பு யுரேசியாவில்தான்

மனிதர்களின் தேவைக்குப் பயன்படக்கூடிய வகையில் வீட்டு விலங்காகப் பழக்கப்படுத்தப்பட்டன. 5,000 ஆண்டுகளுக்கு முன்பு யுரேசியாவிலிருந்து மக்கள் புலம்பெயரத் தொடங்கினர். ஒரு கிளை (குழு) மேற்கே ஐரோப்பாவை நோக்கி நகர்ந்தது. இன்னொரு கிளை கிழக்கே ஆசியாவை நோக்கியும் நகர்ந்தது. இந்த இரண்டு கிளையினருமே குதிரைகளையும் ஆரத்துடன் கூடிய சக்கரங்கள் கொண்ட தேர்களையும் பற்றி நன்கு அறிந்திருந்தனர். ஆசியக் கிளையினர் ஹோம/சோம சடங்கு குறித்துத் தங்களுக்கு இருந்த அறிவை வைத்துத் தங்களை வேறுபடுத்திக்காட்டிக்கொண்டனர். ஈரானியக் கிளை, இந்தியக் கிளை என்று இது மேலும் பிரிந்தது. ஈரானியக் கிளையினர் தேவ என்னும் சொல்லின் மூலம் அரக்கர்களைக் குறித்தார்கள். ஒற்றைக் கடவுள் வழிபாட்டை ஏற்கத் தொடங்கினார்கள். இந்தியக் கிளையினர் தேவர்கள் என்று கடவுளைக் குறித்தார்கள். பல கடவுள் வழிபாட்டை ஏற்கத் தொடங்கினார்கள்.

வேதங்களை இயற்றியவர்கள் இப்போது கக்கர் என்றழைக்கப்படும் சரஸ்வதி நதி குறித்து நன்கு அறிந்திருந்தனர். இதன் மூலம் இன்று ஹரப்பா நாகரிகம் என்று நாம் அறிந்து வைத்திருக்கும் நகரங்களும் அவர்களுக்குத் தெரிந்திருந்தன என்பது புலனாகிறது. அந்த நகரங்கள் வடமேற்கு இந்தியா நெடுகிலும் பரவியிருந்தன. சிந்துவையும் இப்போது வற்றிவிட்ட சரஸ்வதி–கக்கர் நதிகளையும் சுற்றி அவை அமைந்திருந்தன. ஆரியர்கள் இந்தியாவுக்கு வந்தபோது இந்தப் பண்பாடு வீழ்ந்துகொண்டிருந்தது; அல்லது அழிந்துகூடப் போயிருக்கலாம். ஆனால் சிந்து சமவெளியிலிருந்து கிடைத்த முத்திரைகளில் யானைகள், புலிகளின் உருவங்கள் பொறிக்கப்பட்டுள்ளன. ஆனால் குதிரைகள் இல்லை. வேதப் பாடல்களில் குதிரைகள் குறித்து நிறையப் பேசப்படுகிறது. ஆனால் யானை, புலி குறித்து வேதங்களை இயற்றியோர் அறிந்திருக்கவில்லை.

சிந்து வெளியின் நகரங்கள் அழிந்தது காலநிலை மாற்றத்தால்தானே அன்றி அந்நியர் படையெடுப்பினால் அல்ல என்பதும் வேதப் பாடல்கள் தொகுக்கப்படுவதற்கோ இயற்றப்படுவதற்கோ வெகுகாலம் முன்பாகவே இந்த அழிவு நிகழ்ந்துவிட்டது என்பதும் ஆய்வுகளின் மூலம் தெரிய வந்துள்ளது. 4,000 ஆண்டுகளுக்கு முந்தைய இந்தியாவில் மரபியல் கலப்பு இயல்பானதாக இருந்ததாக மரபியல் தரவுகள் தெளிவுபடுத்துகின்றன. இதன் பொருள் ரிக் வேதத்தை இயற்றிய ‘ஆரியர்கள்’ ஹரப்பா நகரங்களில் வாழ்ந்தோரின் வழித்தோன்றல்களுடன் கலக்கத் தொடங்கினார்கள் என்பதே. ஐரோப்பியக் கீழைத்தேயவாதிகள் கற்பிதம் செய்ததைப்

போல் ஹரப்பர்கள்மீது படையெடுப்பும் நிகழ்த்தப்படவில்லை அவர்கள் அடிமைப்படுத்தப்படவும் இல்லை. மாறாக அவர்கள் பாடல்களுக்கும் மரபுவழிப்பட்ட கதைகளுக்கும் பங்களித்தனர்.

சாதியை அடிப்படையாகக் கொண்ட இறுக்கமான திருமண விதிகள் தனித்துவமான மரபியல் குழுக்களை உருவாக்கின. இது நிகழத் தொடங்கியது சுமார் 2,000 ஆண்டுகளுக்கு முன்புதான். எனவே, வேதங்கள் சமூகப் பகுப்பு (வர்ணம்) குறித்துப் பேசினாலும் தொழில் அடிப்படையிலான, படிநிலையாக்கப்பட்ட இறுக்கமான சாதி அமைப்பு (சாதி) வெகு காலத்துக்குப் பிறகு, தோராயமாக வேதங்கள் இயற்றப்பட்டு ஆயிரம் ஆண்டுகள் கடந்த பிறகுதான் உருவெடுத்தது. சாதிப் படிநிலை அமைப்பை ஆரியர்கள் கண்டுபிடிக்கவில்லை. ஆனால் ஆரியர்கள்தான் சாதியப் படிநிலையை உருவாக்கினார்கள் என்கிற காலனியப் பிரச்சாரம், மிக எளிமையான விளக்கமாக இருப்பதனால் இன்றுவரை பலரால் உண்மை என்று நம்பப்படுகிறது

பத்தொன்பதாம் நூற்றாண்டில் ஆரியன் என்னும் சொல் சிவப்பு நிறமும் நீல விழிகளும் செம்பட்டைத் தலைமுடியும் கொண்ட போர் வீரர்களின் மேன்மைக்குரியதாகக் கருதப்பட்ட இனம் ஒன்றினைக் குறிக்கப் பயன்படுத்தப்பட்டது. அவர்கள் ஐரோப்பாவிலிருந்து போருக்குரிய தேர்களில் வந்து ஈரான்மீது படையெடுத்தனர். அதன் பிறகு இந்தியாவுக்குள் நுழைந்து சிந்து சமவெளியை ஆட்கொண்டு அதன் மக்களை அடிமைப்படுத்தியதன் மூலம் இங்கு நிலைகொண்டனர் என்று கருதப்பட்டது. இது ஐரோப்பியக் காலனி ஆதிக்கத்தை நியாயப்படுத்துவதற்குப் பயன்படுத்தப்பட்ட அரசியல் பிரச்சாரம். ஜெர்மானிய தேசியவாதிகள் தமது செமிட்டியத்துக்கு முந்தைய நாஜி மரபினைக் கொண்டாட இதைப் பயன்படுத்தினர். பிரிட்டிஷார் இதை இந்துக்களை நியாயமற்றவர்களாகச் சித்திரிப்பதற்குப் பயன்படுத்தினர். 'உயர் சாதி' இந்துக்கள் இஸ்லாமியர்களையும் ஐரோப்பியர்களையும் போலவே இந்தியாவை நோக்கிப் படையெடுத்த அந்நியர்கள்; எனவே இந்தியாவைத் தமது தாய்நாடு என்று கூறிக்கொள்ள அவர்களுக்குத் தார்மிக உரிமை இல்லை என்றனர்.

இருபத்தொன்றாம் நூற்றாண்டில் இந்து தேசியவாதிகள் அல்லது இன்னும் சரியாகச் சொல்ல வேண்டுமென்றால் இந்து மேலாதிக்கவாதிகள் பலர் இந்தியாவில்தான் ஆரியர்கள் தோன்றினார்கள் என்பதில் உறுதியாக இருக்கின்றனர். கிரேக்கர்கள், இஸ்லாமியர்கள், ஐரோப்பியர்கள் போன்ற "வெளியாட்கள்" வருகையால் ஏற்பட்ட கலப்படத்துக்கு

முந்தைய தூய்மையான கச்சிதமான முழுமையான வேத அறிவை அவர்கள் (ஆரியர்கள்) தந்தனர். இதுதான் "இந்தியாவில் இருந்து" என்னும் கோட்பாடு. இந்தக் கோட்பாட்டை ஏற்காதவர் யார் என்றாலும் அவர் தேசவிரோதி யாகவும் இந்து விரோதியாகவும் கருதப்படுவார். எனவே இது தொடர்பான விவாதம் கல்விப்புலத்தைவிட அரசியல் சார்ந்ததாக ஆகிவிட்டது. "இந்தியாவிலிருந்து" கோட்பாடு 1980களில் உருவானது. இதன்படி இந்தியா ஆரியர்களின் தாய்நிலம். ஆரியர்கள் வேதங்களை இயற்றினர்; சிந்து சமவெளி நகரங்களைக் கட்டமைத்தனர். அவர்கள் ஈரானுக்கும் அதன் பின்னர் ஐரோப்பாவுக்கும் குடிபெயர்ந்தனர். இந்த வாதம் வலுவான தர்க்கத்தை அடிப்படையாகக் கொண்டது என்ற போதிலும் அன்மைக்கால மரபியல் ஆய்வுகள் ஆரியர்கள் வெளியிலிருந்து புலம்பெயர்ந்து வந்தவர்கள் என்கிற வாதத்துக்கு வலுசேர்ப்பதாகவே அமைந்துள்ளன. வருங்கால ஆய்வுகள் இதற்கு மாறான ஒன்றையும் நிரூபிக்கக்கூடும்.

ஆரியர்கள் சுமார் 4,000 ஆண்டுகளுக்கு முன் இந்தியா வுக்குப் புலம்பெயர்ந்துவந்தனர். அந்தக் காலகட்டத்தில் சிந்து–சரஸ்வதி சமவெளிகளில் இருந்த நகரங்கள் ஏற்கெனவே வீழ்ச்சியடைந்திருந்தன. ஆரியர்கள் குதிரைகளையும் 'புரோட்டோ இந்தோ ஐரோப்பிய' மொழியையும் தம்முடன் கொண்டுவந்தனர். வேதங்களை அல்ல. சிந்து சமவெளியிலும் சரஸ்வதி ஆற்றின் வற்றிப்போன ஆற்றுப் படுகைகளிலும் அழிந்துகொண்டிருந்த செங்கல்களால் ஆன நகரங்களிலும் அவர்கள் அங்கு வாழ்ந்துவந்த மக்களுடன் ஒன்று கலந்தனர். அங்கிருந்த மக்களுக்கு அந்தப் பகுதியில் ஒரு காலத்தில் பாய்ந்துகொண்டிருந்த சரஸ்வதி ஆற்றைப் பற்றிய நினைவுகள் இருந்தன. ஆரியர்கள் பழைய பாடல்களைச் செம்மைப்படுத்திப் புதிய பாடல்களை இயற்றினர். அவற்றைக் கொண்டே ரிக்வேதம் உருவானது. வேத, அல்லது பாணினிக்கு முந்தைய, அல்லது செவ்வியல் காலத்துக்கு முந்தைய சம்ஸ்கிருதம் என்று இன்று நாம் அழைக்கும் மொழியே ரிக்வேதத்தின் மொழி. ரிக் வேதத்தின் மொழி, வேத காலத்துக்கு முந்தைய இந்திய மொழியான, உள்ளூர் மக்களின் தாக்கம் இருக்கக்கூடிய முண்டா மொழியிலிருந்து 300 சொற்களைக் கடன் வாங்கி யுள்ளது. சுமார் 3,000 ஆண்டுகளுக்கு முன்பு கிழக்கே பசுமை நிறைந்த கங்கைச் சமவெளியை நோக்கி நகர்ந்ததன் மூலம் இந்தப் புலப்பெயர்வு தொடர்ந்தது. அங்குதான் யஜுர், சாம, அதர்வண வேதங்கள் இயற்றப்பட்டன. இங்கே 2,500 ஆண்டு களுக்கு முன்பு உபநிஷதப் புரட்சியும் பௌத்த, சமண துறவு மதங்களின் எழுச்சியும் கர்மம் அல்லது மறு ஜென்மத்தின் மீதான

நம்பிக்கை என்னும் இந்தியச் சிந்தனையை தனித்துவமானதாக ஆக்கும் கோட்பாட்டைச் செம்மைப்படுத்தின.

மக்களின் மூலம்/வேர்கள் பற்றிய அரசியல் குறித்து நாம் எச்சரிக்கையுடன் இருக்க வேண்டும். இதன்படி ஒரு நிலம் அந்நிலத்தில் தோன்றிய மக்களுக்கு மட்டுமே சொந்தம். இது வெளியிலிருந்து புலம்பெயர்ந்துவந்தவர்களையும் நாடோடி களையும் சட்டவிரோதமானவர்களாக ஆக்குகிறது. வெளியி லிருந்து வந்த அனைவரையும் வெறுக்கும் 'தூய்மை' அரசியல் குறித்தும் நாம் எச்சரிக்கையுடன் இருக்க வேண்டும். நம் ஆதிகால முன்னோர் ஆப்ரிக்காவிலிருந்து புலம்பெயர்ந்தா லேயே உலகம் முழுவதும் மனித குலம் பரவியது. அவ்வாறு பரவியபோது பலவகையான குழுக்கள், பழங்குடிகள், குலங்கள், இனங்கள், இனக்குழுக்கள், சமூகங்கள், தேச அடையாளங்களை அவர்கள் உருவாக்கினர். இயற்கைப் பேரிடர்கள் (காலநிலை மாற்றம், பஞ்சம்), பண்பாட்டுப் பேரிடர்கள்(போர்) ஆகியவற்றின் காரணமாக மக்கள் தொடர்ந்து வெவ்வேறு திசைகளுக்கு இடம்பெயர்ந்துகொண்டே இருந்தனர். அவ்வாறு நிகழும்போது பல சமயங்களில் தமது முன்னோர் ஆயிரக்கணக்கான ஆண்டுகளுக்கு முன்பு விட்டுச் சென்ற இடங்களுக்கே மீண்டும் வந்துசேர்ந்தனர். ஆக ஒவ்வொரு நிலப்பகுதியும் வெவ்வேறு காலகட்டத்தில் வெவ்வேறு பகுதிகளிலிருந்து அலைஅலையாக வந்து சேர்ந்தவர்களால் நிரம்பியது. அவர்கள் தம்மோடு புதிய சிந்தனைகளையும் தொழில்நுட்பங்களையும் கொண்டுவந்தனர். தூய்மையான, ஒரே தன்மை கொண்ட சமூகம் என்ற ஒன்று இல்லவே இல்லை. ஒவ்வொரு சமூகமும் பல இனங்களையும் வேறுபட்ட தன்மைகளையும் உள்ளடக்கியது. இதனால்தானோ என்னவோ "நமது தந்தையர் வெவ்வேறானவர்களாக இருக்கலாம்; நமது பாட்டனார் ஒருவரே. அவர்தான் பிரம்மா. அவர் ஆப்ரிக்கராக இருந்தாலும் பரவாயில்லை" என்று புராணங்கள் சொல்கின்றன.

ஆரியர்கள் குறித்த விவாதங்களில் நம்மை நாமே கேட்டுக் கொள்ள வேண்டிய கேள்வி இவைதான்: நாம் ஏன் இனத்துக்கு அவ்வளவு முக்கியத்துவம் கொடுக்கிறோம்? சிந்து சமவெளியும் வேதங்களும் 'அசலான இந்தியர்'களின் படைப்புகள் என்றும் அவற்றுக்கும் வெளியிலிருந்து புலம்பெயர்ந்துவந்தவர்களுக்கும் எந்தத் தொடர்பும் இல்லை என்றும் நிரூபிப்பது ஏன் அவ்வளவு முக்கியமானதாகிறது? பிரிட்டிஷ் காலனியவாதிகள் ஆரியர்கள் படையெடுத்துவந்தனர் என்பது போன்ற இனவாதக் கோட்பாடுகளைத் தமது 'பிரித்தாளும்' கொள்கையின் ஒரு பகுதியாக முன்வைத்தனர். ஆரியர்கள் புலம்பெயர்ந்து

வந்தவர்கள் என்னும் கருத்தினால் துன்புற்று நாம் இனவாதிகள் ஆகிவிட்டோமா? இந்தக் கருத்தைத் தீவிரமாக நிராகரிக்கும் பொருட்டு வேதங்கள், சிந்து சமவெளி நாகரிகம், பூஜ்யம் கண்டறியப்பட்டது என இந்தியாவில் உள்ள நல்ல விஷயங்கள் அனைத்தும் முற்றிலும் இந்தியத்தன்மை வாய்ந்தவை என்று சொல்கிறோமா? தீண்டாமை, ஆணாதிக்கம், தன்பால் ஈர்ப்பு என தீயவை அனைத்தும் (இந்து மன்னர்களால் துரத்தி அடிக்கப்பட்ட) கிரேக்கர்கள், (இந்து அரசர்களின் ராஜ்ஜியத்தை சதியின் மூலம் அபகரித்துக்கொண்ட) இஸ்லாமியர்கள், ஐரோப்பியர்கள் வெளிநாட்டவர்கள் கொண்டு வந்தவை என்று சொல்கிறோமா? இந்தச் சிந்தனைப் போக்கு ஊழல் குறித்த அச்சத்தையும் தூய்மைக்கான விருப்பத்தையும் உள்ளடக்கியது. வெளிநாட்டிலிருந்து புலம்பெயர்ந்து வந்தவர்களும், படையெடுத்து வந்தவர்களும் இந்தியர்கள் ஆகவே முடியாதா?

36

ஹரப்பா நாகரிகம் வைதீகத்தன்மை வாய்ந்ததா இந்துத்தன்மை வாய்ந்ததா?

ஹரப்பா நாகரிகம் என்பது செங்கற்களால் கட்டமைக்கப் பட்ட நகரங்களை உள்ளடக்கிய நகர்ப்புற நாகரிகம். இது சுமார் 5000த்திலிருந்து 4000 ஆண்டுகளுக்கு முன்பு வடமேற்கு இந்தியாவில் சிந்து நதி, இப்போது முற்றிலும் வற்றிவிட்ட சரஸ்வதி நதிக்கரைகளில் தழைத்தது. இந்த நாகரிகத்தை 'மொழி இல்லாத நகரங்கள்' என்று அறிஞர்கள் குறிக்கின்றனர். இந்த நாகரிகம் 700 ஆண்டுகளுக்கு மேல் நீடித்துப் பின் அழிந்தது. ஆனால் முற்றிலும் அழிந்துவிடவில்லை. அதன் பல்வேறு கலைக் கூறுகளும் (motif) சிந்தனைகளும் வேத காலத்தில் நிலைத்து 'மகத்தான இந்து நதியில்' கலந்தன.

வேத நாகரிகம் 3,000 ஆண்டுகளுக்கு முன் கங்கைச் சமவெளியில் தழைத்தது. இதற்குப் பானை வேலைப்பாடுகள் போன்ற அகழாய்வு ஆதாரங்கள் இல்லை என்றாலும் வேதங்கள் என்றறியப்படும் விரிவான இலக்கியச் சான்று நம்மிடம் உள்ளது. அவற்றில் நெருப்புக்கும் விண்ணில் வசிக்கும் பல வகையான கடவுள்களுக்கும் அர்ப்பணிக்கப்பட்ட பாடல்கள் உள்ளன. அறிஞர்கள் வேத நாகரிகத்தை 'நகரங்கள் இல்லாத மொழி' என்று குறிப்பிடு கின்றனர். வேதங்களில் இந்தோ-ஐரோப்பிய

மொழிகளைச் சேராத 500 சொற்களேனும் இருக்கின்றன. இவை திராவிட அல்லது முண்டா போன்ற பிற மொழிக் குடும்பங்களிடமிருந்து வந்தவையாக இருக்கலாம். எடுத்துக்காட்டாக, 'தர்மம்' என்னும் சொல் இந்தியாவுக்கே உரியது. வேத நாகரிகம் கிழக்கு நோக்கி நகர்ந்து கங்கைச் சமவெளியில் குடிபுகுவதற்கு முன்பு இந்தச் சொல் சிந்து சமவெளியில் தோன்றியிருக்கலாம்.

இந்து மதம் என்பது கடந்த 5,000 ஆண்டு காலத்தில் இந்தியத் துணைக் கண்டத்தில் தோன்றிய பல்வேறு மத நம்பிக்கை முறைகளை ஒற்றைக் குடையின்கீழ் அடைக்கும் சொல் ஆகும். இது பல்வேறு உள்ளூர் மரபுகளை உள்ளடக்கியது. வேதங்கள் பல்கிப் பெருகும் சிந்தனைச் சட்டகத்தைக் கொண்டிருந்ததே இதற்குக் காரணம். பல கிளை ஆறுகளைக் கொண்ட ஆற்றினைப் போல் இந்து மதத்துக்குப் பல மூலங்கள் உள்ளன. அவற்றுள் வேதம் சார்ந்தவை மட்டும் அல்லாமல் ஹரப்பாவைச் சார்ந்தவையும் உள்ளன.

ஹரப்பா நாகரிகம் வேத நாகரிகம் அல்ல என்பது ஓரளவு உறுதியாகிவிட்டபோதிலும் வேத நாகரிகம் கங்கைச் சமவெளியில் தன்னை நிலைநிறுத்திக்கொண்ட காலத்தில் அது ஹரப்பாவின் நம்பிக்கைகளாலும் பழக்கவழக்கங்களாலும் தாக்கம் பெற்றிருந்ததற்கான ஆதாரங்கள் அதிகரித்துவருகின்றன. நெருப்புப் பீடங்கள், குளியல் சடங்கு, நட்சத்திரக் கூட்டம் (கிருத்திகை போன்ற நட்சத்திரங்கள்), வளையல், நெற்றித் திலகம் போன்றவற்றின் பயன்பாடு முதலானவை ஹரப்பாவிலிருந்து வேத நாகரிகத்திலும் தொடர்ந்த நம்பிக்கைகளில் சில.

ஹரப்பா நகரங்கள் அழிந்துவிட்டாலும் ஹரப்பா நாகரிகத்தில் காணப்பட்ட நம்பிக்கைகள் மறையவில்லை. அவை இன்று இந்தியப் பண்பாடு (Indic culture) என்று அறியப்படும் ஆற்றின் பல கிளை ஆறுகளில் ஒன்றாக நீடிக்கின்றன. அரசமரம் போன்ற தாவரங்கள், ஸ்வஸ்திகா போன்ற சின்னங்கள், 5:4 போன்ற கணித விகிதங்கள் என ஹரப்பா நாகரிகத்து நகரங்களில் இருந்தவை இன்றுவரை சமகால இந்திய மத நம்பிக்கை முறைகளில் அங்கம் வகிக்கின்றன.

ஹரப்பா நாகரிகத்தை அழித்த (இந்தோ–ஐரோப்பிய) ஆரியப் பழங்குடிப் படையெடுப்பாளர்கள்தான் வேத நாகரிகத்தை உருவாக்கினர் என்னும் காலனியக் கருத்தாக்கத்தை அனைவரும் நிராகரிக்கின்றனர். ஆனால் ஹரப்பா நாகரிகத்துக்கும் வேத நாகரிகத்துக்கும் இடையிலான உறவு குறித்து

மக்களிடையே பிளவுபட்ட கருத்துகள் நிலவுகின்றன. இந்து மேலாதிக்கவாதிகளால் வழிநடத்தப்படும் தரப்பினர் இரண்டும் ஒன்றுதான் என்றும் அவை 5,000 ஆண்டுகளுக்கு முன்பிருந்தே இந்தியாவில் தழைத்திருந்தன என்றும் வலியுறுத்துகிறார்கள். மார்க்சியர்களால் வழிநடத்தப்படும் இன்னொரு தரப்பினர் இரண்டும் வெவ்வேறு என்கின்றனர். ஹரப்பா நாகரிகம் இந்த மண்ணில் தோன்றியது என்றும் வேத நாகரிகம் அந்நிய மானது என்றும் சொல்கிறார்கள். இந்தியாவின் அசலான பூர்வகுடியினரான ஹரப்பா நகரங்களில் வாழ்ந்தவர்களின் சந்ததியினரை அடிமைப்படுத்தி 3,000 ஆண்டுகளுக்கு முன்பு கங்கைச் சமவெளியில் வேத நாகரிகம் நிறுவப்பட்டது என்றும் அதன் மூலமாகப் பிராமணிய மேலாதிக்கமும் ஏற்றதாழ்வுகள் நிறைந்த சாதியப் படிநிலை அமைப்பும் இங்கு தொன்றுதொட்டு வாழ்ந்துவந்த மக்கள்மீது திணிக்கப்பட்டன என்றும் கூறுகிறார்கள்.

இந்த இரண்டு கருத்தியல் தரப்புகளையும் சாராத அறிஞர்கள் இதுபோன்ற தீவிர நிலைப்பாடுகளை நிராகரிக்கிறார்கள். அத்தகைய அறிஞர்களிடையே ஒரு பொதுக் கருத்து நிலவுகிறது. அது என்னவென்றால் புரோட்டோ–இந்தோ–ஐரோப்பிய மொழி மக்கள் 3,500 ஆண்டுகளுக்கு முன்பு யுரேசியாவிலிருந்து ஈரான் வழியாக இந்தியாவுக்குள் நுழைந்து இங்கு வாழ்ந்துவந்த மக்களுடன் ஒன்று கலந்தனர். அப்போது இங்கு வாழ்ந்து வந்தவர்களில் ஹரப்பா நாகரிகத்தின் சில நம்பிக்கைகளையும் பழக்க வழக்கங்களையும் பின்பற்றிக்கொண்டிருந்தவர்களும் வேறு சில பூர்வகுடியினரும் இருந்தனர். இதன் மூலமாகத்தான் வேத நாகரிகம் உருவெடுத்தது.

ஆக, குதிரைகள் என்றால் என்னவென்றே அறிந்திராத நகர்ப்புற ஹரப்பா நாகரிகத்தவரும் குதிரைகளைப் பற்றிக் கொண்டிருந்த நாடோடிகளான வேத நாகரிகத்தவரும் வெவ்வேறானவர்கள்தான். வெவ்வேறு காலகட்டத்தைச் சேர்ந்தவர்களும்கூட. ஆனால் வேத நாகரிகம் இந்தியாவுக்கு அந்நியமானது அல்ல. அது இந்தோ–ஐரோப்பியச் சிந்தனை களால் மட்டுமன்றிப் பல இந்தியப் பூர்வீகச் சிந்தனைகளாலும் உருவாக்கப்பட்டது. இன்று இந்து மதம், ஹரப்பா, வேதம் தவிர்த்த வேறு பல சிந்தனைகளையும் உள்ளடக்கியது. அந்த இதர சிந்தனைகள் கிரேக்கம், ஹுன், குஜ்ஜார், சீன, மத்திய ஆசிய, அரேபிய, ஐரோப்பிய மூலங்களைக் கொண்டவை. காலப்போக்கில் சிந்தனைகள் ஒன்று கலந்தன. விலகியும் சென்றன. வெவ்வேறு சிந்தனைப் பள்ளிகள் வந்து சென்றன.

இன்றும்கூட நாம் நவீன வேதாந்த மரபுகளை வேத நூல்களில் காணப்படும் நெருப்பை அடிப்படையாகக் கொண்ட, ஆண் துறவிகளின் லட்சியங்களுடனும், நவீன தாந்திரீக மரபுகளை ஹரப்பா நகரங்களின் நீரை அடிப்படையாகக் கொண்ட பெண் இனப்பெருக்க வளமையின் லட்சியங்களுடனும் தொடர்புபடுத்தலாம்.

37

ராமாயண, மகாபாரத நிகழ்வுகள் உண்மையில் எப்போது நிகழ்ந்தன?

அடிப்படையில் இந்தக் கேள்விக்கு இரண்டு வகையான விடைகள் உள்ளன. ஒன்று உண்மையின் அடிப்படையிலான விடை. இன்னொன்று (மத) நம்பிக்கையின் அடிப்படையிலான விடை. நம்பிக்கை அடிப்படையிலான விடை புனித நூல்களும் ஆசிரியர்களும் கற்பிப்பவற்றை முழுமையான உண்மை என்று ஏற்றுக்கொள்கிறது. உண்மையை அடிப்படையாகக் கொண்ட விடை கிடைத்துள்ள சான்றுகள், ஆதாரங்கள் ஆகியவற்றுக்கு உட்பட்டது. உண்மையில் நீங்கள் எந்த விடையைப் பெறத் தயாராக இருக்கிறீர்கள் என்பதைச் சார்ந்தே உங்களுக்கான விடை அமையும். ஏனென்றால் இந்த விடை சிக்கலானது; பெரிதும் அரசியல்மயப்பட்டது.

எடுத்துக்காட்டாக, குஜராத்தில் துவாரகைக்கு அருகே கடலில் மூழ்கிவிட்ட நகரங்களுக்கான தொல்லியல் ஆதாரங்கள் உள்ளன. இவை ஹரப்பா காலத்தியவை; இவை 4,000 ஆண்டுகள் பழமை வாய்ந்தவையாக இருக்கலாம். இது நிறுவப்பட்டு விட்ட உண்மை. ஆனால் நம்பிக்கை அடிப்படையிலான விடை இது மகாபாரதத்தில் வர்ணிக்கப் பட்டுள்ளபடி அழிந்துவிட்ட துவாரகை என்னும் தீவு நகரம் என்று முடிவெடுக்கத் தூண்டும்.

மகாபாரதத்தின் மறுகூறல் வடிவங்களில் நம்மிடையே இருப்பவற்றில் மிகப் பழமையானது 2,500 ஆண்டுகளுக்கு முந்தையதுதான். உண்மையின் அடிப்படையிலான விடை இந்த இரண்டு துவாரகைகளும் ஒன்றுதான் என்பதற்கு ஆதாரம் இல்லை என்று கூறிவிடும்.

காலம் ஒரு சுழற்சி என்று இந்துக்கள் நம்புகின்றனர். எனவே ஒரே ராமாயணமோ ஒரே மகாபாரதமோ இல்லை. இந்த நிகழ்வுகள் ஒவ்வொரு சுழற்சியிலும் (கல்பம்) மீண்டும்மீண்டும் நிகழ்கின்றன, ஒவ்வொரு சுழற்சிக்கும் நான்கு கட்டங்கள் (யுகம்) உள்ளன. ராமாயணம் இரண்டாம் யுகத்திலும் மகாபாரதம் மூன்றாம் யுகத்திலும் நிகழ்கின்றன. ஒரு சுழற்சிக்கும் இன்னொரு சுழற்சிக்கும் இடையில் பிரளயம் (உலகத்தின் அழிவு) நிகழ்கிறது. அப்போது அனைத்துப் பருப்பொருகள்களும் அழிகின்றன. வேதங்கள் மட்டுமே அழியாமல் நீடிக்கும் நினைவுகள்.

நம்பிக்கையாளர்கள், பனி யுகம் பிரளயத்தைக் குறிப்பதாக நம்புகின்றனர். நட்சத்திரக் கூட்டங்களின் இருப்பிடம், கிரகணங்கள் நிகழும் காலம் எனப் புனித நூல்களில் உள்ள வானியல் தகவல்களின் ஆடிப்படையில் ராமாயணம் 7,000 ஆண்டுகளுக்கு முன்பு நிகழ்ந்ததாகவும் மகாபாரதம் 5,000 ஆண்டுகளுக்கு முன்பு நிகழ்ந்ததாகவும் அவர்கள் நம்புகின்றனர். வால்மீகி, வியாசர் போன்ற ரிஷிகள் முறையே ராமாயண, மகாபாரத நிகழ்வுகளை நேரில் கண்டவர்கள். அவற்றின் அடிப்படையிலேயே இந்தக் காப்பியங்களைப் படைத்தார்கள். எனவேதான் அவை இதிஹாசங்கள் (உண்மையில் என்ன நிகழ்ந்ததோ அதைப் பார்த்து இயற்றியது). புராணங்கள் அப்படி அல்ல. (அவற்றை இயற்றியவர்கள் பழைய கதைகளை முந்தைய தலைமுறையினரிடமிருந்து கேட்டறிந்து இயற்றினர்.) இதிஹாசங்களின் நோக்கம் ராமர், கிருஷ்ணரின் கதைகளைக் கூறுவது மட்டும் அல்ல. அவர்கள் எப்படித் தமது வேத ஞானத்தைப் பயன்படுத்திச் சமூகத்துடன் வினைபுரிந்தனர் என்பதைத் தெரிவிப்பதும் ஆகும்.

ஆனால் மரபார்ந்த இந்தக் கருத்தை அறிவியலாளர்கள் ஏற்பதில்லை.

அறிவியலாளர்களைப் பொறுத்தவரை, பனியுகத்துக்குப் பிறகு மனித நாகரிகம் உலகம் முழுவதும் செழித்து வளர்ந்தது,. குறிப்பாக ஆற்றுச் சமவெளிகளில் நன்கு செழித்தது. நாம் தெற்காசியாவில் மனிதக் குடியேற்றங்களைக் காண்கிறோம். குகை ஓவியங்களும் பல்வேறு கற்காலக் கலைப் பொருள்களும்

அதற்குச் சான்று பகிர்கின்றன. சிந்து, சரஸ்வதி நதிகளைச் சுற்றி சுமார் 5,000 ஆண்டுகளுக்கு முன்பிலிருந்து 4,000 ஆண்டுகளுக்கு முன்புவரை கிட்டத்தட்ட 1,000 ஆண்டுகளுக்கு வடமேற்கில் ஹரப்பா நகர நாகரிகம் தழைத்தது. எகிப்து, மெசபடோமியா ஆகிய தொலைதூரப் பகுதிகளுடன் ஹரப்பாவுக்கு வணிகத் தொடர்புகள் இருந்தன. காலநிலை மாற்றங்களும் சரஸ்வதி ஆறு வறண்டுபோனதும் ஹரப்பா நாகரிகத்தின் அழிவிற்குக் காரணமாகின. அவர்கள் என்ன மொழி பேசினார்கள் என்பது நமக்குத் தெரியாது. எனவே அவர்கள் ராமரையும் கிருஷ்ணரையும் அறிந்திருந்தார்களா என்பதும் நமக்குத் தெரியாது. அங்கிருந்து கிடைத்தவற்றில் அடையாளம் காணப்படக்கூடிய இறை உருவங்கள் தவக் கோலத்தில் இருக்கும் சிவனும் தாவரங்களுடன் தொடர்புபடுத்தப்படும் சக்தியும்தாம். ஆனால் அந்த உருவங்கள் சிவனும் சக்தியும் அல்ல என்றும் வாதிட முடியும்.

ஹரப்பா நாகரிகம் (மொழி இல்லாத நகரங்கள்) மறைந்து வேத நாகரிகம் (நகரங்கள் இல்லாத மொழி) உருவெடுத்தது. அது 5,000 ஆண்டுகளுக்கு முன்பு யுரேசியாவிலிருந்து மேற்கே ஐரோப்பாவுக்கும் கிழக்கே ஈரான் வழியாக இந்தியாவுக்கும் புலம்பெயர்ந்த நாடோடி மக்களின் மொழியைப் போன்றதொரு மொழியில் ஒலித்த பாடல்களால் குறிக்கப்பட்டது. மக்கள் அல்லது மொழி அல்லது இரண்டின் புலப்பெயர்வுக்குச் சில நூற்றாண்டுகள் ஆகியிருக்கும். புலம்பெயர்ந்து வந்தவர்கள் அப்போது இங்கு வாழ்ந்துவந்த ஹரப்பா நகர மக்களின் வழித்தோன்றல்களுடனும் காடுகளில் வாழ்ந்துவந்த பழங்குடி யினருடனும் ஒன்று கலந்தனர். பிரிட்டிஷ் கீழைத்தேயவாதிகள் கற்பனை செய்ததுபோல் அது ஒருபோதும் படையெடுப்பு அல்ல.

மகாபாரத நிகழ்வுகள் மேற்புறக் கங்கைச் சமவெளிகளில் (நவீன தில்லிக்கு அருகில் இருக்கிறது இந்திரப் பிரஸ்தம்) நிகழ்ந்தவை. அதில் குறிப்பிடப்படும் மக்களின் நடத்தை பண்படாததாக இருக்கிறது. ராமாயணம் கீழ்ப்புறக் கங்கைச் சமவெளிகள் (அயோத்தியா, மிதிலை), இன்னும் தெற்கே உள்ள பகுதிகளில் நிகழ்ந்தவை. இதில் உள்ள மாந்தர்களின் நடத்தை பண்பட்டதாக உள்ளது. இதன் மூலம் காலம் போகப்போகப் பண்பாடு மென்மேலும் முதிர்ச்சி அடைகிறது என்பதைத்தான் இந்த பண்பட்டதன்மை குறிப்பதாக எடுத்துக்கொண்டு ராமாயணம் மகாபாரதத்துக்குப் பிறகு நிகழ்ந்தது என்று கூறலாமா? ஆனால் காப்பியங்களில் குறிப்பிடப்பட்டவை இதற்கு எதிராக உள்ளன. மகாபாரதத்தில் பாண்டவர்களுக்கு ராமன் என்னும் பண்டைக் கால அரசனைப் பற்றிய கதை

விவரிக்கப்படுகிறது. இதன் மூலம் கதையாகக் கூறப்பட்ட காலத்தின் அடிப்படையிலேனும் ராமாயணம் மகாபாரதத்துக்கு முந்தையது என்றாகிறது. இது விஷயத்தை மேலும் குழப்புகிறது.

மொழி அறிஞர்கள் சொல்வது என்னவென்றால் புரோட்டோ-சமஸ்கிருதம் யுரேசியாவிலிருந்து வந்திருக்கலாம் இன்று நாம் வேத சமஸ்கிருதம் என்றழைக்கும் மொழி ஹரப்பா நகரங்கள் ஒரு காலத்தில் தழைத்த பகுதியிலிருந்து எழுந்தது. வேத சமஸ்கிருதத்தில் பேசிய மக்கள் மேலும் கிழக்கு நோக்கிப் பயணித்துக் கங்கையை அடைந்தார்கள். அங்கு அவர்கள் ஒரு செழிப்பான நாகரிகத்தை 3,000 ஆண்டுகளுக்கு முன்பு நிறுவினார்கள். வேதத்தில் சில பாடல்கள் கிழக்கு நோக்கிய புலம்பெயர்வைக் குறிக்கின்றன. பிற்காலப் பாடல்களில் இரும்பு பற்றிய குறிப்புகள் வருகின்றன. அகழ்வாராய்ச்சியாளர்கள் சாயம் பூசப்பட்ட சாம்பல் வண்ணப் பானைகளைக் கண்டறிந்துள்ளனர். எனவே வேத நாகரிகம் 3,000 ஆண்டுகளுக்கு முன்பு கங்கைச் சமவெளியில் தழைத்தது என்று உறுதியாகச் சொல்லலாம்.

இன்று வேதப் பாடல்கள் வேத சமஸ்கிருதம் என்றழைக்கப்படும் சமஸ்கிருதத்தில் எழுதப்படுகின்றன. மிகத் தொன்மையான ராமாயண, மகாபாரதப் பிரதிகள் செவ்வியல் சமஸ்கிருதம் என்றழைக்கப்படும் சமஸ்கிருதத்தில் எழுதப்பட்டன. செவ்வியல் சமஸ்கிருதம், 2,500 ஆண்டுகளுக்கு முன்பு வாழ்ந்த பாணினி முதன்முதலாக ஆவணப்படுத்திய இலக்கணத்தைப் பயன்படுத்துகிறது. எனவே இன்று நமக்குக் கிடைத்துள்ள ராமாயணம், மகாபாரதத்தின் மிகப் பழமையான வடிவங்களின் தொன்மை 2,500 ஆண்டுகளுக்கும் குறைவானது. ஆனால் அந்தப் பிரதிகளில் வர்ணிக்கப்படுபவை அதற்குப் பல நூறாண்டுகளுக்கு முன்பு நடந்த நிகழ்வுகளாக இருக்கலாம்.

மௌரியப் பேரரசின் அரசர்கள் 2,300 ஆண்டுகளுக்கு முன்பு இந்தியாவுக்கு எழுத்தை அறிமுகப்படுத்தினர். வேதப் பாடல்கள் எழுத்து வடிவத்தில் பதிவுசெய்யப்படத் தொடங்கி 2,000 ஆண்டுகளுக்கும் குறைவான காலம்தான் கடந்திருக்கும். அதற்கு முன்புவரை வேத ஞானத் தொகுப்பு வாய்மொழியாகத்தான் கடத்தப்பட்டுவந்தது. இது வேத ஞானத்தைத் தம்மிடம் வைத்திருந்தவர்களான பிராமணர்களுக்குச் சமூகத்தில் சிறப்பு அந்தஸ்தைக் கொடுத்தது. சடங்குகளைவிடச் சிந்தனைக்கும் தியானத்துக்கும் முக்கியத்துவம் அளித்த துறவிகள் (சிரமணர்கள்) மூலமாகப் பிராமணர்கள் சவால்களை எதிர்கொண்டனர். அவர்கள் (சிரமணர்கள்) சமூகத்தை

ஈர்க்கக்கூடிய மொழியில் ஞானத்தைப் பேசினார்கள். இந்தத் துறவிகளில் மிகப் பிரபலமானவர் 2,500 ஆண்டுகளுக்கு முன்பு வாழ்ந்த புத்தர். துறவிகள் வேதச் சடங்குகளையும் இல்லற வாழ்க்கையையும் நிராகரித்தனர்.

ராமாயணமும் மகாபாரதமும் துறவுப் புரட்சிக்கான எதிர்வினையாக இயற்றப்பட்டிருக்கக்கூடும். எனவே புத்தரின் காலத்துக்குப் பிந்தைய அவை இல்லற வாழ்க்கைக்கு ஆதரவாகவும் துறவியின் ஞானத்தைக் குடும்பத்துக்குள்ளேயே பயன்படுத்துவது எப்படி என்றும் விளக்குகின்றன. கதை 3,000 ஆண்டுகள் பழமை வாய்ந்ததாக இருக்கலாம் ஆனால் அது வேத குடும்பஸ்தரின் (சம்சாரி) விழுமியங்களுக்கான வாகனமாக ஆனது வெகுகாலத்துக்குப் பின்புதான்.

பிராமணர்கள் பலர் இந்த இரண்டு காப்பியங்களுக்கும் பங்களித்திருப்பதாக அறிஞர்கள் கூறுகின்றனர். வால்மீகியும் வியாசரும் நடந்தவற்றை நேரில் பார்த்துப் பின்பு அவற்றை இயற்றியதாக நம்பிய செம்மையாக்குநர்கள்தான் அந்தப் பிராமணர்கள். சுமார் 2,300 ஆண்டுகளிலிருந்து 1,700 ஆண்டுகளுக்கு முன்புவரை 600 ஆண்டுகளுக்கு இந்தச் செம்மையாக்கும் பணி நிகழ்ந்தது. அதாவது, இன்று நம்மிடம் இருக்கும் ராமாயணமும் மகாபாரதமும் பலரது பங்களிப்பினால் உருவானவை, ஒற்றை ஆசிரியரால் இயற்றப்பட்ட வடிவம் அல்ல. பிராந்திய வடிவங்கள் இன்னும் வெகுகாலம் கழித்து வந்தன. தமிழ் ராமாயணம் சுமார் 1,000 ஆண்டுகள் பழமையானது. இந்தி ராமாயணமும் மகாபாரதமும் சுமார் 500 ஆண்டுகள் பழமையானவை.

வால்மீகி ராமாயணம், வியாச மகாபாரதம் ஆகியவற்றின் சம்ஸ்கிருத மூல வடிவம் என்று கூறப்படும் பல நூல்கள் பத்தொன்பதாம் நூற்றாண்டில் இந்தியாவின் பல பகுதிகளிலிருந்து திரட்டப்பட்டன. இருபதாம் நூற்றாண்டில் அறிஞர்கள் மிகப் பழமையான பாடல்களாக இருக்கக்கூடியவற்றை ஒன்றுதிரட்டி ஆய்வுப் பதிப்பை (Critical Edition) உருவாக்கினார்கள். வால்மீகி ராமாயணத்தின் ஆய்வுப் பதிப்பு பரோடாவில் உள்ள மகாராஜா சாயாஜி ராவ் பல்கலைக்கழகத்தின் கீழைத்தேயக் கல்வி மையத்தில் உள்ளது. வியாச மகாபாரதத்தின் ஆய்வுப் பதிப்பு புணேவில் உள்ள பண்டார்க்கர் கீழைத்தேய ஆய்வு மையத்தில் உள்ளது.

ராமாயணம், மகாபாரதம் ஆகிய இரண்டு காப்பியங்களும் அவை இப்போது கூறப்படும் இறுதி வடிவத்தை 2,000 ஆண்டுகளுக்கு முன்பு அடைந்தன என்றும் அவை 3,000

ஆண்டுகளுக்கு முன்பு நிகழ்ந்தவற்றை அடிப்படையாகக் கொண்டு இயற்றப்பட்டவை என்றும் நாம் ஓரளவு உறுதியாகக் கூறலாம். ஆனால் பல நிகழ்வுகள் பிராந்திய மொழிகளில் இயற்றப்பட்ட பிற்காலப் பிரதிகளிலும் பௌத்த சமண மறுகூறல்களிலும்தான் காணப்படுகின்றன என்பதால் இவற்றில் எது வரலாறு எது கற்பனை என்று முற்றிலும் உறுதியாகச் சொல்ல முடியாது. இந்தக் காலச் சட்டகத்துக்கு முந்தைய நிகழ்வுகளின் காலத்தைக் கணித்தல் என்பது முற்றிலும் (மத) நம்பிக்கையின் அடிப்படையிலானதே.

38

இந்துக்கள் எப்போதும் சாதியவாதிகளாகவே இருந்தார்களா?

காஸ்ட் (caste) என்பது குலம் என்பதைக் குறிப்பதற்கான ஐரோப்பியச் சொல். இந்திய அமைப்பான சாதியைக் குறிக்க இது பயன்படுத்தப்படுகிறது. சாதி என்னும் சொல் வேதங்களில் உள்ள வர்ண அமைப்புடன் குழப்பிக் கொள்ளப்படுகிறது. வேதங்கள் கோட்பாட்டு ரீதியான நான்கு அடுக்கு (சதுர் வர்ண) அமைப்பைப் பற்றிப் பேசுகின்றன. யதார்த்தத்தில் இந்தியாவில் ஆயிரக்கணக்கான சாதிகள் இருந்தன. அவை கொச்சையாக நான்கு வர்ணங்களுக்குள் இணைக்கப்படுள்ளன. இதனால் பல சிக்கல்களும் குழப்பங்களும் உருவாகியுள்ளன. சாதி வர்க்கத்துக்கோ இனத்துக்கோ அல்லது ஒரு இடத்தைச் சேர்ந்த குறிப்பிட்ட இனக்குழுவுக்கோ இணையானது என்று புரிந்துகொள்வதால் மேலும் குழப்பம் விளைகிறது.

வர்ணம் என்று வேதங்களில் குறிப்பிடப் படுவது பௌதீகமானது அல்ல. அது உருவகம் சார்ந்தது. மனித சமூகத்தின் கோட்பாட்டுரீதியான இயல்பைக் குறிக்கிறது. உலகின் ஒவ்வொரு சமூகத்திலும் தெய்வத்துடன் நம்மைத் தொடர்பு படுத்துபவர்கள் (பிராமணர்கள்), நில உடமை யாளர்கள் (சத்ரியர்கள்), வணிகர்கள் (வைசியர்கள்),

சேவை வழங்குநர்கள் (சூத்திரர்கள்) ஆகியோர் உள்ளனர். யதார்த்தத்தில் 3000 ஆண்டுகளுக்கு முந்தைய வேத சமூகத்தில் பொது மக்கள் (விஷ்) தேர் ஓட்டும் போர்வீரர்களால் (ராஜன்ய) ஆளப்பட்டனர். ராஜன்யர்கள் மந்திரங்களை ஓதித் தெய்வங் களுடன் மக்களை இணைப்பவர்களைச் (கவி அல்லது ரிஷி) சார்ந்து இருந்தனர்.

பிராமணப் பிரதிகள் மனிதன் 'சூத்திரன்' ஆகவே பிறப்பதாகக் கூறுகின்றன. அவன் வேதக் கல்வி கற்கத் தொடங்கிய பிறகுதான் பிராமணன் ஆகிறான். இதன் மூலம் கல்வியினாலும் சிந்தனையினாலும் அடையப்படும் பதவிதான் 'பிராமணன்' என்பதே தவிர ஒருவர் பிறப்பினால் அடையும் நிலை அல்ல என்று தெரியவருகிறது.

சாதி மறுப்புத் திருமணத்துக்குத் தடை விதிக்கும் கறாரான தூய்மை விதிகளை உள்ளடக்கிய, நாம் இன்று அறிந்திருக்கும் சாதியம் 1900 ஆண்டுகளுக்கு முன்பு தொடங்கி 1500 ஆண்டுகளுக்கு முன்பு பரவலாகி 1000 ஆண்டுகளுக்கு முன்பு கடுமையானதாக ஆயிற்று. அண்மைக்கால மரபியல் ஆய்வுகளின் மூலம் நாம் இதை அறிகிறோம்.

இந்தியர்கள் அடிப்படையிலேயே சாதியவாதிகள் என்று பிரிட்டிஷார் கூறினார்கள். இந்தச் சிந்தனை ரிக் வேதத்தி லிருந்து வருவதாகவும் ரிக் வேதத்தில் ஒரு சமூகம் நான்கு மக்கள் குழுக்களால் (சதுர் வர்ணம்) ஆன உயிரினம் என்று வர்ணிக்கப் பட்டிருப்பதாகவும் கூறினார்கள். அவர்கள் 'வெள்ளை நிற' ஆரியர்கள் இந்தியாவின் மீது படையெடுத்து நான்கு அடுக்குப் படிநிலையின் கடைசிப் படியில் இருந்த 'கறுப்பு' நிற திராவிடர்களை அடிமைப்படுத்தியதாகக் கூறினர். அவர்களின் இந்த வாதம் 'வர்ணம்' என்றால் நிறம் என்னும் மொழி பெயர்ப்பை அடிப்படையாகக் கொண்டது. அவர்கள்தான் 100 ஆண்டுகளுக்கு முன்பு மக்கள்தொகைக் கணக்கெடுப்பு நடத்தியபோது ஒவ்வொரு இந்துவுக்கும் ஒரு சாதியைக் கொடுத்து அவர்களை நான்கடுக்கு வேத–வர்ண அமைப்புக்குள் இணைத்தனர்.

இந்தக் காலனியக் கோட்பாடு தவறானது என்று மரபியல் ஆய்வுகளின் மூலம் நிரூபிக்கப்பட்டுவிட்டது. நாம் அறிந்தவை என்னவென்றால் புரோட்டோ–சம்ஸ்கிருதம் பேசிய மொழிக் குழுவினர் இந்தியாவுக்குள் 3,500 ஆண்டுகளுக்கு முன்பு இங்கு வாழ்ந்துவந்த மக்களுடன் பரவலாக ஒன்று கலந்தனர். அப்போது அகமணமுறை இருக்கவில்லை. இந்து மதம் 'இறைக்

கட்டளை' அடிப்படையிலானது அல்ல என்று நமக்குத் தெரியும். எனவே புனித நூல்கள் சமூக யதார்த்தம் குறித்த சிந்தனைகளை (ஸ்ம்ருதி) மட்டுமே முன்வைக்கின்றன. இஸ்லாம், கிறிஸ்தவம், யூத மதங்களில் உள்ளதுபோல் (சமூக யதார்த்தம்) இதுதான், இப்படித்தான் என்று தெரிவிப்பதில்லை.

அனைத்துச் சமூகங்களையும் போல இந்து சமூகத்திலும் பல சமூகக் குழுக்கள் இருந்தன. அவை பொருளியல், அரசியல் படிநிலைக்குட்பட்டவையாக இருந்தன. அனைத்துச் சாதிகளும் கோட்பாட்டுரீதியான நான்கடுக்கு வர்ண மாதிரிக்குள் தம்மை இணைத்துக்கொண்டன. வேதத்தையும் கோயிலையும் கட்டுப்படுத்திய சாதியினர் தெய்வத்தை அணுகக்கூடியவர்கள் என்பதால் ஆன்மிக சக்தி உடையவர்களாகிய பிராமணர் களாகப் பார்க்கப்பட்டனர். நில உடமைகொண்ட சாதியினர் சத்ரியர்களாகப் பார்க்கப்பட்டனர். எனவே அவர்களுக்கு அரசியல் அதிகாரம் இருந்தது. சந்தையைக் கட்டுப்படுத்திய சாதியினர் வைசியர்களாகத் தொகுக்கப்பட்டனர். அவர்களிடம் பொருளியல் சக்தி இருந்தது. சேவை வழங்கும் சூத்திரர்களுக்கு ஆன்மிக, அரசியல், பொருளாதார சக்தி எதுவும் இல்லை. அவர்கள் பிற அனைவருக்கும் சேவகர்கள், நிலப்பிரபுத்துவச் சமூகங்களில் உள்ள பண்ணை அடிமைகளைப் போல.

2,500 ஆண்டுகளுக்கு முன்பு நிகழ்ந்த புத்தரின் வருகைக்குப் பின்னர் ஒரே தொழிலில் ஈடுபட்ட பல சமூகக் குழுக்கள் (சாதி) குறித்த எழுத்துகளைக் காண முடிகிறது. குயவர்கள், நெசவாளர்கள், உலோகக் கொல்லர்கள் பற்றிய குறிப்புகள் உள்ளன. அவர்கள் சாதிகளுக்கிடையிலான திருமணத்தைத் தடுப்பதன் மூலம் தமது அறிவைத் தமது குழுவுக்குள் பாதுகாத்துக்கொண்டனர். ஆனால் இது கறாரான விதியாக இருக்கவில்லை. பௌத்த இலக்கியங்களில் நாம் இரண்டு வேறுபட்ட சிந்தனைகளைக் காண்கிறோம். ஒன்று கர்மம்தான் நாம் எந்தச் சாதியில் பிறக்கிறோம் என்பதைத் தீர்மானிக்கிறது என்கிறது. முந்தைய பிறவிகளில் ஆற்றிய நல்வினைகளினாலேயே சித்தார்த்த கௌதமர் புத்தர் ஆனார் என்று ஜாதகக் கதைகள் சொல்கின்றன. ஆனால் 'உண்மையான' பிராமணன் யார் என்பது செயல் மூலம் தீர்மானிக்கப்படுகிறதேயன்றி பிறப்பினால் அல்ல என்று புத்தர் சொல்வதைக் காண்கிறோம். (இதுவே மகாபாரதத்திலும் மீண்டும் கூறப்படுகிறது). ஆக சாதி, வர்ணம் ஆகியவை தொடர்பான விவகாரங்களில் பிறவிக் கோட்பாடு, செயல் கோட்பாடு ஆகியவற்றுக்கிடையே மோதல் நிலவுகிறது.

சமணக் கதைகளில் தீர்த்தங்கரரின் கரு (embryo) ஒரு பிராமணப் பெண்ணின் கருப்பையிலிருந்து சத்ரியப் பெண்ணின் கருப்பைக்கு மாற்றப்பட்டதாகச் சொல்லப்படுகிறது. துறவு மரபு சார்ந்த சமணர்களும் பல்வேறு சமூகக் குழுக்களை உள்ளடக்கிய சமூகத்தை அங்கீகரித்தனர். இந்துக் காப்பியங்களில் மனிதர்களுக்குத் தெரிவு (வாய்ப்பு) மறுக்கப்படுவதைக் காண்கிறோம். கர்ணன் வில்வித்தை கற்க விரும்பியதால் ஏளனம் செய்யப்படுகிறான். அவனது வளர்ப்புத் தந்தை தேரோட்டி என்பதுதான் காரணம். தனது தொழிலை விட்டுவிட்டுத் துறவியாக மாற முயன்ற சம்புகனை ராமன் கொல்கிறான். குடும்பத்தால் தீர்மானிக்கப்பட்ட பங்கினை ஆற்றுவதே உனது கடமை என்று அர்ஜுனனிடம் கிருஷ்ணன் சொல்கிறான். பகவத் கீதை துறவு மரபுக்கு எதிரானதாக உள்ளது. துறவிகளைப் போல் தனது உலகத்தை விட்டுவிலகிவிடக் கூடாது என்றும் ஒரு போர்வீரனாகவும் அரச குடும்பத்தைச் சேர்ந்தவனாகவும் தனது கடமையை நிறைவேற்ற வேண்டும் என்றும் அர்ஜுனனிடம் கூறப்படுகிறது. கவனிக்க: குடும்பத் தொழிலைப் பார்க்கலாம் அல்லது துறவை நாடலாம். இதுதான் இங்குள்ள ஒரே தெரிவு. இந்து, பௌத்த, சமணப் புராணங்களின்படி ஒருவர் தனது தொழிலைத் தேர்ந்தெடுக்க முடியாது. உங்களது தொழில் உங்கள் தந்தையிடமிருந்து வருவதாகவே இருக்க முடியும்.

இத்தகைய கதைகள் பலவற்றில் சுடுகாட்டில் நாய்கள் புடைசூழ வாழ்கிற, பொதுவாக ஒதுக்கப்பட்ட மனிதர்களான 'சண்டாளர்' குறித்துக் கேள்விப்படுகிறோம். இந்த மக்கள் யார்? 'கீழ்' சாதியினரா? சிவன் பெரும்பாலும் நாய்களுடன் சுடுகாட்டில் வசிப்பவராகவும் 'பிராமண'த் தலைவர்களான தட்சன் போன்றவர்களால் அஞ்சி ஒதுக்கப்படுபவராகவுமே சித்திரிக்கப்படுகிறார். தட்சன் தூய்மைமீது அதீதப் பற்றுக் கொண்டவர். சிவன் தூய்மை குறித்த சிந்தனைகளைக் கிண்டலடிப்பவர். இது பண்டைய இந்து 'மரபுவாதி'களுக்கும் இந்து 'தாராளவாதி'களுக்கும் இடையிலான மோதலா?

புராண இலக்கியத்தின் எழுச்சிக்குப் பிறகு சில விஷயங்கள் மாறுகின்றன. இது சுமார் 1500 ஆண்டுகளுக்கு முன்பு நிகழ்ந்தது. கோயில்கள் கட்டப்பட்டபோது பௌத்தம் வீழ்ச்சியை எதிர்கொண்டிருந்தது. உடலுக்கு அதிக மதிப்பை அளித்த தாந்த்ரீக இந்து மதம் எழுச்சி பெற்றுக்கொண்டிருந்தது. மனு ஸ்ம்ருதி உள்ளிட்ட தர்ம சாஸ்திரங்கள் வழிகாட்டு நெறிகளாக இருந்தன. ஒட்டு மொத்தச் சமூகமும் சாதி அமைப்பின் அடிப்படையிலானதாக

இருந்தது. ஒவ்வொரு தனிநபரும் ஒரு சமூகக் குழுவைச் (சாதி) சேர்ந்தவராக இருந்தார். முன்பு ஒருவர் தனது சாதிக்குள்ளேயே திருமணம் செய்துகொள்வது விரும்பத்தக்கதாக இருந்தது. ஆனால் இந்தக் காலகட்டத்திலிருந்து அகமணமுறை போன்ற விதிகள் மென்மேலும் கறாரானவையாகவும் கொடூரமானவை யாகவும் ஆகிக்கொண்டே இருந்தன என்பது மரபியல் ஆய்வுகள் மூலம் தெரியவருகிறது. இதன் பிறகுதான் தூய்மைக் (சுத்தி) கோட்பாடு உருவெடுத்தது.

சில சமூகங்கள் 'அசுத்தமானவை' என்று முத்திரை குத்தப்பட்டன. கடந்த 1000 ஆண்டுகளில் கிராமங்களிலும் நகரங்களிலும் இருப்பதிலேயே தூய்மையானவர்கள் – அவர்கள் மிகப் பெரிய செல்வந்தர்களாகவோ அதிகாரம் மிக்கவர்களோ, இருந்தாக வேண்டிய அவசியம் இல்லை – மையத்தில் அதாவது அந்தக் குடியேற்றப் பகுதியின் நாபிக் கமலம் போன்ற பகுதியில், கோயிலுக்கு மிக அருகே வசிக்கும் வகையில் கிராமங்களும் நகரங்களும் வடிவமைக்கப்பட்டன. குறைவான தூய்மை கொண்டவர்கள் சற்றுத் தொலைவில் வசித்தனர். மிகக் குறைந்த தூய்மை உடையவர்கள் எல்லைப் பகுதிகளில் வசித்தனர். பழங்குடிச் சமூகத்தினர் காடுகளில் வசித்தனர். எல்லைப் பகுதிகளில் வசித்தவர்கள் 'சடங்குரீதியாக அசுத்தமானவர்கள்' என்று கருதப்பட்டனர். அவர்களின் தொழில் சடலங்களையும் மனிதக் கழிவுகளையும் கையாள வேண்டியதாக இருந்ததே இதற்குக் காரணம். தர்க்கப்பூர்வமாக மிகவும் சரியானதாகத் தோன்றலாம்; ஆனால் இது அம்மக்களை மனிதர்கள் என்னும் நிலையிலிருந்து கீழிறக்கியதோடு அவர்களுக்கான அடிப்படை மனித மாண்பும், நீர், கல்வி போன்ற பொது வளங்களைப் பெறுவதற்கான உரிமைகளும் மறுக்கப்படுவதற்கு வழிவகுத்தது. இந்த நகரங்களை உருவாக்கிய வர்கள் யார்? அநேகமாக அரசர்களிடமிருந்து அதிகாரத்தைப் பெற்றிருந்த பிராமணர்கள். ஒடிஷா, தக்காணம், தமிழ்நாடு ஆகிய பகுதிகளில் கடந்த 1,500 ஆண்டுகளில் கிடைத்துள்ள தாமிரக் கல்வெட்டுகள், பிராமணர்களுக்கு நிலம் வழங்கப் பட்டதையும் அதை வைத்து அவர்கள் புதிய கிராமங்களை (பிரம்மதேயக் குடியிருப்புகள்) உருவாக்கி அரசரின் சார்பில் தானிய வரி வசூலிப்பதற்கான நிர்வாகக் கட்டமைப்பை உருவாக்கியிருந்ததையும் விவரிக்கின்றன.

எட்டாம் நூற்றாண்டில் வாழ்ந்த ஆதி சங்கரர் தன் வழியில் எதிர்ப்பட்ட சண்டாளர் ஒருவரை வழிவிட்டு விலகி நிற்கச் சொன்னார். அந்தச் சண்டாளர் "நீ எனது அசுத்தமான உடலை விலகச் சொல்கிறாயா தூய்மையான ஆன்மாவை விலகச்

சொல்கிறாயா?" என்று கேட்டார். பலவிதமாக விளங்கிக் கொள்ளப்படும் இந்தக் கதை ஆன்மா குறித்த ஞானத்தின் மூலம் சாதியப் படிநிலையைக் கடந்து செல்லும் லட்சியவாத இந்து மதத்துக்கும் சாதியப் படிநிலை தழைத்தோங்கும் நடைமுறை இந்து மதத்துக்குமான இடைவெளியைக் காட்டுகிறது. அதே காலகட்டத்தில் வாழ்ந்த தமிழ்ச் சைவக் குரவரான (நாயன்மார்) நந்தனார், சிதம்பரம் சிவன் (நடராஜர்) கோயிலுக்குள் நுழைய அனுமதி மறுக்கப்பட்டார். அவர் நெருப்பில் இறங்கியதன் மூலம் பிராமணராக மாறியதற்குப் பின்னரே கோயிலுக்குள் நுழைய அனுமதிக்கப்பட்டார் என்று சிலர் கூறுகின்றனர். இதன் மூலம் 'அசுத்தமான' மனிதர்களைக் கோயிலிலிருந்து விலக்கிவைக்கும் சிந்தனை மீண்டும் வலியுறுத்தப்படுகிறது.

பன்னிரண்டாம் நூற்றாண்டில் கர்நாடகத்தில் வாழ்ந்த பசவர் சாதி அமைப்பை எதிர்த்ததையும் வெவ்வேறு சாதியினருக்கு இடையிலான திருமணங்களுக்கு ஆதரவளித்த தால் அரசவையில் அவர் பார்த்துவந்த வேலையிலிருந்து நீக்கப்பட்டதையும் அறிகிறோம். பதினான்காம் நூற்றாண்டில் மகாராஷ்டிரத்தில் பண்டரிபுர விட்டலர் கோயிலுக்குள் நுழைய சோகாமேலா என்பவருக்கு அனுமதி மறுக்கப்பட்டது. எனவே அவருக்குத் தனியாக ஒரு சன்னிதி அமைக்கப்பட்ட தாகச் சொல்லப்படுகிறது. இன்றுவரை கோயிலின் படிக்கட்டுகளில் அந்தச் சன்னிதி இருப்பதைக் காண்கிறோம். தியானேஸ்வரர், துக்காராம், ஏக்நாத் போன்ற மராத்தியக் கவிஞர்கள் (துறவிகள்) கடவுளைப் பற்றி சம்ஸ்கிருதத்தில் அல்லாமல் உள்ளூர் மொழிகளில் எழுதியதற்காகவும் கடவுளுக்கு முன் அனைவரும் சமம் என்னும் சிந்தனையை வளர்த்தெடுத்ததற்காகவும் தண்டிக்கப்பட்டனர். இதேபோன்ற சமத்துவத்தை வலியுறுத்தும் பாடல்களை ரவிதாஸர் என்பவர் பாடினார். அவருடைய பாடல்கள் சாதி அமைப்பை நிராகரித்ததன் மூலம் உருவான மதமான சீக்கிய மதத்தின் புனித நூலான கிரந்த சாஹிப்பில் இடம்பெற்றுள்ளன.

பதினாறாம் நூற்றாண்டில் தம்மைச் சேவக–முனிவர்கள் (சூத்ர முனி) என்று அடையாளப்படுத்திக்கொண்ட ஐந்து கவி–துறவிகள் இருந்தனர். அவர்கள் கிருஷ்ணரைப் பற்றி ஒடிய மொழியில் கவிதைகள் எழுதினர். இதன் மூலம் கோயில்களைத் தமது கட்டுப்பாட்டுக்குள் வைத்துக்கொண்டு கோயிலில் நுழையத் தமக்கு அனுமதி மறுத்த பிராமணர் களின் அதிகாரத்தை எதிர்த்தனர். இன்றும் புரி கோயிலில் கோயிலுக்குள் நுழைய அனுமதிக்கப்படாத 'கீழ்' சாதியினர்

வழிபடுவதற்காக ஜகந்நாதரின் இன்னொரு சிலை உள்ளது. இதே காலகட்டத்தில் கர்நாடகத்தில் உள்ள உடுப்பியில் கனகர் என்பவர் கோயிலுக்குள் நுழைய அனுமதிக்கப்படவில்லை. எனவே அவர் கோயிலுக்குப் பின்னாலிருந்தபடி பாடல்களைப் பாடினார். இதனால் கிழக்கு நோக்கிய இறைவனின் சிலை மேற்கு நோக்கித் திரும்பியதாகவும் சுவர் விலகியதாகவும் அதன் மூலம் கனகர் இறைவனைத் தரிசிக்க முடிந்ததாகவும் கூறப்படுகிறது.

100 ஆண்டுகளுக்கு முன்புவரை பல இந்தியக் கிராமங்களில் சில சமூகக் குழுக்கள் கிராமத்தின் பொதுக் கிணறைப் பயன் படுத்த அனுமதிக்கப்பட்டதில்லை. அதோடு அவர்கள் ஒரு துடைப்பத்தை அணிந்துகொண்டு தமது காலடிச் சுவடுகளைத் துடைப்பத்தால் பெருக்கித் தள்ளிக்கொண்டே வர வேண்டும். அவர்களின் உமிழ்நீர் மண்ணில் பட்டுவிடக் கூடாது என்பதற்காக ஒரு பானையையும் கையோடு சுமந்துவர வேண்டும். தாங்கள் வருவதை அறிவிக்கும் விதமாகப் பறை அடித்துக்கொண்டே வர வேண்டும். சாதி அமைப்பின்படி அவர்களின் குலத் தொழில் கழிப்பறைகளைச் சுத்தம் செய்வதும் விலங்குகளின் சடலங்களை அப்புறப்படுத்துவதும் என்பதுதான் இவற்றுக்கெல்லாம் காரணம். அவர்கள் தமது தொழிலை மாற்ற முடியாது. அதாவது, அவர்கள் பிறவியிலேயே அசுத்தமானவர்கள் என்று கருதப்பட்டதால் அவர்களுக்கான கண்ணியமும் மறுக்கப்பட்டது.

தூய்மை என்னும் கருத்தாக்கம்தான் இந்தியாவில் சாதியத்தை நிறுவியது. இந்துக்கள் பலர் தூய்மை என்பதைத் தவறாகப் பயன்படுத்திக் கொடூரமான ஏற்றதாழ்வு மிக்க படிநிலையைப் பிற இந்துக்களின், குறிபபாக ரிஷிகளின் எதிர்ப்பையும் மீறி உருவாக்கினார்கள். கல்வியாளர்களும் செயற்பாட்டாளர்களும் தூய்மைக்கு அழுத்தம் தந்தவர்களையே ‘அசலான’ இந்துக்களாகக் கருதுகிறார்கள். பின்னவர்களைப் பொருட்படுத்துவதில்லை. தூய்மை– தூய்மையின்மை போன்ற கருத்தாக்கங்கள் மனித சமூகம் முழுவதும் தொல் பழங்குடி களின் சமூகக் கட்டுப்பெட்டித்தனங்கள் தொடங்கி நவீன கால பாசிசம்வரை பல்வேறு வடிவங்களில் வியாபித்துள்ளன என்பதை இந்தக் கல்வியாளர்களும் செயல்பாட்டாளர்களும் மறந்துவிடுகின்றனர்.

சாதியம் என்னும் புற்றுநோய் இந்தியாவில் 2,000 ஆண்டுகளுக்கு முன்பு தூய்மைக் கோட்பாடு எழுச்சிபெற்ற காலத்தில் தொடங்கியது. இப்போது இந்தத் தூய்மைக் கோட்பாடு உலகம் முழுவதும் பரவிவருகிறது. இது

பல்வேறு வடிவங்களிலான பாகுபாடாகவும் கலப்படமற்ற 'ஒரே விதமான', பன்மைத்துவமே இல்லாத பூலோக சொர்க்கத்துக்கான ஏக்கமாகவும் வெளிப்படுகிறது. தமது அரசியலை ஏற்காதவர்களை ஒதுக்கித் தள்ளிவிட விரும்பும் அரசியல் தலைவர்களின் உரைகளில் நீங்கள் இதை உணர முடியும். இது நவீன சாதியம்.

தேசிய அரசுகளின் 'விசா' முறை ஏழைகளையும் திறன் அற்ற மக்களையும் 'வளர்ந்த' நாடுகளிலிருந்து விலக்கி வைப்பதற்காகவே வடிவமைக்கப்பட்டது. இதனால்தான் உள்நாட்டில் குடியேறியோருக்கு எதிராக இத்தனை ஆவேசம். வெளியிலிருந்து வரும் குடியேறிகள் தங்கள் நிலத்தின் விழுமியங்களை மாசுபடுத்துவதாகக் கூறுகிறார்கள். எடுத்துக்காட்டாக இஸ்லாமியக் குடியேறிகள் பெண்களுக்கும் தன்பாலின ஈர்ப்பாளர்களுக்கும் உரிமைகள் உள்ளன என்பதை நிராகரிக்கிறார்கள். அதேபோல் இந்தியாவில் அகிம்சாவாத சமண சமூகத்தினர் தமது அரசியல் வலிமையைப் பயன்படுத்தி இறைச்சி உண்போரால் நிகழக்கூடிய 'தீட்டு' தம்மை அண்டிவிடாமல் பாதுகாத்துக்கொள்கிறார்கள். பாகிஸ்தானிலும் ஈரானிலும் உள்ள இஸ்லாமியர்கள் சூஃபியிசம் உள்ளிட்ட தாராளவாத விழுமியங்களால் நிகழும் 'தீட்டை' நிராகரிக்கிறார்கள். அவற்றை ஒதுக்கப்பட வேண்டிய உருவ வழிபாடாகக் (ஷிர்க்) கருதுகிறார்கள். மார்க்சியர்கள் முதலாளித்துவத்தையும் மாவோயிஸ்டுகள் வளர்ச்சியையும் தீட்டாகக் கருதுகின்றனர். இந்தியாவில் உள்ள தலித் மக்களிடம் இந்து மதம் தீட்டானது என்றும் பௌத்த மதம் தூய்மையானது என்றும் கூறப்படுகிறது. சைவ உணவாளர்கள் இறைச்சி உண்போர் அசுத்தமானவர்கள் என்பதை வலியுறுத்துகிறார்கள். எதிர்ப் பாலின ஈர்ப்பாளர்கள் தன்பால் ஈர்ப்பாளர்களை அசுத்தமானவர்கள் என்கிறார்கள். ஒற்றை மணத்தை வலியுறுத்துவோர் பல மணம் புரிவோர் அசுத்தமானவர்கள் என்பதில் உறுதியாக உள்ளனர்.

இந்துமதம் அடிப்படையிலேயே சாதியமயமானது, பிராமணர்கள் மனு ஸ்ம்ருதியின் கட்டளைகளைக் கொண்டு இந்த அமைப்பை மேலிருந்து திணித்தனர் என்பது போன்ற கருத்துக்கள் மிகவும் எளிமைப்படுத்தப்பட்ட புரிதலின் வெளிப்பாடு. 'கீழ்' சாதியினரும் சாதி அமைப்பைப் பின்பற்று கிறார்கள். இஸ்லாமியர்களும் கிறிஸ்தவர்களும்கூட இன்றும் தமது மகனோ மகளோ யாரைத் திருமணம் செய்துகொள்ள வேண்டும் என்பதில் கறாரான தேர்வு விதிமுறைகளைக் கடைபிடிக்கின்றனர். சாதியத்தைப் பின்பற்றும் ஒடுக்கப்பட்ட

மக்கள் ஒடுக்குபவரை நேசிக்கும் உளவியலில் சிக்கியுள்ளதாகச் சீர்திருத்தவாதிகள் கூறுகிறார்கள். இந்த விஷயத்தில் ஒடுக்கப்பட்ட மக்கள் தமது முடிவெடுக்கும் அதிகாரத்தைப் பயன்படுத்துவதில்லை என்றும் அதனாலேயே சாதி அமைப்பை ஆதரிக்கிறார்கள் என்றும் கூறுகின்றனர். நேர்மறையான பாகுபாடுகளும் இட ஒதுக்கீடு முறையும் நியாயமான சமூகத்தைப் படைக்கும் என்னும் சிந்தனையும் இதேபோன்ற எளிமைப்படுத்தப்பட்ட புரிதலின் வெளிப்பாடுதான். உண்மையில் பட்டியல் பழங்குடியினர், பட்டியல் சாதிகள், இதர பிற்படுத்தப்பட்ட வகுப்பினர், பொதுப் பிரிவினர் என புதிய நான்கடுக்கு அமைப்பினை ஏற்படுத்துவதன் மூலம் அத்தகைய நடவடிக்கைகள் தீவிரமான எதிர்ப்புணர்வுகளை உருவாக்கிச் சாதிகளுக்கு இடையிலான எல்லைகளை மேலும் வலுப்படுத்துகின்றன.

சிலர் சமூகத்தில் மேல் நிலையில் இருப்பவர்கள் பெறும் நலன்கள் அங்கிருந்து கீழ் அடுக்கில் இருப்பவர்களுக்கும் பாயும் என்னும் கோட்பாட்டை நம்புகிறார்கள். வேறு சிலர் உடனடிப் புரட்சிகளை நாடுகிறார்கள். இவை இரண்டுமே பலனளிப்பதில்லை. நிலைமை சிக்கலானதாகவும் எளிய விடைகள் இல்லாத நிலையற்ற தன்மை மிக்கதாகவுமே உள்ளது. ஆனால் தான் நம்புவதே சரியானது என்னும் ஆவேசம் மட்டும் அனைத்துத் தரப்பினரிடமும் உள்ளது.

சனாதன தர்மம்: ஒரு விசாரணை

39

இஸ்லாமியப் படையெடுப்பாளர்களின் வருகை இந்துப் பண்பாட்டை அழித்ததா?

வரலாற்றாய்வாளர்கள் இஸ்லாமியப் படையெடுப்பு என்னும் சொற்களைத் தவிர்ப்பார்கள். மாறாக அரபி, துருக்கி, மங்கோலிய முகலாயப் படையெடுப்பு என்னும் சொற்களையே பயன்படுத்துவார்கள். இதற்கு இரண்டு காரணங்கள் உள்ளன. ஒன்று இந்தப் படையெடுப்புகள் பொருளாதார அல்லது அரசியல் காரணங்களால் உந்தப்பட்டவை. மதம் காரணம் அல்ல. வரலாற்றாய்வார்கள், மதவாதச் சொற்களைப் பயன்படுத்த விரும்புவதில்லை என்பது இரண்டாவது காரணம். ஆனால் வரலாற்றாய்வாளர்கள் அதே மரியாதையை இந்து மதத்துக்கு அளிப்பதில்லை என்று இந்துக்கள் பலர் கருகின்றனர். வன்முறைப் பரவலை இஸ்லாமியர்களுடன் தொடர்புபடுத்த மாட்டீர்கள் என்றால் சாதியத்துடன் இந்து மதத்தை எப்படித் தொடர்புபடுத்துகிறீர்கள்? இரண்டையுமே அரசியல், பொருளாதார நோக்கங்களின் விளைவு களாகவும் மதத்துடன் தொடர்பற்றதாகவும் ஏன் பார்க்கக் கூடாது என்பதே அவர்களின் கேள்வி.

பஞ்சங்கள், கொள்ளை நோய்களைப் போல் படையெடுப்பு களும் மக்களின் புலம்பெயர்வையும் இடமாற்றத்தையும் பண்பாட்டு மறுசீரமைப்பையும் விளைவிக்கின்றன. சிந்தனைகளின் இடமாற்றமும் உருமாற்றமும் விளைகின்றன. எனவேதான அமெரிக்கர்கள் இன்று யோகம் பயில்கிறார்கள். அதன் இந்திய (அல்லது இந்து) வேர்களைப் பற்றி அவர்கள் அறிவதில்லை. இந்தியர்களும் காப்பி அருந்துகிறார்கள். அதன் அரேபிய (அல்லது இஸ்லாமிய) வேர்களை உணர்வதில்லை.

வடக்கு எல்லையில் அமைந்திருக்கும் இமயமலை, தெற்கு எல்லையில் அமைந்திருக்கும் கடல் ஆகியவற்றின் காரணமாக இந்தியத் துணைக்கண்டம் உலகின் பிற பகுதிகளிடமிருந்து தனித்துவிடப்பட்டுள்ளது. ஆனாலும் மக்கள் மலைப் பகுதி களையும் கடல் துறைமுகங்களையும் கடந்து 5000 ஆண்டுகளுக்கு மேலாக இங்கு வந்துள்ளனர். சிலர் வணிகம் செய்யவும் சிலர் கொள்ளையடிக்கவும் சிலர் ஆட்சி செய்யவும் சிலர் மேம்பட்ட வசிப்பிடத்தை எதிர்பார்த்தும் இங்கு வந்து சேர்ந்தார்கள். இவர்கள் ஒவ்வொருவரும் இந்தியாவை மாற்றியமைத்தார்கள். இதன் விளைவாக இந்தியாவின் வரலாற்றில் எகிப்தியர்கள், பாரசீகர்கள், அரேபியர்கள், சீனர்கள், கிரேக்கர்கள், ரோமானியர்கள், மத்திய ஆசியர்கள், ஐரோப்பியர்கள் என அந்நியர்களின் தாக்கம் வெவ்வேறு அளவுகளில் இருந்து வந்துள்ளது.

1000 ஆண்டுகளுக்கு முன்பு நிகழ்ந்த இஸ்லாமியப் படையெடுப்பாளர்களின் வருகை இந்துப் பண்பாட்டை உருமாற்றியது. எந்த ஒரு படையெடுப்பையும் போலவே இதிலும் அழிவும் துயரமும் இருந்தன. ஆனால் இந்தச் சேதம் முழுமையானதும் நிரந்தரமானதும் அல்ல. காலப்போக்கில் இந்துப் பண்பாடு மீண்டெழுந்து புதிய யதார்த்தங்களுக்கு ஏற்பத் தகவமைத்துக்கொண்டதன் மூலம் புதிய இந்துப் பண்பாடு உருவெடுத்தது. அது இஸ்லாத்துடன் தத்துவார்த்தரீதி யிலும் சமூகரீதியிலும் உரையாடியது.

இந்தியப் பண்பாடு அஞ்சறைப் பெட்டியைப் போன்றது. அதில் உள்ள பெரும்பாலான மளிகைப் பொருள்கள் இந்து மதத்துடன் அடையாளம் காணப்படுபவை. ஆனால் அனைத்தும் ஒரே நேரத்தில் இந்து மதத்துக்குள் வந்தவை இல்லை. அவற்றுள் சில, துறவு மரபினை அறிமுகப்படுத்திய புத்த மதத்தின் எழுச்சி போன்ற உள்நாட்டுச் சவால்களுக்குப் பிறகு உள்ளே வந்தவை. வேறு சில வெளிநாடுகளிலிருந்து வந்த சவால்களுக்குப் பிறகு வந்தவை. உதாரணமாக கிரேக்கர்கள் கல்லால் கட்டப்பட்ட கோயில்களையும் வீர நாயகர்கள்,

கடவுளரின் சிலைகளைக் கற்களால் வடித்துக் கோயில்களில் வீற்றிருக்கச் செய்வதையும் அறிமுகப்படுத்தினர். இது வேதப் பண்பாட்டுக்குரிய, சிலைகள் அற்ற, எங்கு வேண்டுமானாலும் எடுத்துச் செல்லப்படக்கூடிய சடங்குகளிலிருந்தும் ஆறுகள், மலைகள், மரங்களைக் கடவுளாக வழிபட்ட உள்ளூர்ப் பழங்குடிப் பண்பாட்டிலிருந்தும் முற்றிலும் வேறுபட்டது. சில பொருள்கள் இந்து மதத்திற்குரியவையாக அடையாளம் காணப்பட முடியாதவை. ஆனால் அவற்றை இந்தியத்தன்மை வாய்ந்தவை என்று கூறுவதில் பிழையில்லை. இன்னும் சில இந்தியத்தன்மையற்றவை என்று அடையாளம் காணப்படத் தக்கவை. வேறு சில மசாலாக்கள் உலகளாவியவை என்று சொல்வதே சரியானதாக இருக்கும். ஏனென்றால் அவை எல்லா இடங்களிலும் இருப்பவை.

எந்தப் பண்பாட்டையும் போல பல இந்தியர்களும் இந்துக்களும் 'தூய்மை'யான பண்பாடு என்னும் கருத்தாக்கத்தை நம்புகிறார்கள். 'தூய்மை' குறித்த கருத்துக்கள் எப்போதும் தொன்மம் சார்ந்தவை (அகவயமானவை); அறிவியல்பூர்வ மானவை (புறவயமானவை) ஆல்ல. ஆனால் அவை பண்பாட்டின் உருவாக்கத்தில் பங்குவகிக்கின்றன. இந்தியாவில் போர்த்துக்கீசியர்களின் தாக்கத்தைப் பற்றி யோசிக்கும்பொது இது புலனாகும். போத்துக்கீசியர்கள் தென் அமெரிக்காவி லிருந்து உருளைக்கிழங்கை இந்தியாவுக்குள் கொண்டு வந்தார்கள். அவர்கள் கிறிஸ்தவத்தையும் பரப்பினார்கள். தூய்மைவாதிகள் பலர் உருளைக்கிழங்கை அந்நியக் காயாகப் பார்ப்பதில்லை. ஆனால் கிறிஸ்தவத்தை அந்நியச் சிந்தனை யாகப் பார்க்கிறார்கள். பூரிக் கிழங்கை ருசித்துக்கொண்டே கிறிஸ்தவத்தைத் தீவிரமாக வெறுக்கிறார்கள்.

1400 ஆண்டுகளுக்கு முன்பு இஸ்லாம் அரேபியாவில் உதித்தது. முகமது நபியின் காலத்திலேயே அது கடல் வழி வணிகர்களின் மூலமாகக் கேரளத்தை வந்தடைந்தது. இஸ்லாமியப் படையெடுப்பு குறித்துப் பேசும்போது நாம் வட இந்தியாவில் (பஞ்சாப், கங்கைச் சமவெளி) தொடங்கி கிழக்கில்(வங்கம்) செல்வாக்குப் பெற்று துணைக் கண்டத்தின் பிற பகுதிகளுக்குப் பரவியதைத்தான் குறிக்கிறோம். இது இரண்டு கட்டங்களில் நடந்தது. முதல் கட்டம், 1200 ஆண்டுகளுக்கு முன்பு இந்திய எல்லைகளை வந்தடைந்த அரேபியர்களால் முன்னெடுக்கப்பட்டது. இது அவ்வளவாக வெற்றிபெற வில்லை. இரண்டாவது கட்டம் அதிக வெற்றிபெற்றது. 800 ஆண்டுகளுக்கு முன்பு தொடங்கியது. இதை முன்னெடுத்தவர்கள் துருக்கியர்களும் மங்கோலியர்களும்.

இஸ்லாமியப் படையெடுப்பின் முதல் கட்டத்தில் பெரும்பகுதி இந்தியா பாதிக்கப்படவில்லை. இஸ்லாத்தின் பரவல் ஒரு காலத்தில் பட்டுப் பாதையில் செழித்திருந்த பௌத்த, ஜோராஷ்ட்ரிய மையங்களை அழித்தது. இந்தியச் சிந்தனையின் மீது அதன் தாக்கம் ஏதேனும் இருந்ததென்றால் அது மறைமுகமாகவே இருந்தது. 2,000 ஆண்டுகள் பழமையான பகவத் கீதையிலேயே பக்தியும் ஏக இறை (ஒரே கடவுள்) வழிபாடும் பேசப்பட்டாலும் 1000 ஆண்டுகளுக்கு முன்பு இஸ்லாம் செல்வாக்குப் பெற்றதன் விளைவாகவே இந்தக் கருத்தாக்கங்கள் பரவலான ஏற்பைப் பெற்றன என்று சிலர் கூறுகிறார்கள்.

இஸ்லாமியப் படையெடுப்பின் இரண்டாம் கட்டம் பெரும் வன்முறையுடன் நிகழ்ந்தது. ஆப்கானிஸ்தானிலிருந்தும் மத்திய ஆசியாவிலிருந்தும் வந்த கஸ்னாவித் போன்ற போர்த் தளபதிகள் பெரும்பாலும் கோயில்களில் பதுக்கி வைக்கப்பட்டிருந்த இந்தியாவின் பெருமதிப்புமிக்க செல்வங் களைக் கொள்ளையடித்தனர். உருவ வழிபாட்டாளர்களின் நிலத்தைத் துடைத்தெறிய வேண்டும் என்னும் மதம் சார்ந்த ஆவேசம் இந்தக் கொள்ளையடிப்புச் சம்பவங்களுக்கு எரிபொருளாக அமைந்தது. இந்தப் படையெடுப்பாளர்கள் நகரங்கள், கோயில்கள் அனைத்தையும் அழித்துத் தங்கங்கள், அடிமைகளுடன் தமது நாட்டுக்குத் திரும்பினர். இதனால் விளைந்த பொருள்/உயிர்ச் சேதம் எவ்வளவு, உளவியல்ரீதி யான சேதம் எவ்வளவு, இதில் எவ்வளவு உண்மை, எவ்வளவு பொய்ப் பிரச்சாரம், இது எந்த அளவு பொருளாதார நோக்கம் கொண்டது, எந்த அளவு மத ஆவேசம் இதற்குக் காரணம் என்னும் விவாதத்துக்கு முடிவேயில்லை. ஆனால் இந்த நிகழ்வுகளுக்கு முன்னரும் பின்னரும் இந்து மதம் ஒரே மாதிரி இல்லை என்பது மட்டும் உண்மை.

காலப்போக்கில் துருக்கிய, ஆப்கனிய, மங்கோலியப் போர்த் தளபதிகள் இந்தியாவில் தங்கிவிட முடிவெடுத்தனர். 800 ஆண்டுகளுக்கு முன்பு தில்லியில் ஒரு சுல்தானகம் உருவெடுத்தது. மம்லுக்குகள், கில்ஜிக்கள், லோடிக்கள், துக்ளக்குகள் ஆகியோர் அதற்குத் தலைமை தாங்கினர். சுமார் 600 ஆண்டுகளுக்கு முன்பு வங்கம், தக்காணம் ஆகிய பிராந்தியங் களிலும் சுல்தானகங்கள் அமைந்தன. 400 ஆண்டுகளுக்கு முன்பு வட இந்தியாவில் முகலாயப் பேரரசு நிறுவப்பட்டது. பின்னர் படிப்படியாக அது தென் இந்தியாவுக்கும் பரவியது. தெற்கே மதுரை, மத்திய இந்தியாவில் உஜ்ஜயினி, கிழக்கே புரி, மேற்கே சோம்நாத் ஆகிய இடங்களில் இருந்த கோயில்களை

இஸ்லாமிய அரசர்கள் கொள்ளையடித்தார்கள். இவற்றின் நினைவுகள் உள்ளூர்ப் புராணக் கதைகளின் மூலம் சேகரித்து வைக்கப்பட்டன.

ஆனால் இந்தக் காலகட்டத்தில் இந்து மதத்தில் தடாலடி மாற்றங்கள் நிகழ்ந்தன. அவற்றுள் சில இஸ்லாத்தினால் நிகழ்ந்தன. மற்றவை இஸ்லாத்துடன் எந்தத் தொடர்பும் இன்றி நிகழ்ந்தன. இந்தியாவில் இஸ்லாம் ஒரு தனித்துவமான இந்திய குணத்தை அடைந்தது என்று ஒரு கருத்து உள்ளது. இங்கு மட்டும்தான் இஸ்லாம் இன்னொரு மதத்துடன் ஒற்றுமையாக வாழ்ந்தது. ஐரோப்பாவில் அது கிறிஸ்தவத்துடன் கசப்புமிக்க போர்களில் ஈடுபட்டது. தெற்காசியாவில் பௌத்தமும் இந்து மதமும் அடிப்படையான பண்பாட்டுத் தாக்கம் செலுத்தியிருந்தாலும் இஸ்லாமே ஆதிக்க மதமாக ஆனது. இந்தியாவில் சில சாதிகளைச் சேர்ந்தோர் இஸ்லாத்தைப் பின்பற்றத் தொடங்கினார்கள். எடுத்துக்காட்டாக நில உடமையாளர்களாக இருந்த சில 'உயர் சாதி' இஸ்லாமியர்களும் இருந்தனர். அதே போல் 'கீழ்சாதி'களைச் சேர்ந்த கசாப்புத் தொழிலாளிகளும் இஸ்லாமியர்களாக இருந்தனர். இது பதற்றம் நிறைந்த ஒற்றுமையை உருவாக்கியது. விளிம்புகளில் வன்முறை இருந்தது. ஆனால் அது முழுமையான மத மோதலாக இருக்கவில்லை.

கடந்த 1000 ஆண்டுகளில்தான் ராமானுஜர், மத்வர், வல்லபர், நிம்பர்க்கர், சைதன்யர் உள்ளிட்ட ஆச்சாரியர்கள் இன்றைய இந்து மதத்தின் முக்கிய அடிக்கல்லாகக் கருதப்படும் ஆத்திக வேதாந்தத் தத்துவத்தை ஒருங்கிணைத்தனர்.

அதேபோல், கடந்த 1000 ஆண்டுகளில்தான் நாம் பிராந்திய மொழிகளில் பல இந்து மதப் புனித இலக்கியங்கள் உருவானதைக் காண்கிறோம். தமிழ், தெலுங்கு, மலையாளம், கன்னடம், அசாமிய மொழி, ஒடியா, வங்காள மொழி, குஜராத்தி, மராத்தி, மார்வாரி, இந்தி ஆகிய மொழிகளில் ராமாயணமும் மகாபாரதமும் இதே காலக்கட்டத்தில்தான் இயற்றப்பட்டன.

காஷ்மீர், குஜராத், கங்கைச் சமவெளிகள் உள்ளிட்ட பகுதிகளில் இருந்த பல கோயில்கள் இடிக்கப்பட்டு அவற்றின் தூண்கள் மசூதிகள் கட்டப் பயன்படுத்தப்பட்டன; அதே சமயம் பல பிரம்மாண்டக் கோயில்களைத் தொன்மையான தலங்களில் அந்தப் பகுதிகளைச் சேர்ந்த இந்து அரசர்கள் தமது வலிமையைப் பறைசாற்றுவதற்காகக் கடந்த 1000 ஆண்டுகளில் கட்டினர். இன்று நாம் காணும் ஜகந்நாதர் கோயில் கட்டிடத்தை 800 ஆண்டுகளுக்கு முன்பு சோழகங்கதேவர் எழுப்பினார். மதுரை மீனாட்சி அம்மன் கோயில் உட்பட

தமிழ்நாட்டிலும் ஆந்திரப் பிரதேசத்திலும் இன்று நாம் காணும் பல பிரம்மாண்டமான கோயில்களை 400 ஆண்டுகளுக்கு முன்பு நாயக்கர்கள் கட்டினார்கள். வடக்கில் வாழ்ந்த மக்கள் கோயில்கள் கட்டுவதைத் தவிர்த்தனர். மாறாக வீட்டுக்குள் வைத்துத் தெய்வத்தை வழிபட்டனர். இதன் மூலமாகத்தான் ராஜஸ்தானிலும் மத்திய இந்தியாவிலும் நாம் காணும் தாகுர்-கர் அல்லது ஹவேலி பண்பாடு உருவெடுத்தது.

மீரா, ரவிதாசர், துக்காராம், அன்னமய்யர், ஷேத்ரய்யர், புரந்தரதாசர் போன்றோரின் பக்திப் பாடல்கள் கடந்த 500 ஆண்டுகளில் எழுதப்பட்டவை. பல இந்து சமூகக் குழுக்களில் வாய்மொழி மரபே முதன்மையானதாக இருக்கிறது என்றாலும் பாகவதம், ராமாயணம் ஆகியவற்றின் எழுத்துப் பிரதிகளை ஒடிஷாவில் உள்ள பாகவத கரா போன்ற வழிபாட்டு இடங்களில் வைத்து வழிபடும் வழக்கம் தொடங்கியது. இது வெகு மக்கள் தளத்தில் நூல்களுக்கு வழங்கப்பட்ட மதிப்பு அதிகரித்ததைச் சுட்டுகிறது. இது இஸ்லாத்தின் தாக்கம்தான் என்பது தெளிவு.

கடந்த 400 ஆண்டுகளில் தக்காணத்தின் சுல்தானியர்கள் இந்துஸ்தானி செவ்வியல் இசையை ஆதரித்தனர். ஔத்-தின் நவாபுகள் கிருஷ்ண – லீலை, ராம – லீலை போன்ற விழாக்களைக் கொண்டாடியதோடு அனுமனுக்கான படா மங்கள் பண்டிகையை லக்னோவில் தொடங்கிவைத்தனர். ஹோலிப் பண்டிகை இந்து அரசர்கள் மட்டும் அல்லாமல் இஸ்லாமிய அரசர்களாலும் கொண்டாடப்படும் அரசுகுலப் பண்டிகை ஆனது. முகலாய அரசவைகள் பாரசீக ஓவியர்களுக்கு ஆதரவளித்தன. அவர்கள் குறுவடிவிலான ஓவியங்களை வரையும் இந்தியப் பாணியைத் தொடங்கிவைத்தனர். இதன் மூலம் பல்வேறு உள்நாட்டு ராஜபுதன அரசர்களுக்கும் இந்து மதச் சான்றோருக்கும் ராமாயணம், மகாபாரதம், கீத கோவிந்தம், பாகவதம், புராணங்கள் ஆகியவற்றிலிருந்து நுட்பமான கலைப் படைப்புகள் கிடைத்தன. இவை உலகெங்கிலும் உள்ள அருங்காட்சியகங்களில் காட்சிக்கு வைக்கப்பட்டுள்ளன.

இஸ்லாமியர்களின் வருகைக்கு முன்பே கிராமங்கள் சாதியின் அடிப்படையில் ஒருங்கிணைக்கப்பட்டிருந்தன. இஸ்லாத்தின் வருகைக்குப் பிறகும் அது அப்படியே தொடர்ந்தது. இஸ்லாத்துக்கு மதம் மாறியவர்களும் தமது குலத் தொழிலைத் தொடர்ந்ததோடு தமது சாதியையும் தக்கவைத்துக் கொண்டனர்.

பல சமூகக் குழுக்களில் இந்து மதத்தையும் இஸ்லாத்தையும் பிரிக்கும் கோடுகள் அவ்வளவு இறுக்கமானவையாக இல்லை. எடுத்துக்காட்டாக இந்து பாணர் கதைகளைப் பாடிய ராஜஸ்தானிய இசைக் கலைஞர்கள் இஸ்லாமியர்களாக இருந்தனர். வங்கத்தில் நீண்ட காகிதத்தில் பெரும் காப்பியங்களை (ராமாயணம், மகாபாரதம் ஆகியவை) வரைந்த பதுவா கலைஞர்கள் இஸ்லாமியர்கள். கேரளத்தில் மலபார் இஸ்லாமியர்களின் மாப்ளா ராமாயணம் உள்ளது. அதில் ஷரியா போன்ற சொற்கள் ராமாயணத்தில் பயன்படுத்தப்பட்டிருப்பதைக் காணலாம். சித்தோர் மீதான அலாவுதீன் கில்ஜியின் தாக்குதல் பற்றிய 'பத்மாவத்' என்னும் பிரபல கதைப் பாடலை இயற்றியவர் மாலிக் முகமதி ஜெயசி என்னும் இஸ்லாமியர். பல கோயில்களில் இருந்த புனிதர்களை இஸ்லாமியர்கள் பிர் என்றும் இந்துக்கள் யோகிகள் என்றும் கருதினர். இஸ்லாமிய அரசர்கள் பலரின் அரசவையில் இந்து அரசவையினர் இருந்தனர். (அக்பரின் அரசவையில் இருந்தவர் மான் சிங்). அதேபோல் இந்து அரசர்களின் அவையில் இஸ்லாமிய அரசவையினர் இருந்தனர் (ஹக்கிம் கான் ஹல்திகாடியில் ராணா பிரதாப்புடன் சேர்ந்து போரிட்டார்).

ஆடைகளில் மாற்றங்கள் ஏற்பட்டன. வட இந்தியாவில் பெண்களின் தலையையும் முகத்தையும் மறைக்கும் ஆடையான கூங்கட் இந்துக் குடும்பப் பெண்களால் அணியப்பட்டது. ஆனால் இந்த வழக்கம் தெற்கில் காணப்படுவதில்லை. நாதத்வாரத்தில் உள்ள ஸ்ரீநாத்ஜி கோயில்களில் பிரதான தெய்வத்துக்கு அணிவிக்கப்படும் பல ஆடைகளில் ஒன்று முகலாய–வேஷா (வேஷ்டி). ஸ்ரீரங்கத்தில் ரங்கநாதப் பெருமாளின் துணைவியரில் ஒருவராக இஸ்லாமியரான துலுக்க நாச்சியார் இருக்கிறார். ஐயப்பனுக்கு வாவர், திரௌபதி அம்மனுக்கு முத்தால ராவுத்தர் எனத் தென்னகத்தின் பல பகுதிகளில் இந்து தெய்வத்துக்கு இஸ்லாமியப் பாதுகாவலர்கள் உள்ளனர்.

பிரிட்டிஷார் இந்தியாவைச் சாதிகளின் தொகுப்பாக அல்லாமல் மதங்களின் தொகுப்பாகப் பார்க்க விழைந்தனர். அவர்கள் இந்து மதத்தைச் சாதிகளின் தொகுப்பாக வரையறுத்தனர். ஆபிரகாமிய மதங்களைப் பின்பற்றியவர்களை இதில் சேர்க்கவில்லை. கிராமங்களில் யதார்த்தம் இதற்கு மாறாக இருந்ததை அவர்கள் பொருட்படுத்தவில்லை. பிரிட்டிஷார் இந்தியாவின் 3000 சாதிகளை வேதங்களில் இருந்த நான்கு வர்ணங்களுக்குள் வலிந்து இணைத்தனர். சாதி அரசியலின் காரணமாக எந்த சாதிக்கும் இந்தியாவில் எங்கும்

பெரும்பான்மை இல்லை. சாதியைக் கையாள்வதும் மிகச் சிக்கலானதாக ஆகிவிட்டது. மத அரசியலின் காரணமாக இந்தியர்களை மதவாத அரசியலின் மூலம் எளிதாகத் திசை திருப்பிவிட முடியும் என்ற நிலை உருவானது.

சுதந்திர இந்தியா சாதி, மத அரசியல்களை அடக்கிவைக்க (அல்லது சுரண்ட) முயன்றது. ஆனால் அதனால் மொழி அரசியலிலிருந்து தப்ப முடியவில்லை. இப்போது நாம் சாதி, மத, மொழி அரசியல்களை எதிர்கொள்கிறோம். இவை இந்த மண்ணின் பொருளாதாரம் சார்ந்த பிரச்சினைகளிலிருந்து நம்மைத் திசைதிருப்புகின்றன. இஸ்லாம் இங்கு வந்திருக்கவே இல்லை என்றால்கூட இந்தியர்கள், சாதி, மொழி மட்டும் அல்லாமல் பாலின அரசியல் சார்ந்த பிரச்சினைகளையும் எதிர்கொள்ள நேர்ந்திருக்கும். வரலாறு, அரசியல், பொருளியல், பண்பாடு, மதம் ஆகியவை சிக்கலான பொருண்மைகள்.

இந்திய வரலாற்றை வெறுமனே ஆயிரம் ஆண்டுகால இஸ்லாமிய அடிமைத்தனமாகச் (அல்லது பிராமணிய மேலாதிக்கமாக, அல்லது ஆண்கள் பெண்களை அடிமைப் படுத்தியதாக, அல்லது எதிர்பாலின ஈர்ப்பாளர்கள் பால் புதுமையினரை எங்கும் காணப்பட முடியாதவர்களாக ஆக்கியதாக, அல்லது வெள்ளையர்கள் உலகையே அடக்கி ஆண்டதாக அல்லது ஹான் சீனர்கள் கீழை நாடுகளைக் கட்டுப்படுத்தியதாக) சுருக்க முயல்கிறவர்கள், உலகத்தை அவ்வளவு எளிமையாக விளக்கிவிட முடியாது என்பதைப் புரிந்துகொள்ள வேண்டும். இந்த அரை உண்மைகள் நம்மைக் கட்டுப்படுத்தி ஆட்டுவிக்கக்கூடியவை என்னும் விழிப்புணர்வு வேண்டும். அரைகுறை உண்மைகள், பொய்களைவிட மிகவும் ஆபத்தானவை.

40

சமோசா இந்திய அல்லது வைதீகத்தன்மை கொண்ட உணவா?

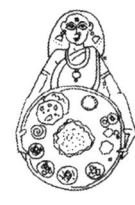

சமோசா மத்தியக் கிழக்கில் தோன்றியது. மத்திய ஆசியாவிலிருந்து இஸ்லாமிய அரசர்கள் 800 ஆண்டுகளுக்கு முன்பு வந்த பின் இந்தியாவுக்குள் வந்தது. அது எகிப்திய பிரமிடுகளின் வடிவத்தை ஒட்டி வடிவமைக்கப்பட்டதா? உறுதியாகச் சொல்ல முடியாது. சமோசா ‘சம்பா’ அல்லது ‘சம்போசா’ என்று அழைக்கப்பட்டது. அதற்குள் இறைச்சியை இட்டு நிரப்பினார்கள். சமோசா குறித்த மிகத் தொன்மையான குறிப்புகள் 1000 ஆண்டுகளுக்கு முந்தைய பாரசீக இலக்கியத்தில் இடம்பெற்றுள்ளன. 600 ஆண்டுகளுக்கு முன்பு தில்லி சுல்தானகத்தின் அரசர்களின் அரண்மனைகளில் ‘சமுஷக்’ அல்லது ‘சம்புசா’ பரிமாறப்பட்டதாக அமிர் குஸ்ரோ, இபின் பதூதா போன்றோர் கூறுகின்றனர்.

ஆனால் இன்று சமோசா என்றால் உருளைக் கிழங்கைக் கொண்டதாகவே பலர் அறிந்திருக்கிறார்கள். இது இந்தியர்கள் நிகழ்த்திய புதுமையாக இருக்கலாம். சுவாரசியம் என்னவென்றால் உருளைக்கிழங்கும் இந்தியக் காய் அல்ல. போர்த்துக்கீசியர்கள் தென் அமெரிக்காவிலிருந்து 400 ஆண்டுகளுக்கு முன்பு அதை இந்தியாவுக்குள்

கொண்டுவந்தனர். இன்று உருளைக் கிழங்கு இல்லாத இந்திய உணவைக் காண்பது அரிது. ஆனால் இது மிளகாயைப் போல் இந்திய உணவுகளில் அண்மைக் காலத்தில் சேர்ந்த இடுபொருள். உருளைக் கிழங்கு வெளிநாட்டில் தோன்றியது என்பதை ஏற்றுக்கொள்ள முடியாத அளவுக்கு இன்று நாம் அதை முழுமனதுடன் வாரி அணைத்துக்கொண்டுவிட்டோம்.

பல இந்துக் கோயில்களில் சமையலறை (மடப்பள்ளி) உள்ளது. ஆனால் வெகு சிலவற்றில் மட்டுமே உணவில் (பிரசாதம்) உருளைக் கிழங்கோ சிவப்பு மிளகாயோ சேர்க்கப் படுகிறது. உருளைக் கிழங்குக்கு மாறாகப் பூசணி, புடலங்காய் போன்றவற்றைப் பயன்படுத்துவார்கள். மிளகாய்க்குப் பதிலாக நீண்ட பச்சை மிளகினைப் பயன்படுத்துவார்கள். இது உருளையும் மிளகாயும் வெளிநாட்டில் தோன்றியவை என்பதைக் குறிக்கிறது. இதேபோல் பல இந்துக் கோயில்களில் பிரதான தெய்வத்தின் வழிபாட்டுக்கு ரோஜா இதழ்களைப் பயன்படுத்துவதில்லை. ரோஜாப்பூ முகலாயர்களுடன் வந்தது என்பதால். ஆனால் காலப்போக்கில் மக்கள் இந்தக் காய்கள், மசாலாப் பொருள்கள், பூக்களின் வெளிநாட்டு மூலத்தை மறந்துவிட்டு அவற்றைச் சடங்குகளிலும் பயன் படுத்தத் தொடங்கிவிட்டார்கள். இந்துக் கடவுளருக்குப் படைக்கப்பட உகந்தவையாகவும் ஏற்றுக்கொண்டார்கள். எனவே இன்று கோயில்களில் தெய்வங்களை ரோஜாப் பூவினால் அலங்கரிப்பதையும் பூரிக் கிழங்கை இறைவனுக்குப் படைப்பதையும் காண்பது அரிதல்ல. மிளகாய், அம்மன் வழிபாடு, கண் திருஷ்டி கழிப்பதற்கான சடங்குகள் ஆகியவற்றின் முக்கிய அங்கமாகிவிட்டது.

ரிக் வேதத்தில் உள்ள 'யவம்', 'தனம்' ஆகிய சொற்கள் யாகங்களில் பயன்படுத்தப்பட்ட அப்பம் உள்ளிட்ட உணவுப் பண்டங்களைத் தயாரிக்கப் பயன்படுத்தப்பட்ட பார்லியைக் குறிப்பனவாக இருக்கலாம். சிலர் 'பராத்தா' என்னும் சொல்லுக்கும் வைதீக மூலம் இருப்பதாக ஊகிக்கிறார்கள். புரோ-தச என்னும் சொல்லிலிருந்து பராத்தா வந்திருக்கக் கூடும் என்று கருதுகின்றனர். இந்தியர்கள் காய்கறிகளாலோ இறைச்சியாலோ நிரப்பப்பட்ட சமோசா போன்ற உணவுப் பண்டத்தைப் பயன்படுத்தினார்களா? அது அப்பத்தின் வடிவில் இருந்திருக்குமா? உறுதியாகச் சொல்ல முடியாது.

இந்தியா பிற நாடுகளிலிருந்து இடுபொருள்களையும் உணவுப் பண்டங்களையும் பெற்றதைப் போலவே அவற்றுக்குக் கொடுக்கவும் செய்தது. உதாரணமாக, கரும்பு தெற்கு ஆசியாவிலிருந்துதான் உலகின் பிற பகுதிகளுக்குச்

சென்றது. ரோமானிய ஆட்சிக் காலத்தில் வெல்லம் ஐரோப்பாவுக்குச் சென்றது. முதலில் அது நெய்யுடன் கலந்து உட்கொள்ளும் மருந்தாகவே அங்கு பயன்படுத்தப்பட்டது; உணவுப் பொருளாக அல்ல. சர்க்கரை சுமார் 1000 ஆண்டு களுக்கு முன் ஐரோப்பாவுக்குச் சென்றது. அதற்கு முன்பு தேன்தான் முக்கிய இனிப்பூட்டியாகப் பயன்படுத்தப்பட்டது. ஆனால் இந்தியர்கள் வெல்லத்துக்கு உரிய மதிப்பு அளிக்கவில்லை. இன்று ஐரோப்பாவிலும் அமெரிக்காவிலும் சாய்–டீ என்றழைக்கப்படுவது இந்தியாவிலிருந்து சென்றது தான். பால் சேர்த்துத் தேநீர் கலக்கும் சிந்தனைக்கு 100 வயது தான். அதுவும் இந்தியச் சாலையோர உணவகங்களிலிருந்தே (தாபா) தோன்றியது. பால் சேர்த்துத் தேநீர் கலப்பது சீனர்களை அதிர்ச்சியடையச் செய்யும். அந்நாட்டின் பேரசர் ஒருவர், அனைவரும் உடல்நலம் பேணுவதற்காகக் காய்ச்சிய நீரை அருந்த வேண்டும் என்று வலியுறுத்தியதன் பேரில் தேநீர் அருந்தத் தொடங்கியவர்கள் சீனர்கள்.

இன்றைய சமோசாவை (உருளைக்கிழங்கு அல்லது பட்டாணியால் நிரப்பப்பட்டது) மத்திய ஆசியர்கள், பாரசீகர்கள், போர்த்துகீசியர்கள் ஆகிய பலரின் பங்களிப்புடன் உருவான இந்திய உணவு என்று சொல்லலாம். இந்து மதத்தைப் போல் அது பல்வேறு ஆன்மிகக் கிளை ஆறுகளின் தொகுப்பு தான். இந்து மதம் வைதீகம் சார்ந்தது மட்டுமே என்று நினைக்கும் தீவிர மதவாதிகளுக்காக நாம் சமோசாவை வைதீகம் சார்ந்தது என்றும் அழைக்கலாம். அது அனைத்தையும் உள்ளடக்கியதாக இருக்கிறது என்னும் பொருளில்; ஆதி புருஷனிடமிருந்துதான் அனைத்தும் தோன்றின என்பதைப் போல.